TƯ TƯỞNG PHẬT GIÁO TRONG THI CA NGUYỄN DU

TƯ TƯỞNG PHẬT GIÁO TRONG THI CA NGUYỄN DU
THÍCH NHƯ ĐIỂN

Viên Giác Tùng Thư - Đức Quốc
United Buddhist Publisher xuất bản lần thứ nhất: Tháng 5/2021
Trách nhiệm: Nguyên Đạo
Đánh máy: Lương Hiền Sanh
Sửa lỗi chính tả: Thanh Phi, Phù Vân
Hiệu đính và layout: Nguyễn Minh Tiến
Thiết kế bìa: Phan Thị Sao Mai

THÍCH NHƯ ĐIỂN

TƯ TƯỞNG PHẬT GIÁO
trong thi ca
NGUYỄN DU

2021

MỤC LỤC

LỜI NÓI ĐẦU

Hôm nay là ngày 1 tháng 8 năm 2020, nhằm ngày 12 tháng 6 âm lịch năm Canh Tý, Phật lịch 2564, Phật Đản lần thứ 2644, tại thư phòng Tổ Đình Viên Giác, Hannover, Đức Quốc, tôi bắt đầu viết tác phẩm thứ 68.

Hôm nay cũng là ngày có nhiệt độ cao nhất, 32 độ C, trong mùa dịch Covid-19 đang lan truyền khắp nơi trên thế giới. Sau hơn 5 tháng ròng rã, tôi đã đọc qua 8 tập kinh Việt dịch trong Linh Sơn Pháp Bảo Đại Tạng Kinh, từ tập 195 đến tập 202, thuộc Bộ Sự Vị, được dịch từ 2 tập 53 và 54 của Đại Chánh Tạng.[1] Nguyên văn chữ Hán 2 tập này gồm 2.260 trang.[2] Bản dịch sang tiếng Việt của 2 tập này là 15.781 trang, chia thành 8 tập như đã nói trên. Như vậy, trung bình cứ mỗi trang chữ Hán dịch ra tiếng Việt khoảng 7 trang.

Cũng nhờ - hay bị thì đúng hơn - việc phải sống cách ly do dịch bệnh, tôi đã không đi đâu trong suốt thời gian từ tháng 3 đến tháng 7 năm 2020, nên tất cả thời gian đều dồn vào việc đọc phần cuối này của Đại Tạng Kinh, kể cả sửa lại một số lỗi chính tả và những nơi không rõ ý. Tuy chưa hoàn hảo lắm, nhưng ít ra đây cũng là chút thiện chí đóng góp vào cho việc hoàn thiện Linh Sơn Pháp Bảo Đại Tạng kinh.

Như vậy, nếu chia ra cho 5 tháng đọc Đại Tạng Kinh và mỗi tháng đọc 26 ngày, trừ những ngày Chủ nhật, trung bình mỗi ngày tôi đã đọc khoảng hơn 100 trang, vì trong thời gian 130 ngày của 5 tháng đó, tôi đã đọc được 15.781 trang.

---

[1] Đại Chánh Tân Tu Đại Tạng Kinh (Taishō Shinshū Daizōkyō - 大正新脩大藏經).

[2] Tập 53: 1.030 trang, Tập 54: 1.230 trang.

Tính đúng ra là mỗi ngày trung bình đọc được 121 trang. Dĩ nhiên là đã có những ngày đọc nhiều hơn và cũng có những ngày đọc ít hơn. Trong thời gian tới, ban xuất bản Linh Sơn Pháp Bảo Đại Tạng Kinh sẽ xuất bản tiếp từ tập 188 đến tập 202 gồm 15 tập tất cả, mỗi tập khoảng 1.000 trang, để hoàn thành tâm nguyện của cố Hòa Thượng Thích Tịnh Hạnh, người đã chủ trương cho dịch bộ Đại Tạng Kinh chữ Hán ra Việt ngữ hoàn toàn.

Tuy nạn dịch Corona đang xảy ra khắp nơi trên thế giới, nhưng việc tu học, An Cư Kiết Hạ của chư Tăng Ni chùa Viên Giác vẫn như những năm trước, bắt đầu từ sau lễ Phật Đản, kéo dài 3 tháng cho đến lễ Vu Lan vào cuối tháng 8 và đầu tháng 9 năm 2020. Như vậy, năm nay tôi có đến 6 tháng không ra ngoài. Nhờ vậy mà việc đọc Đại Tạng Kinh cũng như viết tác phẩm này được thành tựu như ý. Xin niệm ân tất cả mọi việc đã xảy ra, dù là như ý hay bất như ý.

Năm 2019 và năm nay 2020, chư Tăng Ni và Phật Tử chùa Viên Giác đã và đang trì tụng bộ Kinh Đại Bảo Tích gồm 9 quyển, mỗi quyển độ 700 trang. Mỗi tối trong mùa An Cư, chúng tôi trì tụng 50 trang. Như vậy, đến khoảng trung tuần tháng 8 thì chúng tôi trì tụng xong Bộ Đại Bảo Tích. Kế tiếp, chúng tôi sẽ bắt đầu trì tụng mỗi tối 40 trang Kinh Đại Bát-nhã và sẽ tiếp tục trong mỗi mùa An Cư Kiết Hạ tiếp theo.

Kinh Đại Bát-nhã do cố Hòa Thượng Thích Trí Nghiêm dịch ra Việt ngữ gồm 24 tập. Nếu đọc tụng hết 24 tập này là khoảng hơn năm triệu chữ. Bởi lẽ Kinh Đại Bát-nhã in chữ nhỏ hơn Kinh Đại Bảo Tích nên chúng tôi trì tụng số trang ít hơn. Tuy nhiên, thời gian vẫn trên dưới 1 tiếng đồng hồ và kể cả ngồi thiền mỗi đêm nữa, khoảng 1 tiếng 30 phút cả thảy. Đây là pháp môn tu học, hành trì của môn phong pháp phái Viên Giác tại hải ngoại.

Trong những mùa An Cư Kiết Hạ hay nhập thất như vậy, tôi có được nhiều thời gian và sự an tĩnh nội tâm, nên có thể chấp bút viết hay dịch những tác phẩm như thế này.

Năm nay tôi chọn đề tài "Tư tưởng Phật giáo trong thi ca Nguyễn Du", bởi lẽ tuy đã có nhiều người viết về Truyện Kiều và Nguyễn Du, khen có, chê có..., nhưng đối với một tăng sĩ như tôi thì sự quan tâm đến chủ đề này là cần thiết. Có nhiều học giả, văn nhân, thi nhân và cả tu sĩ, đã viết và giới thiệu Nguyễn Du với Truyện Kiều hay những bài thơ chữ Hán của ông. Chẳng hạn như Thiền sư Thích Nhất Hạnh đã viết về Truyện Kiều qua tác phẩm "Thả một bè lau", lấy ý từ 2 câu Kiều:

"Giác Duyên dầu nhớ nghĩa nhau,
Tiền Đường thả một bè lau rước người."

Gần đây thì có tác giả Đại Lãn, tức Hòa thượng Thích Đức Thắng, viết về Nguyễn Du và Phân Kinh Thạch Đài rất đặc biệt. Đặc biệt hơn nữa, Tiến sĩ Phạm Trọng Chánh, người đã phát hiện ra nhiều điểm mới trong tiểu sử của Nguyễn Du mà lâu nay đã bị bỏ sót trong những giai đoạn quan trọng của cuộc đời Nguyễn Du.

Tôi không dám "múa rìu qua mắt thợ" trước các bậc thức giả, nên chỉ xin viết tác phẩm này qua cái nhìn của một tăng sĩ Phật Giáo, và chỉ đề cập đến giai đoạn từ năm 1786 đến năm 1820 mà thôi. Trong giai đoạn này, tôi sẽ chia ra làm 5 chương, nói về 5 giai đoạn: từ 1786 đến 1788, từ 1788 đến 1790, từ 1790 đến 1794, từ 1794 đến 1802 và từ 1802 đến 1820.

Tôi sẽ chú trọng đi sâu vào những vấn đề mà lâu nay vì những lý do nào đó, lịch sử đã không hay ít đề cập đến. Chẳng hạn như:

- Có phải Nguyễn Du đã sang Trung Hoa tỵ nạn chính trị không?

- Và nếu có, Nguyễn Du đã dùng ngôn ngữ gì để giao tiếp khi ở Trung Hoa?

- Tại sao Nguyễn Du xuất gia và lấy Pháp hiệu là Chí Hiên?

- Nguyễn Du đã trì tụng kinh Kim Cang hơn 1.000 biến vào thời điểm nào?

- Truyện Kiều được viết từ năm nào và ở đâu?

- Văn Tế Thập Loại Chúng Sanh được viết khi nào?

- Tại sao Nguyễn Du chọn theo Gia Long Nguyễn Ánh mà không là Quang Trung Nguyễn Huệ? v.v...

Tuy nhiên, vấn đề bao quát nhất mà tôi muốn tìm hiểu qua tác phẩm này chính là thông qua tất cả những chi tiết nêu trên để làm rõ ảnh hưởng của tư tưởng Phật giáo đối với những sáng tác của Nguyễn Du, cho dù đó là một bài thơ đơn lẻ ông đã làm ở Thạch Đài Phân Kinh hay cả quyển Truyện Kiều đồ sộ với 3.254 câu lục bát, cho đến bài Văn Tế Thập Loại Cô Hồn mà hầu hết từ ngữ cũng như hình tượng trong bài đều thấm đẫm tinh thần Phật giáo... Tất nhiên, tư tưởng là một khái niệm hoàn toàn trừu tượng mà chúng ta không thể dễ dàng nhận ra như những vật thể hữu hình. Nhưng mặt khác chính nhờ tính chất trừu tượng này mà khi đã nhận ra, ta sẽ thấy nó hiện hữu không chỉ ở một nơi duy nhất. Do vậy, khi nhìn các tác phẩm của Nguyễn Du dưới góc độ này, tôi hy vọng chúng ta sẽ có thể nhận ra được ảnh hưởng của tư tưởng Phật giáo đối với ông không chỉ là ở một vài sáng tác cá biệt, mà chắc chắn nó sẽ có mặt bàng bạc trong mọi tác phẩm, mọi câu chữ và ý tưởng mà ông đã viết ra.

Chẳng hạn như khi Nguyễn Du viết: "Đã mang lấy nghiệp vào thân, cũng đừng trách lẫn trời gần trời xa", thì chúng ta cần phải hiểu rằng "nghiệp" mà ông đề cập ở đây chính là hành nghiệp của mỗi con người, do chính con người ấy đã tạo ra. Và như vậy, đó là cả một hệ thống giáo lý sâu xa của đạo Phật, chứ không phải là kiểu định nghiệp theo thuyết định mệnh như một số người trước đây đã hiểu lầm khi đọc Truyện Kiều.

Đó là những gì mà tôi muốn bổ sung cho một cái nhìn đa dạng hơn về Nguyễn Du. Những gì trình bày ở đây có thể chưa được hoàn toàn chính xác và đầy đủ, vì chỉ là nhận xét chủ quan của một người xuất gia ở vào đầu thế kỷ 21, sau khi Đại Thi Hào Nguyễn Du đã vắng bóng trên trần thế này đúng 200 năm rồi (1820-2020).

Tôi không chủ trương viết lại lịch sử, vì không đủ cứ liệu cũng như thời gian để làm điều đó. Tôi chỉ đơn giản là ghi lại những điểm đặc biệt đã xảy ra trong lịch sử, vẫn còn được ghi chép ở nơi này nơi khác, nhưng đa số người đọc bình thường ít có điều kiện tiếp cận thì không biết được, và những người viết sử hay dạy sử cho học sinh, sinh viên thì không biết do vô tình hay cố ý đã bỏ qua. Ngoài ra, tôi cũng muốn làm sống dậy tinh thần Phật Giáo qua chính các nhân vật lịch sử được đề cập đến.

Chẳng hạn, nhiều người trong chúng ta đều biết rằng Hưng Đạo Vương Trần Quốc Tuấn đã làm tướng và làm cố vấn cho cả 4 đời vua: Trần Thái Tông, Trần Thánh Tông, Trần Nhân Tông và Trần Anh Tông vào thế kỷ 13, nhưng khi hỏi về mối quan hệ giữa ông với Tuệ Trung Thượng Sĩ Trần Quốc Tung thì hầu như có đến chín trong số mười người được hỏi không hề biết. Như vậy cũng vẫn có một người biết, nhưng tôi muốn nhiều người biết hơn nữa, nên đã viết tác phẩm thứ 67 nhan đề "Vua là Phật, Phật là Vua", để giải đáp những điều cần hiểu.

Hoặc như việc vua Trần Thánh Tông xuất gia năm 1288 lấy Pháp hiệu là Vô Nhị Thượng Nhân cũng ít người quan tâm đến. Lại như việc Huyền Trân Công Chúa sau khi về lại quê hương Đại Việt vào năm 1308 đã lên núi Yên Tử thọ

Bồ Tát giới với Phật Hoàng Trần Nhân Tông, hay còn gọi là Điều Ngự Giác Hoàng, trước khi Phật Hoàng viên tịch. Với Pháp danh Hương Tràng, bà là một sư cô tu hành cho đến năm 1340 mới viên tịch. Nhưng ngày nay nếu hỏi đến Sư cô Hương Tràng là ai thì rất ít người biết.[1]

Khi xem tác phẩm "Thả Một Bè Lau" của Thiền Sư Nhất Hạnh, tôi mới biết được rằng pháp danh Trạc Tuyền của nàng Kiều là do Thúc Sinh đặt cho nàng, khi nàng đến ở Quan Âm Các trong vườn nhà của Hoạn Thư. Thúc Sinh đã lấy chữ đầu của hai câu đối trong Quan Âm Các để đặt thành pháp danh này. Nguyễn Du đã viết:

Áo xanh đổi lấy cà-sa,
Pháp danh lại đổi tên ra Trạc Tuyền.

Trước khi viết sách này, tôi đã tìm tòi nhiều tài liệu để biết thêm về *"nhà sư Chí Hiên"* và pháp danh này của Nguyễn Du. Ông tự đặt pháp danh cho mình hay từng quy y với vị thầy nào? Nhiều câu hỏi vẫn chưa có câu trả lời chính xác, cần được khảo cứu nhiều hơn. Hơn nữa, việc tìm hiểu về Nguyễn Du cũng có nhiều khác biệt tùy theo cách nhìn đối với ông như là một nhà thơ, như một ông quan của hai triều vua hay như một nhà sư. Do cách nhìn khác nhau, dĩ nhiên câu trả lời cũng sẽ có nhiều cách khác nhau, và cũng còn tùy thuộc cách suy nghĩ, phán đoán riêng của mỗi người. Ở đây tôi chỉ muốn nêu lên một vài suy nghĩ nhằm làm rõ vấn đề hơn chứ không phải để tạo ra một mối hoài nghi nào.

Những tài liệu sử dụng trong sách này được trích dẫn từ các nguồn đáng tin cậy như những tài liệu trong *"Từ nhà sư Chí Hiên tới nhà thơ Nguyễn Du"* của Nguyên Giác. Kế tiếp là tài liệu nghiên cứu về Nguyễn Du: *"Nhà sư Chí Hiên - Giang Bắc Giang Nam cái túi không"* (1788-1790) của Tiến

---

[1] Xem thêm tác phẩm Mối Tơ Vương của Huyền Trân Công Chúa, cùng một tác giả, xuất bản năm 2018.

Sĩ Phạm Trọng Chánh. Ngoài ra còn có 2 bài viết của Đoàn Lê Giang: *"Những bản dịch Truyện Kiều ở Nhật Bản"* và *"Bước đầu so sánh Kim Ngư Truyện của K. Bakin và Truyện Kiều của Nguyễn Du"*.

Tất cả những tài liệu trên đều do anh Nguyên Tánh Nguyễn Hiền Đức ở Hoa Kỳ cung cấp. Xin chân thành cảm ơn anh Nguyên Tánh về việc này.

Hôm nay, ngày đầu của tháng 8 năm 2020, tôi đặt bút viết Lời Nói Đầu để trình bày lý do vì sao tôi viết tác phẩm này. Mục đích chính của tôi không phải đi sâu vào văn chương chữ nghĩa của truyện Kiều, mà chỉ là những điểm đã được trình bày trên.

Các chương của sách này sẽ dẫn người đọc đi qua từng giai đoạn lịch sử, đi qua cuộc đời mấy mươi năm của Nguyễn Du, từ năm 1788 lúc ông 21, 22 tuổi đến khi ông ra làm quan lúc 36 tuổi (1802), và tuần tự từng giai đoạn tiếp theo sau đó cho đến khi ông qua đời vào năm 1820. Riêng quãng thời gian trước đó tôi sẽ không đề cập đến.

Xin nguyện cầu cho thế giới bớt hận thù, chiến tranh và nhất là dịch bịnh Covid-19 sớm chấm dứt, để người người lại được sống tự do thoải mái, hít thở khí trời như những tháng ngày trước đây, không còn nữa nỗi lo mất mạng bất cứ lúc nào, không còn phải chập chờn hốt hoảng trong giấc ngủ.

Xin mời quý vị lật qua từng trang sách để chiêm nghiệm những điều mà tác giả muốn gởi đến độc giả khắp nơi. Đồng thời cũng xin quý vị đóng góp ý kiến thêm những gì cần phải có để tác phẩm được hoàn thiện hơn.

Viết tại Thư phòng Tổ Đình Viên Giác

Hannover, Đức Quốc ngày 1 tháng 8 năm 2020.

CHƯƠNG I. NGUYỄN DU - THỜI KỲ 1786-1788

Trước khi đi vào chi tiết của giai đoạn đầu ngắn ngủi trong vòng từ năm 1786 đến năm 1788 này, chúng ta cũng nên nhìn lại lịch sử nước nhà trong khoảng thời gian ấy để có một cái nhìn cụ thể hơn lúc Nguyễn Du ở độ tuổi 20, 21 trong giai đoạn đầu của đời mình.

Thời kỳ này, ở Đàng Ngoài thì có Vua Lê, Chúa Trịnh, Đàng Trong thì có Tây Sơn và phía Nam có sự hiện diện của Gia Long Nguyễn Ánh. Một đất nước bị chia đôi ở sông Gianh mà có đến 4 thế lực chính đang hùng cứ trên quê hương, nên kẻ sĩ thời đại phải tự chọn cho mình hướng đi thích hợp với lòng mình và sự trông đợi của mọi người. Thật không phải chuyện giản đơn chút nào.

Ở Đàng Ngoài, thế lực của nhà Lê Trung Hưng đã thống trị từ năm 1533 đến năm 1789, qua 17 đời vua, trị vì trong 256 năm. Vị vua cuối cùng của triều đại này là Lê Mẫn Đế (tức Lê Chiêu Thống), trị vì từ năm 1786 đến năm 1789, là quãng thời gian Nguyễn Du đã trưởng thành. Trong thời gian đó, Chúa Trịnh cũng đã nắm quyền song song với Vua Lê, kể từ năm 1545 đến năm 1787, trải qua 10 đời Chúa, cùng cai trị với vua Lê trong 242 năm. Thời gian 5 năm cuối, từ 1782 đến 1787, cũng là thời gian có nhiều biến động trong cuộc đời Nguyễn Du. Có đến 3 vị Chúa thay nhau trong 5 năm này, Chúa Trịnh Cán chỉ nắm quyền được 1 tháng, Chúa Trịnh Khải 4 năm và Chúa Trịnh Bồng 1 năm. Thời gian này cũng tương ứng với thời gian Nguyễn Du ra làm việc quan cùng với người anh là Nguyễn Khản.

Đàng Trong do Chúa Nguyễn cai trị từ sông Gianh trở vào, từ năm 1558 đến năm 1777, trải qua 9 đời Chúa trong vòng 219 năm, mở mang bờ cõi về phương Nam. Vị Chúa Nguyễn cuối cùng nắm quyền trong 12 năm, từ năm 1765 đến năm 1777, là Chúa Nguyễn Phúc Thuần (Chúa Định).

Trong khi Tây Sơn khởi nghĩa và nắm quyền từ năm 1778 đến 1802 thì Nguyễn Ánh phải bôn đào ở Xiêm La (Thái Lan), trong đó bao gồm cả 10 năm nhà Nguyễn Trung Hưng từ năm 1792 đến năm 1802 sau khi vua Quang Trung Nguyễn Huệ băng hà.

Nhà Tây Sơn chỉ có 3 vị vua. Đó là Thái Đức Nguyễn Nhạc (1778-1788), Quang Trung Nguyễn Huệ (1788-1792) và Nguyễn Quang Toản (1792-1802). Thời gian trị vì của nhà Tây Sơn chỉ trong vòng 21 năm và thời gian đầu của Nguyễn Nhạc ở Đàng Trong tương ứng với thời gian Nguyễn Du trấn đóng ở Thái Nguyên, thay mặt cho người anh là Nguyễn Khản.

Riêng Nguyễn Ánh từ năm 1777 đến năm 1802 là thời gian ở ngoại quốc và về lại Nam Việt Nam. Sau khi vua Quang Trung băng hà (1792) và Quang Toản lên làm vua từ năm 1792-1802, là giai đoạn mà Nguyễn Ánh nỗ lực khôi phục sự nghiệp chính trị của các Chúa Nguyễn đã khai phá một dải giang sơn từ sông Gianh trở vào, bắt đầu từ năm 1558 và chấm dứt vào năm 1777. Nguyễn Ánh đã không ngại nằm gai nếm mật ở ngoại quốc và xin cầu viện từ người Xiêm (Thái Lan) và người Pháp để mong khôi phục lại giang sơn của tiền nhân mình. Khi thế lực của Quang Toản nhà Tây Sơn đến hồi bế tắc, Nguyễn Ánh đã thành công và xưng đế vào năm 1802 sau khi thống nhất sơn hà, lấy hiệu là Gia Long và quốc hiệu là Đại Việt, mở đầu cho triều Nguyễn. Sau đó, 13 vua nhà Nguyễn đã tiếp tục cai trị đất nước cho đến năm 1945 thì chấm dứt. Gia tộc nhà Nguyễn trước sau có 9 đời Chúa và 13 đời Vua, cai trị 2 lần, tổng cộng là 362 năm.

Ngày nay, khi tìm hiểu lại giai đoạn lịch sử này, chúng ta thấy tình hình chính trị, kinh tế, văn hóa của đất nước vào thời ấy rối như tơ vò, nhất là trong giai đoạn Nguyễn Du mới bắt đầu ra làm quan tại Thái Nguyên dưới quyền người anh. Năm 1786, Nguyễn Khản mất tại Thăng Long. Năm sau đó, Nguyễn Du đã chiến đấu với quân Tây Sơn và thua trận, bỏ chạy sang Vân Nam cùng người anh kết nghĩa là Nguyễn Đại Lang.

Tiến sĩ Phạm Trọng Chánh trong bài viết "Tiểu sử Nguyễn Du qua những phát hiện mới" cho biết:

"Nguyễn Du vừa đậu Tam trường ở trường thi Sơn Nam, Nguyễn Khản đã phong em làm Chánh Thủ Hiệu Quân Hùng Hậu Hiệu, chỉ huy đội quân hùng hậu nhất Thái Nguyên, cùng Nguyễn Quýnh chức Trấn Tả Đội, đội quân quan trọng khác. Quyền Trấn Thủ Thái Nguyên là Nguyễn Đăng Tiến tước Quản Vũ Hầu, tức Cai Già, Cai Gia, Nguyễn Đại Lang. Vốn là tay 'giặc già' Trung Quốc, gốc người Việt Đông sang tỵ nạn tại Việt Nam, được Nguyễn Khản dùng dạy võ cho các em. Thái Nguyên là nơi có nhiều người Trung Quốc sang khai thác mỏ bạc, dân giang hồ tứ chiến, việc gởi Cai Gia lên trấn Thái Nguyên là một việc hợp lý. Nguyễn Đại Lang có kết nghĩa sinh tử với Nguyễn Du, vì lớn tuổi hơn cả Nguyễn Khản (hơn Nguyễn Du 31 tuổi) nên Nguyễn Du gọi là anh Cả: Nguyễn Đại Lang. *Sinh tử giao tình tại, Tồn vong khổ tiết đồng.*[1] Hai người từng bị tù, cùng chịu khổ khi bị tướng Tây Sơn Vũ Văn Nhậm bắt và cùng được tha. Nguyễn Du đã lấy quê hương của Nguyễn Đại Lang thay cho Hấp Huyện, An Huy, quê của Từ Hải: *Họ Từ tên Hải vốn người Việt Đông.*"

Như vậy, qua Phạm Trọng Chánh chúng ta biết thêm nhiều điều thú vị. Đó là Nguyễn Du ngoài tài văn ra, còn có luyện võ với ông anh kết nghĩa là Nguyễn Đại Lang, và ông này đến Việt Nam chúng ta thời ấy nhằm vào lúc vua Càn

---

[1] Đây là 2 câu Nguyễn Du viết trong bài thơ Biệt Nguyễn Đại Lang (別阮大郎), bài số 3: 生子交情在, 存忘苦節同 。 - Nghĩa là: Dù khi sống hay lúc chết, mối giao tình vẫn còn nguyên vẹn. Khi còn tồn tại hay lúc mất đi, khí tiết khổ nhọc không thay đổi.

Long đang trị vì tại Trung Hoa (1736-1795). Trong gần 60 năm cai trị của ông vua này, đã có nhiều người bất mãn, nên người dân và kể cả những người có học thức như Nguyễn Đại Lang (tức Cai Già) mới chạy sang nước ta để xin tỵ nạn, mặc dầu nước ta lúc ấy ở Đàng Ngoài dưới sự cai trị của Vua Lê Chúa Trịnh cũng chẳng yên ổn gì.

Thuở ấy thuộc về thời kỳ sau cùng của Vua Lê Chúa Trịnh. Người xin tỵ nạn mà được Nguyễn Khản, làm quan dưới thời Chúa Trịnh Tông (1783), cho làm đến chức Quyền Trấn Thủ Thái Nguyên, tin tưởng một cách tuyệt đối, thì biết rằng Nguyễn Đại Lang phải giỏi giang ở nhiều phương diện như võ thuật, ngôn ngữ v.v…

Ở Thái Nguyên vào thời ấy có rất nhiều người Trung Quốc qua khai thác mỏ bạc, là nơi tụ họp dân giang hồ tứ chiến, nên việc cho Cai Gia lên Thái Nguyên để trấn giữ cũng là một điều rất hợp lý. Bởi lẽ ông nói tiếng Trung Quốc (có lẽ là tiếng Quảng Đông, vì Thái Nguyên gần biên giới với Trung Quốc) và dĩ nhiên Nguyễn Đại Lang muốn hội nhập vào xã hội Việt Nam chúng ta lúc bấy giờ, nên bắt buộc ông phải rành tiếng Việt.

Từ chi tiết này, chúng ta có thể hiểu thêm việc Nguyễn Du đã dùng ngôn ngữ gì để trao đổi với Nguyễn Đại Lang. Để từ đó trong 3 năm lang thang làm tăng sĩ với Pháp danh Chí Hiên (1788-1790), ông đã không gặp khó khăn khi giao tiếp trong thời gian lưu lạc ở vùng Giang Nam, Giang Bắc đến Trường An.

Nguyễn Du thi đậu Tam trường lúc dưới 20 tuổi, đương nhiên trình độ chữ Hán của ông phải rất giỏi. Nếu không nói chuyện được bằng ngôn ngữ địa phương thì ông có thể dùng đến bút đàm. Nhưng bút đàm mất nhiều thời gian, nên nếu có thể đối thoại bằng tiếng Quảng Đông hay một ngôn ngữ khác như Phúc Kiến, Triều Châu thì Nguyễn Du sẽ không gặp khó khăn. Lập luận này có thể mở ra cho các nhà nghiên cứu một cái nhìn mới hơn về quảng đời lưu lạc của Nguyễn Du trong vòng 3 năm (1788-1790) tại Trung Hoa.

Thân phụ của Nguyễn Du là Nguyễn Nghiễm (1708-1776), làm quan dưới triều Lê Trung Hưng, có hiệu là Nghi Hiên (毅軒). Người anh của ông là Nguyễn Đề (阮提), còn có tên là Nguyễn Nễ (1761-1805), làm quan dưới triều Lê Trung Hưng và sau đó là Tây Sơn, có hiệu là Quế Hiên (桂軒) và người cháu là Nguyễn Thiện có hiệu là Thích Hiên. Sau này ông đến Trung Hoa, không dùng tên Nguyễn Du mà dùng tên Chí Hiên, không biết là bút hiệu hay là pháp hiệu của một người xuất gia, vì ông cũng đã có tên hiệu là Thanh Hiên (清軒) rồi. Còn khuynh hướng chính trị của Nguyễn Du lúc ấy như thế nào thật khó đoán. Chỉ sau này khi ông trốn vào Nam để tìm cách theo Nguyễn Ánh thì chúng ta mới rõ. Vì trong khi sống với anh là Nguyễn Khản tại Thái Nguyên thì Nguyễn Khản cùng cha là Nguyễn Nghiễm đều làm quan dưới triều Lê, trong khi Nguyễn Nễ về sau chấp nhận làm quan với Tây Sơn.

Như vậy, trong một nhà có đến 3 quan điểm khác nhau về việc phò vua giúp nước, nên khi Nguyễn Du đánh với quân Tây Sơn ở Thái Nguyên thua trận vào năm 1787 thì chỉ còn cách tìm đường tỵ nạn sang Trung Quốc.

Có thể ông không thích chủ trương của Nguyễn Nhạc cũng như Nguyễn Huệ, đồng thời ông cũng không phải là người hoài Lê, mà muốn chọn một minh chúa, đó chính là Nguyễn Ánh Gia Long. Ông đã làm quan dưới triều đại này gần 20 năm (1803-1820).

Khi Nguyễn Khản mất vào năm 1786 cũng là lúc Nguyễn Du cô đơn nhất, vì lẽ Nguyễn Du không có người nương tựa về cả vật chất lẫn tinh thần, nên có lẽ ông đã bàn kỹ kế sách với Nguyễn Đại Lang, chỉ có một con đường duy nhất chạy sang Trung Hoa là an ổn nhất. Bởi lẽ nếu ông ở lại sẽ không tránh khỏi sự dòm ngó của quân đội Tây Sơn, và đây có thể là thời kỳ khó khăn nhất của ông khi phải chọn lựa quê hương hay triều đại lý tưởng hoặc nên đầu hàng? Những suy nghĩ ấy là sự giằn vặt nơi ông trong thời gian này.

Nguyễn Du quyết định đi từ Thái Nguyên đến Vân Nam năm 1787 và sau đó chia tay với Nguyễn Đại Lang tại Liễu Châu. Như vậy cả hai ông đều đã bàn tính và sắp đặt trước việc này rồi. Lúc ấy danh từ tỵ nạn chắc chưa có, mà người đương thời có thể đã dùng một danh từ khác để nói lên việc mình bất mãn với chế độ đương thời, không muốn cộng tác trực tiếp, nên tìm đường thoát ly để cho tư tưởng được tự do theo nhận định của chính mình, nhất là trước ngã ba lịch sử trong giai đoạn ấy.

Đối với một người trí thức như Nguyễn Du, quả là một sự quyết định dũng mãnh và kiên cường. Bởi lẽ trước mắt Nguyễn Du mặc dù đã có Nguyễn Đại Lang là anh em kết nghĩa người Trung Hoa, có thể lo cho mình những điều căn bản khi mới đến Trung Hoa, nhưng còn những việc như cơm ăn, áo mặc, phương tiện di chuyển v.v… thì phải làm thế nào đây? Nhất là sau 3 tháng đau ốm nằm dưỡng bệnh tại Vân Nam. Nhà cửa, người thân, tiền bạc, cơm áo, lý tưởng v.v… là những đề tài không đơn giản để Nguyễn Du quyết định cho sinh lộ kế tiếp trong hành trình bỏ nước ra đi của mình.

Dĩ nhiên, ở độ tuổi trưởng thành (22) và là một ông quan trẻ đương thời, chính Nguyễn Du phải tự quyết mọi việc như trên để tìm cho mình một tương lai xán lạn hơn sau khi phải "bó thân về với triều đình" để nhận được những bổng lộc như người anh Nguyễn Nễ là điều mà ông không muốn. Trong thời đại mình, ông cũng đã nhìn thấy việc làm quan của cha và người anh Nguyễn Khản trong thời Lê mạt cũng không sáng sủa gì. Nhưng phàm là bậc lương đống của quốc gia, là kẻ sĩ Nho gia, thì bắt buộc phải chấp nhận ra làm việc với một triều đại mà nhiều khi chính mình không thích mấy. Cho nên chọn con đường ra đi khỏi quê hương Đại Việt là thượng sách.

Ai có xa quê rồi mới thấm thía nỗi nhớ quê trong muôn thuở, lúc nào cũng vọng về quê Mẹ để cố tìm lại dĩ vãng còn sót lại những hình ảnh đẹp trong tâm khảm. Tuy vậy con đường phía trước vẫn là con đường phải quyết định ngay chứ không thể chần chờ, nên quê hương đành bỏ lại sau lưng. Và ông đã cùng người anh kết nghĩa của mình rời Thái Nguyên sang Vân Nam, để rồi chia tay ở Liễu Châu. Cũng chẳng biết họ ra đi lúc ấy với giấy tờ tùy thân gì? Việc đến và ở Trung Hoa ra sao? Chúng ta có thể xem chương thứ hai kế tiếp sẽ rõ ràng hơn. Lâu nay sử sách Việt Nam ít thấy đề cập đến giai đoạn này trong đời Nguyễn Du.

CHƯƠNG II. NGUYỄN DU - THỜI KỲ 1788-1790

Thời điểm này có lẽ là thời điểm quan trọng nhất của cả ba triều đại đương thời: nhà Lê Trung Hưng và Chúa Trịnh ở Đàng Ngoài, Tây Sơn ở miền trong và Gia Long Nguyễn Ánh ở Thái Lan. Nguyễn Ánh đang có nhiều hoạt động muốn quay lại Đàng Trong. Trong thời gian này, những hiểu biết hiện nay về Nguyễn Du có rất nhiều điều cần thẩm định lại kỹ càng hơn, để những gì của sự thật phải trả về cho sự thật, qua những sự nghiên cứu có lý có tình của những học giả đó đây, trong đó có Tiến sĩ Phạm Trọng Chánh.

Khi Nguyễn Ánh chính thức rời quê hương Đại Việt vào những năm 1787-1788 chạy qua Thái Lan cùng bầu đoàn thê tử cũng như những cận thần tháp tùng lánh nạn Tây Sơn, ông đã được Vua Rama (1782-1809) Đệ Nhất của Thái Lan đón tiếp nồng hậu. Và tại Thái Lan, Nguyễn Ánh đã có ý cầu viện người Pháp, mong muốn quân Pháp đem quân giúp đánh Tây Sơn và khôi phục lại triều Nguyễn đã đứt đoạn từ năm 1777.

Trong 25 năm (1777-1802), Nguyễn Ánh và tùy tùng đã tìm mọi cách để quay lại Việt Nam qua ngã Đàng Trong, nhất là sau khi Quang Trung Nguyễn Huệ băng hà vào năm 1792 và Nguyễn Quang Toản nối ngôi, Nguyễn Ánh lại có nhiều cơ hội hơn để thực hiện trở lại Việt Nam trong thời kỳ 10 năm này (1792-1802).

Trong khi Nguyễn Ánh ra đi lánh nạn, ngoài những tướng tài tháp tùng còn có chư Tăng thuộc môn phái Tào Động và Lâm Tế cũng đã tháp tùng theo, nên chỉ trong một thời gian ngắn, An Nam Tông thuộc Phật Giáo Bắc Tông của Việt Nam đã được Vua Rama Đệ Nhất của Thái Lan chấp thuận cũng như hỗ trợ cho việc thành lập các chùa viện tại Bangkok và khắp nơi trên xứ Thái. Đó là cũng nhờ những tướng tài của Gia Long Nguyễn Ánh ra sức giúp Vua Rama Đệ Nhất Thái Lan đẩy lùi quân xâm lăng Miến Điện từ bờ cõi phía nam lúc bấy giờ.

Ngày nay ở thế kỷ 21 này, nếu ai đó có dịp sang Thái Lan, thăm thủ đô Bangkok vẫn còn nghe được những tiếng kinh cầu bằng Việt ngữ của hai thời công phu sáng chiều trong ngày. Đó là những chùa Phổ Phước, Khánh Vân, Cảnh Phước v.v…

Hình ảnh của chùa viện là những nơi di dưỡng tinh thần của người Phật tử, rất quan trọng trong thời bình cũng như thời chiến và dù là trên quê hương Đại Việt hay ở Thái Lan lúc bấy giờ. Đây có thể cũng là một lợi thế cho những người cơ nhỡ không có chỗ nương thân, nếu đi đâu đó không nơi tá túc, thì chùa chiền vốn là nơi có thể dung nạp được việc này với chủ trương từ bi và lợi tha, cứu khổ giúp đời như giáo lý của nhà Phật đã chủ trương. Việc tiếp nhận khách thập phương ấy không phân biệt là thân sơ hay giàu nghèo hoặc giả chánh kiến, quan niệm, tư tưởng có khác nhau đi chăng nữa, thì chùa chiền lâu nay dầu ở bất cứ nơi đâu trên thế giới này, của người Việt hay của các dân tộc khác cũng đều đối xử bình đẳng với nhau không phân biệt.

Nhìn về phương Bắc, trong thời gian 1787-1788, Lê Chiêu Thống cùng bầu đoàn thê tử cũng đã tháo chạy sang Trung Hoa để cầu viện, nhưng đoàn này không thành công như đoàn của Gia Long Nguyễn Ánh. Vì lúc ấy Vua Càn Long của Trung Hoa cũng không muốn đem quân sang giúp Đại Việt và Lê Chiêu Thống ở đó cho đến năm 1793 thì qua đời.

Ở Đàng Ngoài, lúc bấy giờ dân tình đói khổ và tình thế chính trị rất bất ổn, vì người dân một cổ phải chịu cả hai tròng, vừa Vua Lê vừa Chúa Trịnh, nên họ luôn mong đợi có một lực lượng nào đến giải cứu sự bất công tàn ác này. Đây cũng là thời cơ để quân Tây Sơn thành công cả ở Đàng Trong lẫn Đàng Ngoài.

Khi Vua Lê Chúa Trịnh không còn thế lực nào lớn tồn tại nữa thì Nguyễn Nhạc, anh cả của Nguyễn Huệ lên làm vua lấy niên hiệu là Thái Đức từ năm 1778 và cai trị chỉ được 10 năm. Đến năm 1788 thì Thái Đức băng hà.

Quang Trung Nguyễn Huệ lên làm vua và chiến công lịch sử huy hoàng nhất là năm 1789. Nhưng Quang Trung Nguyễn Huệ cũng chỉ làm vua cho tới 1792 thì qua đời.

Thời gian 1788 đến 1790 là thời gian thay ngôi đổi chủ nhiều lần ở Đại Việt, cả Đàng Trong lẫn Đàng Ngoài. Nguyễn Du cũng đã ngao ngán cho thế nước lòng dân nên mới quyết định sang Trung Hoa.

Mặc dầu cha làm quan đến Thượng Phẩm của triều đình nhà Lê, ông anh Nguyễn Khản cũng vậy, nhưng có lẽ họ là những ông quan thanh liêm lại có nhiều vợ, nhiều con, nên cũng chẳng giàu có gì. Do vậy mà Nguyễn Du có lẽ chỉ thừa hưởng gia tài chữ nghĩa nhiều hơn là tiền bạc. Về sau này, chúng ta xem lại những bài thơ chữ Hán trong giai đoạn này thì rõ biết. Trong "tam thập lục kế, dĩ đào vi thượng sách".

Nhưng khi chạy trốn giữ được thân rồi, còn kế sinh nhai thì phải làm sao đây? Ngay cả Nguyễn Đại Lang, người anh kết nghĩa, cũng chẳng phải giàu có gì, nhưng chắc rằng ông này đã bày mưu kế giúp Nguyễn Du để khỏi tốn kém trong khi vừa đi tỵ nạn, vừa đi giang hồ trên đất nước Trung Hoa rộng lớn như vậy, chỉ có thể làm tăng sĩ của đạo Phật là thích hợp nhất. Vì chỉ có tăng sĩ của Phật Giáo mới đi khất thực để độ thân, còn Nho sĩ và những người theo Đạo Lão thì không làm việc này.

Việc cạo bỏ râu tóc không khó, nhưng tìm thầy để quy y Tam Bảo không phải là chuyện đơn thuần. Vì mới chân ướt chân ráo từ Vân Nam sang thì biết thầy nào hay chùa nào mà làm chỗ dung thân để xuất gia đầu Phật? Phải chi lúc ấy Lê Chiêu Thống có dẫn theo nhiều nhà sư như Gia Long Nguyễn Ánh thì Nguyễn Du chắc đã có chỗ dung thân rồi.

Nhìn lui lại lịch sử thì vào những năm thay ngôi đổi chủ giữa triều Lý và triều Trần, vì Trần Thủ Độ đang tâm hại cả gia tộc nhà Lý, nên Hoàng tử Lý Long Tường vào năm 1226 mới cùng với 3 chiến thuyền và 6.000 người dong buồm đi ty nạn đến Đài Loan và Cao Ly. Điều đặc biệt là họ đã không qua Trung Hoa. Có lẽ họ sợ sẽ bị trả về. Nếu lúc ấy nhà Minh bên Trung Hoa đón tiếp họ, thì chắc rằng cũng đã có nhiều ngôi chùa Việt được xây dựng tại Trung Hoa. Vì lẽ cả triều đại nhà Lý có thâm tín với Phật Giáo.

Từ năm 1226 đến nay, người mang dòng họ Lý ở Nam Bắc Triều Tiên và Đài Loan đã làm nên lịch sử, góp phần làm quang vinh những xứ sở mà họ đã gởi thân ty nạn. Nhưng Bác Sĩ Yên Tử Trần Đại Sỹ, người đã tìm ra phổ hệ của con cháu nhà Lý ở Đại Hàn và Đài Loan cũng không cho biết là họ đã lập được bao nhiêu ngôi chùa Việt Nam tại hai xứ này. Hoặc giả tất cả những ngôi chùa ấy đã bị đồng hóa với các chùa tại địa phương? Vì lẽ Việt Nam của chúng ta theo Phật giáo Đại Thừa, cả hai nước này cũng theo Phật giáo Đại Thừa và văn tự chính để trì tụng kinh điển hằng ngày vẫn là chữ Hán, không khác chữ Hán ở Trung Hoa bao nhiêu. Nếu có khác, đó chỉ là cách phát âm. Do vậy ngày nay nếu có ai đó tìm lại cội nguồn của Dân Tộc Việt về phương diện tôn giáo tại Trung Hoa, Hàn Quốc và Đài Loan sẽ khó khăn hơn Thái Lan. Bởi lẽ ở Thái Lan lúc ấy chỉ có Phật giáo Nam Truyền và đoàn người theo Gia Long Nguyễn Ánh sang đây mang theo Phật giáo Bắc Truyền, khác với Phật giáo bản địa. Do vậy mà sự tồn tại không bị đồng hóa một cách dễ dàng chăng?

Một nhà Nho như Nguyễn Du nếu có tin Phật hay quy y theo Phật cũng là chuyện bình thường. Trước đó hay sau đó hàng bao thế kỷ cũng đã có nhiều bậc tướng tài trong các triều Lý và triều Trần, triều Hậu Lê, các Chúa Nguyễn v.v… không thiếu những người đã phát tâm hành Bồ Tát Đạo như vậy để cứu đời giúp đạo. Nhưng có lẽ Nguyễn Du đã chẳng chuẩn bị cho việc này trước, nên có thể chữ Chí Hiên là do ông tự đặt cho mình chăng? Đặt như vậy để tránh bút hiệu Thanh Hiên mà nhiều người đã biết ở Việt Nam. Bây giờ mặc áo nhà tu, đầu đội mũ vàng, trên vai có tay nải và bên hông có bình bát mang theo là đủ rồi.

Đây có thể là kế sách của Nguyễn Du tự sắp đặt cho chính mình, nhưng cũng có thể là do Nguyễn Đại Lang bày mưu tính kế. Nguyễn Đại Lang là người Hoa, ông dư biết là đa số người dân ở đây tin Phật, một nhà sư không cần phải nói nhiều khi ra đường, trừ khi giảng pháp. Cứ đầu tròn áo vuông và đi đứng ngồi nằm đúng oai nghi tế hạnh là nhiều người đã tin theo cúng dường, ít nhất là những bữa cơm trưa đơn thuần chỉ là dưa, muối, cơm, canh v.v… Như vậy đủ để nuôi sống mà ông không cần phải lệ thuộc vào ai cả trên đoạn đường thiên lý có hơn 5.000 cây số đi từ Liễu Châu qua Quảng Tây rồi đi đường Trường Sa đến Hán Dương qua sông Giang Hán đi Trường An và sau đó xuống Hàng Châu, "Giang Nam, Giang Bắc cái túi không".

"Tại Hàng Châu, Nguyễn Du có được quyển Kim Vân Kiều truyện của Thanh Tâm tài nhân và quyết chí diễn ra thơ nôm. Nguyễn Du và Cai Gia Nguyễn Đại Lang gặp nhau lại tại miếu Nhạc Phi, sau đó cùng đi về Yên Kinh." (Trích Nguyễn Du – Wikipedia tiếng Việt)

Chỉ một đoạn văn ngắn được trích ra từ Wikipedia tiếng Việt trên đây chúng ta đã tìm ra được nhiều sự kiện. Đó là việc nhà Sư Chí Hiên đi bằng gì qua những địa phương với đường dài 5.000 cây số. Ví dụ như đường bộ, đường thủy, đường rừng v.v…? Đi đến đâu phải ở lại đâu? Và ngay cả Tiến sĩ Phạm Trọng Chánh khi đưa ra những phát hiện mới về tiểu sử Nguyễn Du cũng tin rằng Nguyễn Du đọc hay tụng Kinh Kim Cang hơn 1.000 biến trong thời gian 3 năm này (1778-1780). Đồng thời Tiến sĩ Phạm Trọng Chánh cũng nghĩ là Nguyễn Du đã gặp tác phẩm Kim Vân Kiều do Thanh Tâm Tài Nhân viết bằng chữ Hán tại chùa Hổ Pháo vào cuối năm 1790.

Sau khi về lại Việt Nam vào năm 1790, Nguyễn Du chính thức viết truyện Kiều bằng chữ Nôm theo thể thơ lục bát, gồm 3.254 câu, dựa theo nội dung cốt chuyện mà Nguyễn Du đã có tại Hàng Châu vào năm 1790. Thời gian viết truyện Kiều có thể là từ năm 1790 đến 1794. Trong chương này có chú trọng qua những đề mục như trên đã nêu, và dưới đây chúng ta có thể lạm bàn từng điểm một để có thể đưa đến một điểm chung về sau này, khi có người nghiên cứu đến thì có thể tham khảo được.

Tiến sĩ Phạm Trọng Chánh trong bài viết nhan đề *"Tiểu sử Nguyễn Du qua những phát hiện mới"* đăng trên Việt Báo ngày 2.1.2016 ghi nhận như sau:

"Từ khi tìm ra Lưu Hương Ký thơ Hồ Xuân Hương có chép hai bài thơ Chí Hiên tặng. Suy diễn từ tình cảm oán trách trong bài, tôi cho rằng đó là thơ Nguyễn Du, oán trách Hồ Xuân Hương đi lấy chồng thầy lang xóm Tây, làng Nghi Tàm, khi Nguyễn Du bị tù tại Hàng Lĩnh năm 1796. Tôi cho rằng bút hiệu Nguyễn Du dùng trước khi đổi thành bút hiệu Thanh Hiên. Cuối năm 1787 Nguyễn Du sang Vân Nam bị bệnh ba tháng xuân, sau đó Nguyễn Du xuất gia thành nhà sư Chí Hiên, để đi giang hồ đến Trường An và hẹn gặp lại Nguyễn Đại Lang tại Trung Châu. Thành nhà Sư đi nhờ các thuyền buôn không mất tiền, đêm trú lại một ngôi chùa, trên đường đi tụng Kinh Kim Cương làm công quả, ăn ngủ tại các chùa trên đường đi. Chí là danh hiệu Chí Thiện Thiền Sư,

Chưởng Môn Thiếu Lâm Tự thời vua Càn Long, được người đương thời kính phục, đề tài của nhiều bộ tiểu thuyết. Nhà sư giỏi võ, vác thanh trường kiếm trên vai, được các thuyền buôn tin tưởng và có thể nhờ làm lễ cầu phúc, cầu may buôn bán tốt lành. Với phương tiện này, Nguyễn Du có thể đi "Giang Bắc Giang Nam cái túi không, muôn dặm mũ vàng chiều nắng xế" (đi gần 5.000 km) và tụng kinh Kim Cương nghìn lượt (1.000: 365 ngày = khoảng 3 năm". (hết trích)

Đọc đoạn trích bên trên của Tiến sĩ Phạm Trọng Chánh, tôi đồng ý hoàn toàn, chỉ trừ việc dùng Pháp hiệu sư Chí Hiên để tặng thơ cho Hồ Xuân Hương là không có lý. Bởi lẽ không ai lấy Pháp hiệu của một nhà Sư mà đi tặng thơ cho người tình cả. Vả lại bút hiệu hay Pháp Tự này chỉ có được sau khi Nguyễn Du sang Trung Hoa và nghe danh nhà Sư Chí Thiện, chưởng môn phái Thiếu Lâm thời ấy, nên mới tự đặt cho mình thì hữu lý hơn.

Cũng có thể trước khi chia tay với Nguyễn Du, Nguyễn Đại Lang đã gợi ý dùng Pháp tự Chí Hiên và cạo đầu làm tăng sĩ, như thế sẽ dễ dàng thuận lợi cho cuộc hành trình từ Liễu Châu về Trường An là điều mà chúng ta có thể lý giải được.

Như phần đầu tôi đã trình bày là ngôn ngữ được Nguyễn Du sử dụng trên đất Trung Hoa là tiếng Quảng Đông. Vì tiếng Quảng Đông có phát âm gần giống tiếng Việt hơn, và đa phần người ở hai bên sát biên giới Hoa Việt đều sử dụng dễ dàng loại ngôn ngữ địa phương này. Hoặc giả nhiều lắm là Nguyễn Du đã sử dụng đến tiếng Phúc Kiến hoặc tiếng Triều Châu trên suốt đoạn đường đi ấy. Cùng lắm nếu ngôn ngữ phát âm không ai hiểu thì dùng bút đàm. Có như vậy Nguyễn Du mới tự tại ở chùa, trên đoạn đường đi từ Liễu Châu đến khi gặp lại Nguyễn Đại Lang tại miếu Nhạc Phi để cùng đi Yên Kinh là một thời gian dài, nên đã có nhiều bài thơ Nguyễn Du làm trong thời gian này, chứ không phải làm lúc đi sứ thời vua Gia Long của năm 1813 và 1814. Chẳng hạn như bài thơ chữ Hán dưới đây:

岳武穆墓

中原百戰出英雄，

丈八神鎗六石弓 。

相府已成三字獄，

軍門猶惜十年功 。

江湖處處空南國，

松柏錚錚傲北風 。

悵望臨安舊陵廟，

棲霞山在暮煙中 。

Nhạc Vũ Mục mộ

Trung Nguyên bách chiến xuất anh hùng,
Trượng bát thần thương, lục thạch cung.
Tướng phủ dĩ thành tam tự ngục,
Quân môn do tích thập niên công,
Giang hồ xứ xứ không Nam quốc,
Tùng bách tranh tranh ngạo Bắc phong,
Trướng vọng Lâm An cựu lăng miếu,
Thê Hà sơn tại mộ yên trung.

Mộ Nhạc Vũ Mục

Trung Nguyên trăm trận xuất anh hùng,
Trượng tám thương thần, sáu thạch cung.
Tướng phủ tội hình ba chữ án,

Trung quân thương tiếc công mười năm.
Sông hồ đâu kẻ hùng Nam Tống,
Tùng bách kiên cường trước Bắc Phong.
Hoài vọng Lâm An lăng miếu cũ,
Thê Hà chìm đắm khói sương dâng.

(Nhất Uyên dịch thơ)

Theo Tiến sĩ Phạm Trọng Chánh thì 2 bài Tần Cối và 2 bài Vương Thị Tượng cũng do Nguyễn Du làm trong thời gian chờ Nguyễn Đại Lang tại Hàng Châu.

秦檜像其一

殿檜何年椎作薪，

卻來依傍岳王墳。

是非盡屬千年事，

打罵何傷一假身。

如此錚錚真鐵漢，

奈何靡靡事金人。

誰云於世無功烈，

萬古猶能懼亂臣。

Tần Cối Tượng (Kỳ I)

Điện Cối hà niên chùy tác tân,
Khước lai y bạng Nhạc Vương phần.
Thị phi tận thuộc thiên niên sự,
Đả mạ hà thương nhất giả thân.
Như thử tranh tranh chân thiết hán,
Nại hà mĩ mĩ sự Kim nhân?
Thùy Vân ư thế vô công liệt?
Vạn cổ do năng cụ loạn thần.

Tượng Tần Cối (I)

Cây cối điện xưa thành củi rồi,
Nhạc Vương mộ đây Cối nương thời.
Đúng sai chuyện cũ nghìn năm luận,
Đánh mắng giả thân mất công thôi.
Mặt sắt trơ trơ hình tượng đó.
Quân Kim luồn cúi nhục thân đời,
Kẻ này chớ bảo công không có,
Vạn cổ gian thần gương sáng soi.

(Nhất Uyên dịch thơ)

秦檜像其二

格天閣毀玉樓殘，

猶有頑皮在此間。

一世死心懷大毒，

千年生鐵負奇冤。

獄中已滅生前血，

階下徒誅死後奸。

得與忠臣同不朽，

齊天奇福太無端。

Tần Cối tượng (Kỳ II)

Cách Thiên các hủy ngọc lâu tàn,
Do hữu ngoan bì tại thử gian.
Nhất thể tử tâm hoài đại độc,
Thiên niên sinh thiết phụ kỳ oan.
Ngục trung dĩ tiễn sinh tiền huyết,

Giai hạ đồ tru tử hậu gian.
Đắc dữ trung thần đồng bất hủ,
Tề thiên kỳ phúc thái vô đoan.

Tượng Tần Cối (II)

Cách Thiên gác đổ ngọc lầu tàn,
Nhưng vẫn còn đây một kẻ gian.
Một kiếp tim đen đầy nọc độc,
Nghìn năm thỏi sắt chịu hàm oan.
Trung thần trong ngục sống tuôn máu,
Gian tặc dưới thềm chết vẫn hành.
Gian xảo, trung thần cùng bất tử,
Lạ lùng cái phúc thật vô công.

(Nhất Uyên dịch thơ)

王氏像其一

舌長三尺更何為，

好與權奸備唱隨。

後患正殷擒虎日，

前功安問飲龍期。

一生心跡同夫婿，

千古形骸辱女兒。

底事想來莫須有，

閨中私語更誰知。

Vương Thị Tượng (Kỳ I)

Thiệt trường tam xích cánh hà vi?
Hảo dữ quyền gian bị xướng tùy.

Hậu hoạn chính ân cầm Hổ nhật,
Tiền công an vấn ẩm Long kỳ.
Nhất sinh tâm tính đồng phu tế,
Thiên cổ hình hài nhục nữ nhi.
Để sự tưởng lai "mạc tu hữu",
Khuê trung tư ngữ cánh thùy tri?

Tượng Vương Thị (Bài I)

Lưỡi dài ba tấc làm chi chăng?
Cùng kẻ quyền gian kết vợ chồng.
Định chuyện lo sau giam Hổ lại,
Còn chi công trước rượu Long mừng.
Một đời bụng dạ như chồng hệt,
Nghìn thuở dung nhan nhục má hồng.
Nghĩ đến một câu: "Chả cần có",
Biết đâu lời thị chốn khuê phòng?

(Nhất Uyên dịch thơ)

王氏像其二

深圖密算勝夫君，

應是晨雞第一人。

不爛已生三寸舌，

純綱還得萬年身。

唱隨盡道應無悔，

伎倆同年更可親。

莫道女兒無力量，

也曾撼破岳家軍。

Vương Thị Tượng (Kỳ II)

Thâm đồ mật toán thắng phu quân,
Ưng thị "thần kê đệ nhất nhân".
Bất lạn dĩ sanh tam thốn thiệt,
Thuần cương hoàn đắc vạn niên thân.
Xướng tùy tận đạo ưng vô hối,
Kỹ lưỡng đồng niên cánh khả thân.
Mạc đạo nữ nhi vô lực lượng,
Dã tằng hám phá Nhạc gia quân.

Tượng Vương Thị (Bài II)

Mưu mô sâu sắc cả hơn chồng,
"Gà mái gáy sớm" nhất tiếng danh.
Ba tấc lưỡi mềm trời phú thế,
Nghìn năm thân rắn thép gan thành.
Xướng tùy trọn đạo lòng cùng sướng
Xảo quyệt tương thân dạ kết đồng.
Chớ bảo nữ nhi không sức mạnh,
Phá quân Nhạc Vũ đến tan tành.

(Nhất Uyên dịch thơ)

Nguyễn Du làm 5 bài thơ trên trong thời gian chờ Nguyễn Đại Lang đến gặp tại Miếu Nhạc Phi ở Hàng Châu. Đây là tâm sự của Nguyễn Du bênh vực cho Nhạc Phi và chê trách Tần Cối cũng như Vương Thị. Thời nào cũng có kẻ trung quân ái quốc và ở đâu cũng có nịnh thần, nên nhìn đâu cũng thấy một xã hội băng hoại, thời các vua chúa của Trung Hoa trị vì ở vào thời điểm của nhiều thế kỷ trước đó.

Có một điều lạ, Nguyễn Du là một nhà Nho, nhưng chúng ta thấy Nguyễn Du ít đề cập đến tư tưởng của Khổng Tử hay Lão Trang, mà ngược lại Nguyễn Du lại có cảm tình nghiêng hẳn về Phật giáo. Có lẽ ông thấy rằng ở Phật giáo ông tìm được lời giải đáp của một kiếp nhân sinh, nhất là sau khi chết sẽ đi về đâu, do thuyết nghiệp lực của nhà Phật mà ông đã bị ảnh hưởng tại quê nhà. Do vậy tư tưởng của Nguyễn Du trong truyện Kiều hay nơi bài "Văn Tế Thập Loại Chúng Sanh" đã chứng minh rõ nét việc này.

Từ Liễu Châu qua Quảng Tây đi đường Trường Sa để đến Hán Dương, qua sông Giang Hán để đi Trường An và sau đó xuống Hàng Châu. Như vậy thời gian chờ đợi Nguyễn Đại Lang tại Hàng Châu là lúc trên đường về lại phía nam Trung Hoa. Đây có thể là vào cuối năm 1790. Lúc ấy Nguyễn Du vừa đúng 21 tuổi. Vẫn tư cách một nhà tu hành, được ở tại chùa Hổ Pháo, nơi Từ Hải, tức Minh Sơn Hòa Thượng đã từng tu hành và chính nơi đây Nguyễn Du đã có được quyển Kim Vân Kiều truyện của tác giả Thanh Tâm Tài Nhân.

Hàng Châu nằm ở tỉnh Chiết Giang, không xa Quảng Châu của tỉnh Quảng Đông là mấy, nhưng tiếc rằng Nguyễn Du đã không đi qua ngã này, mà đi qua tỉnh Hồ Nam dọc theo đường Trường Sa bằng ngựa và qua sông Giang Hán bằng thuyền. Nếu Nguyễn Du đến được chùa Nam Hoa ở Quảng Châu thì đã đảnh lễ được nhục thân của Lục Tổ Huệ Năng rồi (638-713), nơi đây vẫn còn thờ chơn thân xá-lợi đang ngồi suốt hơn 1.000 năm của Lục Tổ và cho đến thời kỳ của Nguyễn Du, không ai là không biết Lục Tổ đã ngộ được câu kinh trong kinh Kim Cang do nghe được khi còn là cư sĩ đi đốn củi trong rừng là: "Ưng vô sở trụ nhi sanh kỳ tâm." Cũng chính tư tưởng tâm giác ngộ ấy không có gốc, nên đã được Ngũ Tổ Hoằng Nhẫn truyền y bát, sau đi về chùa Quang Hiếu tại Quảng Châu để được xuất gia và sang chùa Nam Hoa để hành đạo.

Nếu Nguyễn Du đến được địa điểm này trước thì có lẽ ông ngộ được chữ "Không" trong kinh Kim Cang còn sớm hơn thế nữa, chứ không cần phải đi đến Trường An và nơi Phân kinh thạch đài của Thái tử Lương Chiêu Minh mới vỡ lẽ ra được điều này. Bởi lẽ suốt trong đoạn đường đi về 5.000 cây số ấy hằng đêm, hằng ngày Nguyễn Du đã trì tụng kinh này hơn cả 1.000 biến rồi.

Tại Trung Hoa có nhiều phong cảnh rất đẹp. Nhưng đẹp nhất là 4 Châu. Đó là: Tô Châu, Hàng Châu, Liễu Châu và Quảng Châu.

Tại Tô Châu có chùa Hàn Sơn, không lớn lắm, nhưng có bài thơ của Trương Kế viết về chùa Hàn Sơn từ đời nhà Đường rất nổi tiếng, ai ai cũng biết đến. Đó là bài Phong Kiều Dạ Bạc như sau:

楓橋夜泊

月落烏啼霜滿天，

江楓漁火對愁眠。

姑蘇城外寒山寺，

夜半鐘聲到客船。

Phong Kiều Dạ Bạc

Nguyệt lạc ô đề sương mãn thiên
Giang phong ngư hỏa đối sầu miên.
Cô Tô thành ngoại Hàn Sơn Tự
Dạ bán chung thanh đáo khách thuyền.

Dịch thơ:

Quạ kêu, trăng lặn, trời sương,
Lửa chài le lói, sầu vương giấc hồ.
Thuyền ai đậu bến Cô Tô,
Nửa đêm nghe tiếng chuông chùa Hàn Sơn.

Nguyễn Hàm Ninh (1808-1867) dịch thơ
(Theo Nguyễn Quảng Tuân,
Tạp chí Văn học số 191, 3-2002)

Tiếp đến là Hàng Châu, nơi có mộ Nhạc Phi, có chùa Thiên Trúc Tây Lai Phùng, có mặt hồ với nước xanh như ngọc, có những người con gái đẹp hay xuất hiện, bằng những hình ảnh thực cũng như qua thi văn của Trung Hoa cổ đại và hiện đại.

Liễu Châu có loại gỗ rất tốt. Người Hoa khi lâm chung muốn chọn gỗ của Liễu Châu để làm quan tài. Với loại gỗ ở đó, có thể giữ thi hài của người chết cả ngàn năm mà không bị mục rã.

Quảng Châu là thủ phủ của tỉnh Quảng Đông, nơi đây đầu bếp số một của Trung Quốc thường xuất hiện để tạo ra những món ăn ngon nổi tiếng trên thế giới, nên có rất nhiều người biết đến. Tại Quảng Châu có chùa Quang Hiếu rất cổ kính. Tương truyền rằng: Lúc thành Quảng Châu chưa xây thì chùa Quang Hiếu đã được thành lập rồi và chính nơi này Lục Tổ Huệ Năng đã xuất gia để trở thành vị Tổ thứ 6 của Thiền Tông Trung Hoa trong quá khứ. Bản thân chúng tôi đã đi đến được 3 nơi là: Tô Châu, Hàng Châu và Quảng Châu, còn Liễu Châu thì không có nhân duyên tại đó nên chưa đặt chân đến.

Từ Hàng Châu muốn đi Trường An phải qua các tỉnh An Huy rồi Hà Nam mới đến Thiểm Tây. Trường An ngày xưa còn gọi là Thường An và đây là kinh đô của 13 triều đại trong lịch sử Trung Quốc. Nhà Tân đổi thành Trung An và khi triều đại này sụp đổ vào năm 23 thì kinh đô cũ phục hồi trở lại. Đến triều nhà Minh, thế kỷ 14-15 tên của thành được đổi lại là Tây An và Tây An bây giờ là thủ phủ của tỉnh Thiểm Tây.

Từ kinh đô Tràng An, Nguyễn Du đã ngộ ra được chữ KHÔNG thâm diệu của Kinh Kim Cương qua bài *"Lương Chiêu Minh Thái Tử Phân Kinh Thạch Đài"* như sau:

梁昭明太子分經石臺

梁朝昭明太子分經處，
石臺猶記分經字。
臺基蕪沒雨花中，
百草驚寒盡枯死。
不見遺經在何所，
往事空傳梁太子。
太子年少溺蓤文，
強作解事徒紛紛。
佛本是空不著物，
何有乎經安用分。
靈文不在言語科，
孰為金剛為法華。
色空境界茫不悟，
癡心歸佛佛生魔。
一門父子多膠蔽，
一念之中魔自至。
山陵不涌蓮花臺，
白馬朝渡長江水。

楚林禍木池殃魚，

經卷燒灰臺亦圮。

空留無益萬千言，

後世愚僧徒聒耳。

吾聞世尊在靈山，

說法渡人如恆河沙數。

人了此心人自渡，

靈山只在汝心頭。

明鏡亦非臺，

菩提本無樹。

我讀金剛千遍零，

其中奧旨多不明。

及到分經石臺下，

才知無字是真經。

Lương Chiêu Minh Thái Tử Phân Kinh Thạch Đài

Lương triều Chiêu Minh Thái Tử phân kinh xứ,
Thạch đài do ký "Phân Kinh" tự.
Đài cơ vu một vũ hoa trung,
Bách thảo kinh hàn tận khô tử.
Bất kiến di kinh hà tại sở.
Vãng sự không truyền Lương Thái Tử,
Thái Tử niên thiếu nịch ư văn.

Cưỡng tác giải sự đồ phân phân,
Phật bản thị không, bất trước vật,
Hà hữu hồ kinh, an dụng phân?
Linh văn bất tại ngôn ngữ khoa.
Thục vi Kim Cương, vi Pháp Hoa?
Sắc không cảnh giới mang bất ngộ,
Si tâm qui Phật, Phật sinh ma,
Nhất môn phụ tử đa giao tế,
Nhất niệm chi trung, ma tự chí,
Sơn lang bất dũng liên hoa đài,
Bạch mã triêu độ Trường Giang thủy,
Sở lâm họa mộc, trì ương ngư,
Kinh quyển thiêu hôi, đài diệc di.
Không lưu vô ích vạn thiên ngôn,
Hậu thế ngu tăng đồ quát nhĩ,
Ngô văn Thế Tôn tại Linh Sơn,
Thuyết pháp độ nhân như Hằng hà sa số.
Nhân liễu thử tâm, nhân tự độ,
Linh Sơn chỉ tại nhữ tâm đầu.
Minh kính diệc phi đài
Bồ Đề bản vô thụ.
Ngã độc Kim Cang thiên biến linh,
Kỳ trung áo chỉ đa bất minh,
Cập đáo Phân Kinh thạch đài hạ,
Tài tri vô tự thị chân kinh.

Đài Đá chia kinh của Thái Tử Lương Chiêu Minh

Triều Lương, Chiêu Minh Thái Tử, chốn phân kinh,
Đài đá còn ghi chữ phân kinh.
Hoang vu nền cũ trong mưa gió,
Lạnh tàn cây cỏ xác xơ cành
Chốn cũ nơi đây nào thấy kinh,
Còn nghe lưu truyền Lương Thái Tử.

Thái Tử tuổi trẻ say văn chương,
Bày chuyện chia kinh vô tích sự,
Đạo Phật vốn không, không nhờ vật,
Là gì Kim Cương và Pháp Hoa?
Nào có kinh gì để phân chia,
Văn chương không ở nơi ngôn ngữ.
Sắc không mờ mịt không hiểu rõ,
Tâm mê theo Phật, Phật thành ma,
Một nhà cha con đều mù lòa,
Ma tự sinh ra trong ý nghĩ.
Hoa sen nào thấy chốn sơn lăng.
Ngựa trắng một sớm qua Trường Giang,
Cây Sở cá ao đều bị họa,
Kinh sách ra tro đài tàn hoang,
Nghìn vạn lời lưu lại ích chăng?
Điếc tai đời sau bọn ngu tăng.
Ta nghe Thế Tôn núi Linh Thứu,
Thuyết pháp độ nhiều như cát sông Hằng,
Người hiểu được tâm ấy độ rồi,
Linh Sơn chỉ ở trong lòng người,
Bồ Đề chẳng phải cây,
Minh kính không là đài.
Ta đọc Kim Cương hàng nghìn lượt,
Lắm điều sâu kín khó hiểu rành.
Phân kinh thạch đài nay đến đó,
Mới hay không chữ là chân kinh.

(Nhất Uyên dịch thơ)

Tại Hà Nam (kinh đô cũ là Lạc Dương) nằm ở tỉnh Hà Nam gần Trường An có Chùa Bạch Mã, nơi hai Ngài Ma Đằng và Trúc Pháp Lan là những người đầu tiên dịch Kinh Tứ Thập Nhị Chương từ chữ Phạn sang chữ Hán. Ngày nay nếu có ai đến chốn này sẽ còn chiêm ngưỡng được 2 ngôi mộ của 2 ngài và ngôi chùa Bạch Mã, kể cả tượng ngựa trắng chở kinh từ Ấn Độ về đây do Vua Hán Minh Đế nằm mộng thấy người vàng xuất hiện và cho người sang Ấn Độ thỉnh kinh mang về.

Ở Lạc Dương còn có Vân Môn thạch động được tạc các tượng vào núi đá cả hàng mấy trăm năm vào đời nhà Đường và nơi đây cũng chính là nơi Bồ Đề Đạt Ma đã đến cũng như đã gặp Vua Lương Võ Đế.

Vua Lương Võ Đế (464-549) là một Phật Tử rất thuần thành, xây chùa, tiếp tăng độ chúng không biết là bao nhiêu. Khi Bồ Đề Đạt Ma, Tổ Thiền Tông thứ 28 từ Ấn Độ sang Trung Hoa đúng vào lúc ông đang trị vì (502-557). Lương Võ Đế đã hỏi Tổ Đạt Ma rằng:

"Một đời Trẫm xây dựng chùa chiền, cúng dường Tăng, bố thí thiết trai. Vậy có công đức gì không?"

Đạt Ma dạy rằng: "Thật chẳng có công đức gì cả."

- Đệ tử chưa rõ được lý này. Mong Hòa Thượng vì đệ tử chỉ dạy.

Đạt Ma biết rằng thiền cơ chưa đến với vua, nên Ngài đã vào núi Thiếu Lâm ngồi thiền suốt 9 năm trường, sau đó truyền tâm thiền này cho Ngài Huệ Khả, làm Tổ Thiền Tông thứ 2 của Trung Quốc.

Ngày nay nếu ai đó đi hành hương đến xứ này, hãy tìm đến chùa Thiếu Lâm sẽ vẫn còn thấy được hình ảnh của Ngài Đạt Ma với nét nhìn đâm thủng đá mà người đời ai cũng phải bái phục và tôn làm Tổ. Đó là chưa kể đến chuyện Ngài quảy một chiếc dép về Tây, sau khi đã viên tịch, mà bao nhiêu chùa của Thiền Tông đều có thờ hình ảnh này của Ngài nơi bàn Tổ.

Khi Nguyễn Du cùng Nguyễn Đại Lang đến đây đã cách xa hơn 1.000 năm (có thể là năm 1789-1790), nên chỗ chạm bằng đá nơi Phân Kinh do Lương Võ Đế và Lương Chiêu

Minh Thái Tử cho khắc chữ vào đây không còn thấy nữa, nên trong bài thơ trên ta thấy Nguyễn Du có chê trách việc làm này. Bởi lẽ trong lúc ấy Nguyễn Du đang trì Kinh Kim Cang, nên dưới mắt ông cái gì cũng là "không" như Tu Bồ Đề đã trả lời Đức Phật. Do vậy ông mới gọi "nhất môn phụ tử đa giao tế", cả cha lẫn con đều bị che lấp, không rõ nghĩa này, nên nếu lấy tâm mê để chấp có, chấp không, chấp thường, chấp đoạn v.v… thì tâm ấy sẽ trở thành tâm ma, chứ không phải là tâm Phật. Câu này theo Nguyễn Du thì ông cũng dựa theo lời trong Kinh Kim Cang, và lời đối đáp giữa Vua Lương Võ Đế và Bồ Đề Đạt Ma mà thôi. Ma hay Phật cũng chỉ là một chứ không hai. Khi bóng đen đến, ấy là ma, khi ánh sáng ngự trị, ấy là Phật. Cái nào cao hơn và ngự trị dài lâu hơn, cái ấy sẽ chiến thắng.

Hai câu: "Minh kính diệc phi đài, Bồ Đề bổn vô thọ" là dùng lại ý của Lục Tổ Huệ Năng đối đáp với Thần Tú. Việc này lâu nay ai cũng biết nhưng Nguyễn Du đã thể hiện việc trì tụng Kinh Kim Cang của mình ở 4 câu cuối rất là đặc biệt. Đó là:

Ngã độc Kim Cang thiên biến linh,
Kỳ trung áo chỉ đa bất minh,
Cập đáo Phân Kinh thạch đài hạ,
Tài tri vô tự thị chân kinh.

Tôi cố gắng dịch ra hai khổ thơ thất ngôn tứ tuyệt như sau:

Ta đọc Kim Cang từ dạo ấy,
Hơn ngàn lần chẳng thấy gì đâu.
Ở trong kinh đó đa phần khó,
Chỉ biết phần nhiều chữ và câu.

Đến khi thấy được chỗ chia kinh,
Chữ đâu còn nữa cảm công trình.

Mới biết Kinh kia là vô tự,
Thì ra "chân" ấy chính là Kinh.

Thích Như Điển dịch

Đúng vậy! Trong Kinh Kim Cang có chia nội dung ra làm 32 đoạn, và kinh này chính cá nhân tôi cũng đã trì tụng trong vòng 10 năm tại Tu Viện Đa Bảo ở Sydney, Úc Châu từ năm 2003 đến năm 2012. Mỗi năm như vậy ít nhất tôi có trên dưới 60 ngày để nhập thất tịnh tu, dịch kinh, viết sách và cứ mỗi tối tôi thường hay trì tụng một biến kinh Kim Cang. Như vậy ít nhất cũng là hơn 600 lần như thế.

Năm 2011 khi tôi viết quyển tiểu thuyết *"Chuyện tình Liên Hoa Hòa Thượng"* đã đề cập khá nhiều đến tư tưởng Kinh Kim Cang trong tác phẩm này rồi. Thiết tưởng lần này không cần phải đi sâu vào nội dung của Kinh Kim Cang nữa. Ở đây chúng ta nên phân tích và lý giải về tư tưởng *"ngộ chân kinh vô tự"* trong Kinh Kim Cang của Nguyễn Du lúc ấy.

Ông cho biết là đã đọc Kinh Kim Cương hơn 1.000 lần. Mỗi lần như vậy, dầu tụng tiếng Hán ngày xưa hay tiếng Việt ngày nay ít nhất cũng phải mất 1 tiếng rưỡi đến 2 tiếng đồng hồ. Nếu vừa tụng vừa chiêm nghiệm lời Phật dạy trong kinh thì còn phải dùng thì giờ nhiều hơn thế nữa. Ví dụ tụng đến câu:

Nhược dĩ sắc kiến ngã
Dĩ âm thanh cầu ngã
Thị nhơn hành tà đạo
Bất năng kiến Như Lai.

Nghĩa:

Nếu dùng sắc để thấy ta
Dùng âm thanh để cầu ta
Người này làm việc tà
Chẳng thể thấy được Như Lai.

Vậy Như Lai là gì?

"Như Lai giả, vô sở tùng lai diệc vô sở khứ, cố danh Như Lai." (Như Lai nghĩa là không từ đâu đến, lại cũng chẳng đi về đâu, nên gọi là Như Lai.)

Hay như câu:

Nhứt thiết hữu vi pháp
Như mộng huyễn bào ảnh
Như lộ diệc như điện
Ưng tác như thị quán.

Nghĩa:

Tất cả pháp hữu vi
Như mộng huyễn ảo ảnh
Như sương lại như điện
Nên quán như thế ấy.

Hoặc câu:

Bất ưng trụ sắc sanh tâm
Bất ưng trụ thanh hương vị xúc pháp sanh tâm
Ưng vô sở trụ nhi sanh kỳ tâm.

Nghĩa:

Chẳng nên trụ vào sắc để sanh tâm
Chẳng nên trụ vào âm thanh mùi vị sự tiếp xúc sanh tâm
Mà nên sanh tâm này ở chỗ "vô sở trụ".

Vô sở trụ là chỗ nào? Chỉ có ngộ đạo như Ngài Huệ Năng mới rõ, chứ hỏi Nguyễn Du trước đó thì ông cũng không rõ được. Bởi lẽ ông cũng cho rằng: *"Kỳ trung áo chỉ đa bất minh."*

Không rõ, đây là do Nguyễn Du chưa biết, chứ không phải là lời kinh không rõ. Đây ý nói yếu nghĩa sâu xa ở kinh Kim Cương ông chưa rõ. Chỉ khi đến dưới Phân Kinh thạch đài tại Trường An ông mới rõ.

Vậy ông rõ điều gì ở đây? Ông thấy cuộc đời vô thường quá. Ngày xưa Lương Võ Đế và con là Lương Chiêu Minh đã cho người khắc Kinh Kim Cang và Kinh Pháp Hoa vào đá để giữ lại cho được bền lâu, nhưng ngờ đâu lúc Nguyễn Du đến đây thì chữ khắc Kinh Pháp Hoa cũng như Kinh Kim Cang đều không còn nữa. Đó là thời điểm năm 1789, 1790, nếu lấy 1789 trừ đi 543 là năm của Bồ Đề Đạt Ma rời Trường An, chúng ta có được 1.246 năm lịch sử. Như vậy kể ra cũng là một thời gian dài. Thế nhưng cái vạn tuế khi xưng tán một triều vua, hay cái vĩnh cửu của trời đất vạn vật nó không có thực tướng. Do mọi vật đều biến đổi bởi vô thường sinh diệt cả. Nếu đem tâm sinh diệt ấy để luận chữ vô sanh hay vô tự của chân kinh thì không thể nào so sánh và hiểu rõ lời kinh theo ý nghĩa thâm sâu kia được.

Câu *"Tài tri vô tự thị chân kinh"* rất hay. Bởi lẽ kinh mà còn có chữ thì kinh ấy không phải là chân kinh. Giống như trong Kinh Kim Cang đã dạy rõ là: *"Nhược kiến chư tướng phi tướng tức kiến Như Lai."* Nghĩa là nếu thấy các tướng không phải là tướng thì mới thấy được Như Lai.

Vậy thì ngay lúc ấy Nguyễn Du đã thấy được Phân Kinh thạch đài không còn chữ nghĩa gì nữa cả. Chính lúc ấy Nguyễn Du đã rõ biết được nghĩa của Kinh Kim Cương là kinh không phải dùng chữ nghĩa để hiểu được, mà phải dùng tâm vô trụ mới vỡ lẽ hết được chân kinh. Đây chính là điểm cốt yếu để sau này ông mang tư tưởng này vào diễn nôm truyện Kiều theo tinh thần *"sắc tức thị không, không tức thị sắc"*.

"Nguyễn Du đến Chiêu Lăng của Đường Thái Tông, phía Tây Trường An, cạnh Vị Thành. Khu mộ an táng các công thần có công giúp nước. Bùi Tấn Công tức Bùi Độ tự Trung Lập, người đời Đường làm quan dưới triều Đường Hiến Tông (806-820), có công dẹp giặc được phong Tấn Quốc Công, làm Tể Tướng 30 năm, sau vì bọn hoạn quan lộng quyền, ông cáo

quan về nhà ngâm vịnh với các nhà thơ đương thời như Bạch Cư Dị, Lưu Vũ Tích. Thăm mộ Bùi Tấn Công phải chăng Nguyễn Du nhớ đến cha, anh, những người văn võ toàn tài, chỉ vì bọn kiêu binh lộng quyền mà mất nước. Trên cánh đồng thu rộng mênh mông gò đống bằng phẳng, tấm bia mộ còn ghi tên Tấn Công. Một tấm lòng son lưu tiếng xưa nay. Nghìn năm xương trắng chia cách kẻ sống người chết. Ông có thừa tài thao lược làm tướng văn tướng võ. Còn về hình tượng đặt tên Gác Yên Đài, ghi tên người có công không cần vẽ tranh xanh đỏ điểm tô làm gì. Đau lòng gần đây thấy cây ở Chiêu Lăng tiếng quyên kêu suốt một dãy Vị Thành."

(Trích "Nguyễn Du: Nhà sư Chí Hiên 'Giang Bắc Giang Nam cái túi không'" của Tiến sĩ Phạm Trọng Chánh.)

裴晉公墓

蕩蕩秋原丘隴平，

墓碑猶誌晉公名。

丹心一點留今古，

白骨天年隔死生。

儘有猷為優將相，

無妨形貌厭丹青。

傷心近日昭陵樹，

一帶啼鵑徹渭城。

Bùi Tấn Công mộ

Đãng đãng thu nguyên khâu lũng bình
Mộ bi do chí Tấn Công danh

Đan tâm nhất điểm lưu kim cổ,
Bạch cốt kim niên cách tử sinh.
Tấn hữu du vi ưu tướng tướng,
Vô phương hình mạo yếm đan thanh.
Thương tâm cận nhật Chiêu Lăng thụ,
Nhất đái đề quyên triệt Vị thành.

Mộ Bùi Tấn Công

Đồng thu vắng lạnh đống gò bằng,
Tấm mộ bia ghi tên Tấn Công,
Một tấm lòng son kim cổ nhớ,
Nghìn năm xương trắng tử sinh đành.
Tài cao mưu lược tướng văn võ,
Hình dáng cần chi nét đỏ xanh.
Cây cảnh Chiêu Lăng còn thổn thức,
Quyên kêu thành Vị tiếng đau lòng.

(Nhất Uyên dịch thơ)

"Trên đường đi Yên Kinh, Nguyễn Du ghé thăm quê cũ của Dương Quý Phi (719-756), tức Dương Ngọc Hoàn hay Dương Thái Chân, người Hoàng Nông, Hoa Âm, tỉnh Thiểm Tây. Bà là sủng phi của Vua Đường Huyền Tông Lý Long Cơ. Khi "An Lộc Sơn nổi loạn, Huyền Tông chạy vào đất Thục, đến Mã Ngôi quân lính không chịu đi, đòi trừng phạt Dương Quốc Trung anh họ nàng và Dương Quý Phi. Nàng thắt cổ chết. Sự kiện Dương Quý Phi giống như Đặng Thị Huệ, Quý Phi của chúa Trịnh Sâm, em trai cũng lộng quyền, kiêu binh cũng đòi trừng trị như thế. Phải chăng Nguyễn Du mượn chuyện Dương Quý Phi để nói đến Đặng Thị Huệ, nàng không tội tình gì, bao nhiêu Tiến sĩ triều đình, bao nhiêu võ tướng đều bất tài vô dụng như phổng đá, như con ngựa làm cảnh, nên đổ oan việc mất nước cho một người đàn bà?"

(Trích tiếp cùng nhan đề và cùng tác giả.)

楊妃故里

山雲削略岸花明，

見說楊妃此地生。

自是舉朝空立仗，

枉教千古罪傾城。

蕭蕭南內蓬蒿遍，

寞寞西郊丘隴平。

狼藉殘紅無覓處，

東風城下不勝情。

Dương Phi cố lý

Sơn vân tước lược ngạn hoa minh,
Kiến thuyết Dương Phi thử địa sanh.
Tự thị cử triều không lập trượng,
Uổng giáo thiên cổ tội khuynh thành.
Tiêu tiêu Nam Nội bồng cao biến,
Mịch mịch Tây Giao khâu lũng bình.
Lang tạ tàn hồng vô mịch xứ,
Đông phong thành hạ bất thắng tình.

Quê cũ Dương Quý Phi

Bên sông hoa nở núi mây thanh,
Nghe nói Dương Phi đất ấy sanh.
Vì cả triều đình như phỗng đứng,
Đổ oan nghìn thuở sắc nghiêng thành.
Tiêu tiêu Nam Nội buồn man mác,
Gò đống Tây Giao giờ vắng tanh.

Hoa phấn hương tàn ai biết nữa,
Gió đông hiu hút dưới chân thành.

(Nhất Uyên dịch thơ)

Đọc những bài thơ tả cảnh tả tình này của Nguyễn Du lúc ấy chỉ là việc tức cảnh sinh tình, vì quá khứ đã hiện về trong lòng ông, chứ tuyệt nhiên với hình thức của một tăng sĩ đi xin cơm độ nhật, tụng kinh cho bá tánh để cầu phước mà viết những bài thơ như thế này thì mọi người chung quanh sẽ ngỡ ngàng lắm. Ngỡ ngàng vì lẽ tại sao một nhà sư đi lưu lạc đó đây mà giỏi văn thơ, lịch sử và văn học như vậy. Điều này không biết rằng Nguyễn Đại Lang có giải thích cho những người chung quanh nghe, hay là những bài thơ này cất kỹ và về sau mới gom lại để nhớ những kỷ niệm, những nơi chốn mà Nguyễn Du đã đi qua và có lẽ không ai dại gì mà "lạy ông tôi ở bụi này" cả.

Đọc bài thơ "Lương Chiêu Minh Thái Tử Phân Kinh Thạch Đài" và đọc bài thơ "Thăm Mộ Dương Quý Phi" thì rõ ràng là tư tưởng có và không, hữu và vô hiện rõ lên từng câu từng chữ trong hai bài thơ này. Vả chăng dầu là hình thức của một tăng sĩ gượng ép để sống cho qua ngày tháng, và mục đích của mình đạt được qua chuyến đi giang hồ không có tiền trong vòng 3 năm, tại đất Trung Hoa để thăm những danh nhân tướng tài như Nhạc Phi, hay làm thơ để chê bai Tần Cối và tượng của Vương Thị, đồng thời đến quê cũ của Dương Quý Phi, để ghi lại những hình ảnh của Đặng Thị Huệ vẫn còn hiện rõ trong tâm cảm của mình.

"Đặng Thị Huệ được gọi là Đặng Tuyên Phi, là một cung tần của Chúa Trịnh Sâm, và là mẹ của vị Chúa tiếp theo Trịnh Cán. Trong hậu phủ Chúa Trịnh, bà được đánh giá là một giai nhân bậc nhất của phủ Chúa và cũng rất được Chúa Trịnh Sâm sủng ái.

51

"Theo Từ điển Lịch sử Nhân vật Việt Nam, thì bà là một người đã gây ra nhiều tai ách trong phủ Chúa Trịnh và triều đình Hậu Lê, ảnh hưởng tiêu cực đến tình hình chính trị, xã hội Đàng Ngoài. Cuộc đời của bà trở thành đề tài của nhiều giai thoại, chủ yếu nói về nhan sắc tuyệt đẹp của bà đã làm ảnh hưởng đến Chúa Trịnh Sâm, một trong những Chúa Trịnh đáng chú ý nhất vào thời kỳ cuối của họ Trịnh. Bà đã dùng nhiều thủ đoạn chính trị, như liên kết với Huy Quận Công Hoàng Đình Bảo, gạt đi thế lực của người con trai trưởng là Trịnh Khải, gây nên nạn kiêu binh làm sụp đổ chính quyền Lê – Trịnh."

(Trích Wikipedia tiếng Việt)

Vả chăng lịch sử là một sự lặp lại mà con người dầu là vua chúa, hay người đẹp như Dương Quý Phi của Trung Hoa, hay Đặng Thị Huệ của Việt Nam đi nữa thì cũng đều phải trải qua. Điều ấy có lẽ những người đẹp kia cũng chẳng muốn, nhưng để chứng minh cho sắc đẹp có thể làm lụy đến các đấng quân vương và quốc gia phải chịu chung số phận với những người đàn bà "hồng nhan đa truân" ấy. Đây cũng là một điểm nhấn mà sau này truyện Kiều Nguyễn Du đã gán vào chuyện má hồng phận bạc chăng?

Muốn đi Yên Kinh - một tên phổ biến khác không chính thức của Bắc Kinh, liên hệ đến nước Yên đã tồn tại ở đây từ thời nhà Chu - thì từ Thiểm Tây, Tây An phải đi qua các tỉnh Sơn Tây, sau đó đến Hà Bắc và Thiên Tân thì sẽ gặp kinh đô từ thời Nhà Minh (1368–1403). Tại đó Nguyễn Đại Lang và Nguyễn Du đã có nhiều ngày tháng để ngắm nhìn kinh đô tân thời hơn là cố đô Trường An, đã đi qua những nơi từ Vân Nam đến Quảng Tây rồi Hồ Nam, Chiết Giang, Hà Nam, Thiểm Tây v.v… để thăm cho biết sự tình, nhưng tôi chỉ tiếc là tại sao Nguyễn Du không dùng cơ hội này để đi qua những nơi ấy mà ghé thăm và đảnh lễ Tứ Đại Danh Sơn của Phật Giáo như: Ngũ Đài Sơn, Nga Mi Sơn, Cửu Hoa Sơn và Phổ

Đà Sơn? Nếu ông là một tăng sĩ thực thụ thì chắc rằng ông đã không bỏ lỡ những nơi này và chắc rằng ông đã không đến, nên đã chẳng có bài thơ nào ghi lại những cảnh đẹp của bốn vị Bồ Tát thị hiện tại những nơi đó.

Nếu Nguyễn Du có tâm với các vị Bồ Tát thì đã đến thăm Ngũ Đài Sơn thuộc tỉnh Sơn Tây rồi. Vì từ Thiểm Tây, Tây An muốn đi Yên Kinh bắt buộc phải đi qua địa phương này. Ngũ Đài Sơn nằm ở độ cao 3.058 mét, có 5 ngọn núi tụ lại với nhau gồm Đông Đài, Tây Đài, Nam Đài, Bắc Đài và Trung Đài, nơi đây Đức Văn Thù Sư Lợi Bồ Tát đã thị hiện nhiều lần. Nguyễn Du cũng có thể đi Tứ Xuyên từ Thiểm Tây để đảnh lễ Đức Phổ Hiền Bồ Tát tại Nga Mi Sơn, núi cao 3.099 mét. Ngày nay khách hành hương vẫn tấp nập đến những nơi này để lễ bái nguyện cầu.

Từ Hàng Châu, Nguyễn Du cũng có thể đi qua tỉnh An Huy để đảnh lễ sự thị hiện của Bồ Tát Địa Tạng. Cửu Hoa Sơn cao 1.341 mét và từ An Huy Nguyễn Du cũng có thể đến tỉnh Chiết Giang qua Thượng Hải rồi dùng thuyền để đi đến Ninh Ba đảnh lễ nơi Đức Quan Thế Âm Bồ Tát thị hiện. Phổ Đà Sơn nằm giữa biển và núi chỉ cao 284 mét, nhưng cảnh trí thật là tuyệt vời và hùng vĩ.

Bản thân tôi được nhân duyên là đã đi đến đảnh lễ được 4 nơi danh sơn này. Sau khi đi bốn nơi này về lại Đức, năm 1998 tôi đã viết sách "Theo Dấu Chân Xưa" để ghi lại chuyến hành hương Trung Quốc lần đầu, và năm 1999 viết tiếp "Vọng Cố Nhân Lầu" để ghi lại chuyến hành hương thứ 2 đầy cảm động và thú vị. Mỗi lần chỉ đi được 2 danh sơn, vì phải kết hợp đi thăm những nơi khác như Quảng Đông, Bắc Kinh v.v... nên những chuyến đi như thế tốn khá nhiều thời gian, nhưng bù lại kiến thức được mở mang rất nhiều.

Ngay cả trong bài "Lương Chiêu Minh Thái Tử Phân Kinh Thạch Đài" Nguyễn Du cũng đã viết hai câu:

> *"Ngô văn Thế Tôn tại Linh Sơn*
> *Thuyết pháp độ nhân như hằng hà sa số."*

Thời của ông sau thời Ngài Huyền Trang (602–664) đến cả 1.125 năm nhưng phương tiện giao thông vẫn không tiện lợi như bây giờ ở thế kỷ 20, 21 này, nên việc di chuyển thuở ấy phải tính hàng tháng, hàng năm, hàng nhiều năm mới thực hiện được một chuyến đi, chứ không phải như bây giờ trong một tháng, có thể bay đi thăm được nhiều nơi cách xa hàng mấy chục ngàn cây số cũng không phải là việc khó. Quan trọng là thời gian và những phương tiện mình có được đầy đủ hay không mà thôi.

Nguyễn Du bảo rằng ông nghe Thế Tôn tại núi Linh Thứu, chứ ông chưa bao giờ đến đó cả, và qua kinh sách ông được biết rằng: Phật đã thuyết pháp độ sanh nhiều như số cát sông Hằng. Riêng cá nhân tôi năm 1987 được cơ duyên đi đến đảnh lễ nơi đất Phật cùng với cố Hòa Thượng Thích Minh Tâm, và lần đầu tiên ấy do Thầy Huyền Diệu hướng dẫn.

Sau khi đi chiêm bái tứ động tâm ở Ấn Độ về, tôi đã viết quyển sách "Lòng Từ Đức Phật" để giới thiệu về nơi Đức Phật đã Đản Sanh, Thành Đạo, Thuyết Pháp lần đầu tiên và nhập Đại Bát Niết Bàn. Ai xem xong cũng thấy hay, nhưng đi thì ngán quá. Vì đời sống Châu Âu hay Châu Mỹ khác xa so với đời sống của người Ấn Độ rất nhiều và chính trong sách này tôi cũng đã viết rằng: "Sẽ không bao giờ đi lần thứ hai nữa." Thế mà từ đó đến nay trong hơn 30 năm ấy (1987–2020) đã có không biết bao nhiêu chuyến về thăm đất Phật và hầu như năm nào cũng có.

Ngoài ra tôi và phái đoàn hành hương đã đi 3 lần "tam bộ nhất bái", cứ 3 bước lạy một lạy từ dưới chân núi Linh Thứu lên đến Hương Thất của Đức Phật, lạy ngang qua động đá của Ngài A Nan và Ngài Xá Lợi Phất. Nếu lạy từ 5 giờ sáng thì độ

9 giờ, lúc mặt trời đã lên cao thì hành giả sẽ diện kiến được nơi ở của Đức Phật trên núi thiêng ấy. Vì nơi đây Đức Phật đã nói những bộ kinh quan trọng như kinh Pháp Hoa trong 8 năm sau cùng, trước khi Ngài nhập Niết Bàn ở tuổi 80.

Nhân duyên là thế, nên lúc nào tôi cũng phải niệm ân Tam Bảo thật sâu. Vì nếu không có Tam Bảo thì tôi đã không có được ngày nay, và không những chỉ đi về Ấn Độ để đảnh lễ Tứ Động Tâm của Đức Phật Thích Ca Mâu Ni, hay đi Trung Hoa để đảnh lễ Tứ Đại Danh Sơn nơi bốn vị Bồ Tát như: Văn Thù, Phổ Hiền, Địa Tạng, Quan Âm thị hiện, mà cho đến giờ này (2020) ở tuổi 71, tôi đã đi thăm được tất cả 75 nước trên thế giới tại 5 châu lục: châu Á, châu Úc, châu Âu, châu Phi và châu Mỹ. Chỉ ngần ấy thôi cũng đã là một phước báu quá lớn lao trong đời người rồi, nên tôi không còn mong gì hơn nữa ngoài việc tiếp tục tụng kinh, trì chú, niệm Phật, tọa thiền, dịch kinh, viết sách, thuyết giảng v.v… để đền ân Tam Bảo và chờ ngày về với Phật mà thôi.

Viết đến đây tôi lại liên tưởng đến những sự kiện của gia đình vừa xảy ra tại Việt Nam để hầu quý vị. Đó là ông anh thứ Tư của tôi và Hòa Thượng Bảo Lạc tên là Lê Văn An, Pháp Danh Như Khương, sanh năm Quý Dậu (1933) và mất ngày 24 tháng 6 năm 2020, thượng thọ 88 tuổi. Đám tang được cử hành rất trọng thể tại quê hương Mỹ Hạc Xuyên Mỹ, Duy Xuyên, Quảng Nam vào ngày 28 tháng 6 năm 2020 vừa qua. Ngày ấy tại Đức tôi mừng sinh nhật lần thứ 71 theo tuổi tây và 72 theo tuổi ta. Đến ngày 2 tháng 8 năm 2020 bà chị thứ Năm của Hòa Thượng Bảo Lạc và tôi tên là Lê Thị Đấu, Pháp Danh Như Lý sinh năm Ất Hợi (1935) thượng thọ 86 tuổi, do dịch Covid-19 đã cướp đi sinh mạng của chị, mặc dầu chị có đông con cái, cháu, chắt mà ai cũng không được gần kề lúc lâm chung vì chính quyền sợ bị lây bịnh sang người còn sống. Ngày 9 tháng 8 năm 2020 chúng tôi làm tuần 49 ngày cho ông anh thứ Tư cũng là tuần sơ thất của bà chị thứ Năm.

Một điều trùng hợp cũng hơi lạ là ngày 17 tháng 4 năm 1966 nhằm ngày 27 tháng 3 âm lịch năm Bính Ngọ, tôi từ Hội An đạp xe đạp đi về quê để chuẩn bị làm tuần chung thất cho ông anh thứ Sáu (lúc ấy tôi đã xuất gia được hơn 2 năm và đang ở Chùa Viên Giác tại Hội An), khi xe vừa đến làng Thanh Chiêm, thì phía đối diện của tôi một xe Lambretta chạy về phía Bệnh viện Hội An chở nhiều nạn nhân bị trúng đạn pháo kích tối hôm qua ở cầu Câu Lâu, và có mấy người ngoi đầu ra nói cho tôi biết là Bác tôi và Mẹ tôi đã qua đời vì bị bom rơi đúng nơi hội họp. Tay chân tôi đều bủn rủn và cố gắng đạp xe đạp đi tiếp về nhà. Ở tuổi 17 đã mất đi người Anh và người Mẹ cùng người Bác dâu chỉ trong vòng 49 ngày, và năm nay cũng nhờ cháu Sinh ở Việt Nam nhắc lại sự kiện trên, nên tôi đã chiêm nghiệm lại là bà chị thứ Năm và ông anh thứ Tư cũng trong hoàn cảnh đó, nghĩa là chỉ trong vòng 49 ngày, sau 54 năm lại lặp lại một sự kiện y hệt như thế.

Cho nên việc lập trai đàn chẩn tế cũng là điều cần phải thực hiện để cho những oan hồn được siêu thoát. Nguyễn Du cũng đã soạn ra Văn Tế Thập Loại Chúng Sanh để tưởng niệm những người chết oan như vậy và phần này tôi dùng cả một chương để nói về nội dung của bài Văn Tế cũng như tư tưởng của Nguyễn Du lúc bấy giờ.

Từ Thiểm Tây qua Sơn Tây đến Bắc Kinh chắc rằng Nguyễn Du cũng đã đi xe ngựa, đi bộ hoặc dùng đường thủy v.v... mà ở đoạn đường này không thấy Nguyễn Du viết lại những bài thơ đặc biệt nào cả. Có lẽ Nguyễn Du đã say sưa đọc truyện Kim Vân Kiều cũng như mỗi tối phải trì Kinh Kim Cang và ngày đi đêm nghỉ, nên ít có thì giờ để suy nghĩ đến những việc khác chăng?

Khi đến Bắc Kinh có lẽ Nguyễn Du và Nguyễn Đại Lang không có mục đích là diện kiến vua Càn Long hay các Đại Thần nhà Thanh. Vì lẽ ông và Nguyễn Đại Lang là người chống Tây Sơn, mà chính quyền của Tây Sơn sắp có phái bộ sang Bắc Kinh để xin tấn phong cho Quang Trung Nguyễn Huệ, nhất là sau khi Quang Trung đã đại thắng quân Mãn Thanh vào năm 1789. Do vậy không lý do gì mà triều đình của Vua Càn Long lại đi tiếp một ông thầy tu khất sĩ như Nguyễn Du hay nói đúng hơn dưới mắt của vua chúa Tây Sơn, Nguyễn Du và Nguyễn Đại Lang là những loạn quân phản nghịch, đã bị bắt cầm tù, sau đó được thả ra và bây giờ đang ăn nhờ ở đậu trên đất nước Trung Hoa, nên lý do này không được vững tin lắm.

Lý do khác có thể dễ hiểu hơn là nhân cơ hội này Nguyễn Du và Nguyễn Đại Lang đến thăm Bắc Kinh là Kinh Đô mới được thành lập từ đầu triều đại nhà Minh (1408) thời Vĩnh Lạc năm thứ 5 cũng như sẽ thăm viếng Vạn Lý Trường Thành và những dinh cơ đồ sộ của nhiều triều đại đã trị vì Trung Hoa suốt 4 hay 5 ngàn năm lịch sử. Do vậy có thể đây là cái cớ để hai người cùng đi đến Bắc Kinh vào những năm 1789, 1790 ấy chăng?

"Vạn Lý Trường Thành còn gọi là Trường Thành có nhiều thành lũy kéo dài hàng ngàn cây số từ Đông sang Tây, được xây dựng bằng đất và đá từ thế kỷ 5 trước Tây lịch cho đến thế kỷ 16, để bảo vệ Trung Hoa khỏi những cuộc tấn công của người Hung Nô, Mông Cổ, Đột Quyết và những bộ tộc du mục khác đến từ những vùng hiện thuộc Mông Cổ và Mãn Châu. Một số đoạn tường thành được xây dựng từ thế kỷ 5 trước Dương lịch, sau đó Hoàng Đế đầu tiên của Trung Quốc là Tần Thủy Hoàng ra lệnh nối lại và xây thêm từ năm 220 trước và 220 sau Tây lịch và hiện chỉ còn sót lại ít di tích. Vạn Lý Trường Thành nổi tiếng được tham quan hiện nay, được xây dựng dưới thời nhà Minh từ năm 1368 đến năm 1647."

(Trích Wikipedia tiếng Việt)

Như vậy khi Nguyễn Du và Nguyễn Đại Lang sau gần 150 năm mới đến (1789), chắc hẳn còn rất kiên cố. Riêng người viết sách này đã có dịp đến đây ít nhất là 2 lần vào cuối thế kỷ 20, trong các chuyến hành hương chiêm bái các Thánh tích Phật Giáo tại Trung Hoa, cũng đã ghé thăm Bắc Kinh và Vạn Lý Trường Thành cũng như Tử Cấm Thành và Di Hòa Cung.

Điều làm cho khách tham quan ngạc nhiên và thú vị là ngay ở dưới chân của tường thành nằm phía bắc Tử Cấm Thành thấy mấy chữ Hán rất ấn tượng là "Bất đáo Trường Thành phi hảo hán." Nghĩa là: " Chưa đến Trường Thành chưa phải trang hảo hán." Tôi đã dịch cho cả đoàn hành hương nghe và ai cũng cười. Bởi vì chúng tôi chẳng xưng là hảo hán, nhưng chúng tôi đã đặt chân được đến nơi đây rồi. Ngày nay từ mặt trăng, qua những kính viễn vọng, người ta chụp hình và có thể thấy được Vạn Lý Trường Thành. Điều ấy chứng tỏ rằng người xưa đã có những điều nhìn xa thấy rộng như thế, mà ngày nay con người dầu cho có nhiều phương tiện hơn ngày trước cũng như việc tính toán xác suất chịu đựng của gạch đá cao hơn và vững hơn thời ấy, nhưng chắc gì quốc gia nào đó trên quả địa cầu này có thể xây dựng được một công trình thứ hai như vậy, thì đáng khâm phục biết bao.

Đến Bắc Kinh mà không đến viếng thăm Tử Cấm Thành là một điều quá thiếu sót. Do vậy chúng ta thử dạo qua khu vực này theo như Wikipedia tiếng Việt giới thiệu như sau:

"Cố cung Bắc Kinh hay Tử Cấm Thành là cung điện của 24 vị Hoàng Đế trong triều đại nhà Minh (1368-1644) và nhà Thanh (1644-1911). Tử Cấm Thành được xây dựng vào năm thứ 4 đời Minh Thành Tổ Chu Đệ. Toàn bộ Tử Cấm Thành nằm ở trung tâm của Bắc Kinh, có diện tích 720.000 mét vuông và diện tích xây dựng khoảng 150.000 mét vuông. Đây là kiến trúc kiểu cung điện lớn nhất hiện có trên thế giới…

"…Vào tháng 7 năm thứ 5 là năm nhuận, Chu Đệ ban hành sắc lệnh bắt đầu xây dựng Tử Cấm Thành. Chủ trì xây dựng công trình gồm Trần Khuê, Công Bộ Thị lang Ngô Trung. Hình Bộ Thị lang Trương Tư Cung, Kiến trúc sư Thái Tín (có thể là Nguyễn An?). Những nghệ nhân nổi tiếng như thợ điêu khắc đá Lục Tường, thợ nề Dương Thanh và nhiều nghệ nhân khác đã đến Bắc Kinh vào tháng 5 năm Vĩnh Lạc thứ 5.

"Việc xây dựng Tử Cấm Thành và cải tạo Bắc Kinh được tiến hành cùng một lúc, dựa trên Kinh đô gốc. Ngay sau khi bắt đầu dự án Tử Cấm Thành thì đã bị chậm lại do việc xây dựng Trường Lạc và hai cuộc chinh phạt Mông Cổ năm thứ 8 và năm thứ 11, mãi đến tháng 6 năm Vĩnh Lạc thứ 16 mới bắt đầu khởi công lại.

"Vào năm Vĩnh Lạc thứ 18 (1420) Tử Cấm Thành được hoàn thành vào tháng 12. Ngày đầu tiên của tháng Giêng âm lịch năm Vĩnh Lạc thứ 19 (1421), Vĩnh Lạc nguyên đô đã hoàn thành. Vào tháng 5 cùng năm, đã có một vụ sét đánh và hỏa hoạn diễn ra, ba điện phía trước bị thiêu rụi. Năm 1440, đời Vua Minh Anh Tông niên hiệu Chính Thống thứ 5, tái thiết 3 phần điện phía trước và Điện Càn Thanh.

"Năm 1459 (năm Thiên Thuận thứ 3) xây dựng Tây Uyển. Năm 1557 tức năm Gia Tĩnh thứ 36, Tử Cấm Thành gặp hỏa hoạn, 3 điện phía trước, Phụng Thiên Môn, Văn Vũ Lâu, Ngọ Môn tất cả đều bị thiêu rụi. Đến năm 1561 mới được xây dựng lại hoàn toàn. Niên hiệu Vạn Lịch thứ 25 (1597), Tử Cấm Thành lại cháy lớn, đốt cháy 3 điện phía trước, tam cung phía sau. Việc khôi phục công trình chỉ hoàn thành cho đến năm Thiên Khởi thứ 7 (1627).

"Vào năm Sùng Trinh thứ 17 (1644), Lý Tự Thành chiếm được Bắc Kinh và nhà Minh bị diệt vong. Không lâu sau, Tổng Binh (chức quan võ) Sơn Hải Quan nhà Minh là Ngô Tam Quế đã dẫn quân Thanh vào cửa thành, Lý Tự Thành đã phóng hỏa đốt Tử Cấm Thành trước khi rút lui về Thiểm Tây, chỉ có điện Vũ Anh, điện Kiến Cực, điện Anh Hoa, điện Nam Huân, xung quanh Giác Lâu và Hồng Cực Môn là không bị cháy…" (Hết trích).

Cách đây chừng một năm (2019) tình cờ xem truyền hình Đức nói về những công trình kiến trúc cổ được UNESCO công nhận là di sản văn hóa của thế giới, trong đó có Tử Cấm Thành của Trung Hoa ở Bắc Kinh và người điều hợp chương trình này nói rằng: Tử Cấm Thành do Minh Thái Tổ chủ trương xây dựng vào đầu thế kỷ 15 và người Kiến trúc sư tên là Nguyễn An đến từ Việt Nam. Dĩ nhiên là bản tin còn dài nữa, nhưng khi nghe đến đó thì tôi bắt đầu đi tìm cội nguồn của việc này và hôm nay ngày 6 tháng 6 năm 2020 khi viết đến đoạn này, tôi phải vào Wikipedia để tìm thêm dữ liệu thì không thấy tên Kiến Trúc Sư Nguyễn An ở đâu hết, mà chỉ thấy tên người này là Thái Tín? Nếu vậy thì A Lưu được gọi bằng tiếng Hoa cũng là Nguyễn An? Cuối cùng tôi phải tìm cho ra manh mối thì đây là kết quả của trang Soha đã đăng bằng tiếng Việt như sau:

"Thần đồng kiến trúc và số phận bi thảm trong chiến tranh.

Nguyễn An (1381-1453) quê vốn người Hà Đông. Từ thuở nhỏ, ông đã nổi tiếng khắp vùng với tài hoa và đôi tay khéo léo, bản lĩnh chính trực, liêm khiết của mình. Năm 1397, khi chưa đầy 16 tuổi, tiếng lành đồn xa, ông được có mặt trong kíp thợ khéo để xây dựng các công trình cung điện tuyệt tác nhà Trần (dưới thời vua Trần Thuận Tông).

Thật đáng tiếc, danh tiếng lan ra trong thời buổi loạn lạc như vậy, chỉ mang lại nguy hiểm trùng trùng.

Minh sử ghi lại, vào tháng 12 năm Bính Tuất (1406) nhà Minh mang danh nghĩa "phù Trần diệt Hồ" xâm lược nước ta. Cha con Hồ Quý Ly lên ngôi không được lòng dân nên liên tiếp thua trận. Năm 1407, nhà Hồ thất thủ, nước Đại Việt chính thức bước vào một thời kỳ đô hộ đầy máu và nước mắt.

Đại Việt Sử Ký toàn thư ghi lại: "Người Minh lùng tìm những người ẩn dật ở rừng núi, người có tài có đức, thông minh chính trực, giỏi giang xuất chúng, thông kinh giỏi văn, học rộng có tài, quen thuộc việc quan, chữ đẹp tính giỏi, nói năng hoạt bát, hiếu đễ, lực điền, tướng mạo khôi ngô, khỏe mạnh dũng cảm, quen nghề đi biển, khéo các nghề nung gạch, làm hương... lục tục đưa dần bản thân họ về Kim Lăng."

Như vậy cùng với Nguyễn An, có hàng ngàn thợ khéo, người tài mà tiêu biểu như Hồ Nguyên Trừng (con trai Hồ Quý Ly, sau thành ông Tổ pháo thần công), Phạm Giằng, Vương Cần... đã bị đưa sang đất Bắc. Nhân tài Đại Việt còn như "lá mùa thu".

Còn đau đớn hơn Nguyễn An khi sang đất Bắc, bị lựa chọn đem đi hoạn, trở thành thái giám trong cung cấm Trung Hoa. Bị nhục nhã về thân phận, chà đạp lên con người, điều duy nhất để có thể sống sót và không bị biến chất là bộc lộ tài hoa của mình.

Ngọc trong bùn vẫn sáng, tài năng nở rộ trên đất khách.

Nguyễn An đến đất Bắc trong thời điểm Minh Thành Tổ lên trị vì (1402-1424) và đang gấp rút cho xây dựng một kinh đô mới ở Bắc Bình, nay là Bắc Kinh.

Việc xây dựng một tòa cung cấm mới đòi hỏi một nhân tài kiến trúc, còn có một tấm lòng ngay thẳng chính trực không vụ lợi. Biết Nguyễn An là người công minh chính trực, lại có tài thiết kế, Vua Minh đã cho A Lưu (tên tiếng Hán của Nguyễn An) là Tổng Công Trình Sư, chịu trách nhiệm thiết kế, quán sát, đôn đốc xây dựng cung đình. Như vậy, Nguyễn An là người chịu trách nhiệm quyết định tối cao cho công trình, chỉ sau Minh Thành Tổ..." (hết trích).

Đến đây thì chúng ta đã biết rõ Kiến trúc sư Tử Cấm Thành của Bắc Kinh tại Trung Quốc là ai rồi. Có lẽ người Trung Quốc bị bẻ mặt trước một công trình đồ sộ như vậy do người Việt Nam thiết kế, nên họ đã cho chen những tên tuổi của người Trung Quốc vào để đỡ bẽ bàng chăng? Đó cũng là lẽ thường xưa nay của kẻ mạnh. Tuy nhiên lịch sử lâu nay bao giờ cũng là lịch sử. Nếu lịch sử mà không hiển thị được sự thật trong một giai đoạn nào đó của một dân tộc, thì gọi đó là ngụy sử chứ không còn là lịch sử nữa.

Lúc ấy Nguyễn An ra đi với tâm trạng là một tù binh, một trong nhiều người bị thua trận phải làm tôi đòi cho nước chiến thắng. Ở vào thời điểm đó Nguyễn Trãi với Bình Ngô Đại Cáo cùng với Lê Lợi, Lê Lai những anh hùng áo vải Lam Sơn tại quê hương Đại Việt đã dựng cờ khởi nghĩa chống lại quân xâm lăng nhà Minh.

Nhìn lui lại lịch sử là như vậy, nhưng khi Nguyễn Du và Nguyễn Đại Lang đến Yên Kinh (Bắc Kinh) vào những năm 1788, 1789 cũng không khác thời của Nguyễn An là mấy. Một người thì đi lang bạt giang hồ, để che mắt thiên hạ với tâm trạng là một người giá áo túi cơm, xin ăn đây đó với tư cách là một nhà sư đi lánh nạn Tây Sơn. Với Nguyễn An có thể có những tâm trạng khác Nguyễn Du, nhưng Nguyễn An muốn để lại một công trình gì đó cho đời, mặc dù là kẻ bị đối xử như nô lệ, nhưng rồi đời sau sẽ có nhiều người biết đến. Đúng là như vậy! Đến thế kỷ 20, 21 hầu như tất cả mọi quốc gia trên thế giới đều biết rằng công trình hoàn thành Tử Cấm Thành ở Bắc Kinh dưới thời Minh Thành Tổ (Vĩnh Lạc) là do một kiến trúc sư người Việt Nam thiết kế. Đó là Nguyễn An chứ không phải ai khác.

Lần đi này của Nguyễn Du và Nguyễn Đại Lang đến Bắc Kinh, có lẽ chỉ đi thăm cho biết cảnh trí cũng như cung điện Vua Càn Long đang ở, với thân phận của người đi giang hồ dưới cái nhìn bất nhị của một nhà sư Chí Hiên, sẽ khác xa với lần đi sứ sắp tới của Nguyễn Du vào thời Gia Long Nguyễn Ánh vào năm 1813 và 1814 sau này.

Cả hai người bây giờ bắt đầu trở lại nơi chốn xưa và trên đường trở về đến Hoàng Châu, Hà Bắc, thì Nguyễn Du và Nguyễn Đại Lang đã gặp được đoàn của Đoàn Nguyễn Tuấn trong Sứ bộ Tây Sơn trên đường đi Nhiệt Hà, nơi nghỉ mát của Vua Càn Long. Nhưng điều đặc biệt là tại sao họ lại phải gặp nhau và có sự kiện nào liên quan đến Nguyễn Du không?

Và Đoàn Nguyễn Tuấn là ai mà được vua Quang Trung giao cho nhiệm vụ tiếp đón Sứ giả nhà Thanh năm 1789 và qua Trung Quốc vào năm 1790?

Theo Wikipedia tiếng Việt được biết như sau:

"Đoàn Nguyễn Tuấn quê làng Hải Yên, huyện Quỳnh Côi (nay là làng Hải An, xã Quỳnh Nguyên, huyện Quỳnh Phụ), tỉnh Thái Bình.

"Ông là con của Hoàng Giáp Đoàn Nguyễn Thục, Đại thần thời Lê Mạt, là con rể Tiến sĩ Nhữ Đình Toàn. Ông quen với Nguyễn Nghiễm (thân phụ của Nguyễn Du 1708-1775) và là anh vợ của thi hào Nguyễn Du.

"Ông thi đỗ Hương Cống (Cử Nhân) đời Lê (vào khoảng đời Cảnh Hưng) nhưng không ra làm quan.

"Năm Canh Tý (1780), Nguyễn Khản là anh của Nguyễn Du đang làm Trấn Thủ Sơn Tây bị khép tội mưu loạn trong vụ án năm Canh Tý, bị bãi chức và bị giam ở nhà Châu Quận Công. Lúc này Nguyễn Du được Đoàn Nguyễn Tuấn đón về Sơn Nam Hạ nuôi ăn học.

"Khoảng 1786, ông có tụ họp người làng bàn chuyện dấy binh giúp Trịnh Bồng, nhưng việc không thành.

"Cuối năm 1787, ông cùng Phan Huy Ích, Ngô Thì Nhậm ra giúp nhà Tây Sơn, ông được cử giữ chức Hàn Lâm trực học sĩ (1788).

"Tháng 9 năm 1789, ông được giao nhiệm vụ đón tiếp Sứ giả nhà Thanh sang phong vương cho Vua Quang Trung.

"Năm 1790, ông cùng Phan Huy Ích, Vũ Huy Tấn, được cử vào Sứ bộ của Vua Quang Trung, sang Trung Quốc triều kiến vua Càn Long.

"Đoàn Nguyễn Tuấn trong Sứ đoàn Tây Sơn trên đường đi Nhiệt Hà thì gặp Nguyễn Du trở về Hoàng Châu, gặp nhau nơi lữ quán hai người bàn luận sôi nổi về văn chương chuyện hồng nhan đa truân. Nguyễn Du về trước và hẹn gặp nhau lại tại Thăng Long.

"Khi trở về nước, ông được thăng làm Tả Thị Lang Bộ Lại, tước Hải Phái Hầu. Sau khi vua Quang Trung mất đột ngột (1792), ông tiếp tục giúp vua Cảnh Thịnh cho đến khi triều đại Tây Sơn sụp đổ.

"Năm 1797, Nguyễn Đề (anh ruột Nguyễn Du) thu xếp cùng Đoàn Nguyễn Tuấn cưới cô em út Đoàn Nguyễn Thị Huệ cho Nguyễn Du. Đoàn Nguyễn Tuấn giao cho Nguyễn Du gia trang tại Quỳnh Hải, từ đây chấm dứt cuộc đời mười năm gió bụi.

"Mùa thu năm Nhâm Tuất (1802), vua Gia Long diệt nhà Tây Sơn. Đoàn Nguyễn Tuấn lúc này khoảng 50 tuổi, có lẽ về ẩn cư trong "Phong Nguyệt Sào" (tổ gió trăng) là một cái chòi trong vườn hoa nhà mình, ngâm vịnh trong đó, tự hiệu là Sào Ông.

"Chưa biết năm mất của ông và cũng không rõ ông có ra làm quan thời Gia Long hay không." (hết trích).

Đọc đoạn trên đây chúng ta có thêm được nhiều chi tiết để biết về việc Đoàn Nguyễn Tuấn và Nguyễn Du gặp nhau để làm gì? Ngoài việc thơ văn nói chuyện với nhau về hồng nhan bạc mệnh, đa truân (có lẽ bàn đến chuyện Kim Vân Kiều truyện mà Nguyễn Du có được ở chùa Hổ Pháo tại Hàng

Châu) và lúc này Nguyễn Du cùng Đoàn Nguyễn Tuấn chỉ là anh em bạn thôi, mãi đến năm 1797, sau khi ông về lại Thăng Long mới chính thức làm em rể của Đoàn Nguyễn Tuấn. Đồng thời khi gặp nhau chắc rằng Đoàn Nguyễn Tuấn đã chiêu dụ Nguyễn Du nên về lại quê hương để ra làm quan dưới thời Quang Trung Nguyễn Huệ. Đây có thể là một nghi vấn mà thôi. Bởi lẽ khi về lại Thăng Long năm 1790 đến khi Quang Trung Nguyễn Huệ băng hà năm 1792 và thời Quang Toản trị vì cũng không thấy Nguyễn Du xuất hiện ở chốn quan trường. Theo tôi nghĩ thời gian từ 1790-1794 là thời gian mà Nguyễn Du muốn hoàn tất quyển thơ chữ Nôm Kim Vân Kiều Truyện, nên Nguyễn Du đã chẳng đoái hoài đến chuyện quan vị chăng? Hay là ông không muốn liên hệ gì nữa với Tây Sơn? Bởi lẽ dưới thời Nguyễn Nhạc Thái Đức trị vì (1778-1788), ông đã bị cầm tù thì nay ông đâu có mặn mà gì với Tây Sơn nữa. Đây là lý do chính để ông bỏ đi sang Trung Hoa trong vòng 3 năm giả dạng làm nhà sư Chí Hiên từ năm 1788-1790. Điều hiển nhiên mà chúng ta có thể đoán ra được là dưới ảnh hưởng lớn mạnh của Đoàn Nguyễn Tuấn lúc bấy giờ, ông ta có thể bảo đảm cho Nguyễn Du về lại Đại Việt không bị phiền hà gì, cho nên ngày trở về Thăng Long năm 1790 của Nguyễn Du mới được êm đẹp như vậy. Đầu tiên là tình nghĩa thi nhân, sau đó là tình người và cuối cùng là tình anh em rể. Cả ba mối tình này gom lại thì Nguyễn Du đã không bị Quang Trung Nguyễn Huệ làm khó dễ lúc bấy giờ chăng?

Trong bài "Tiểu sử Nguyễn Du qua những phát hiện mới", Tiến sĩ Phạm Trọng Chánh viết như sau:

"Đoàn Nguyễn Tuấn có hai bài thơ ghi lại cuộc gặp gỡ này: Đến Hoàng Châu vừa vặn gặp người bạn văn chương họ Nguyễn từ Yên Kinh trở về bèn phóng bút làm thơ tặng.' Bài thơ có câu: 'Giải cấu văn nhân sách chỉ đàm.' (Gặp gỡ nhà văn tìm thấy đề tài sách để nói chuyện) và trên đường đi sứ

Đoàn Nguyễn Tuấn có bài thơ Vô Đề có câu: 'Hồng nhan tự cổ đa tăng mệnh (Má hồng từ xưa thường bị số mệnh ghen ghét). Nhà văn họ Nguyễn là ai? và đề tài sách gì ám ảnh Đoàn Nguyễn Tuấn phải viết một bài thơ về chuyện hồng nhan? Người bạn văn chương ấy chính là Nguyễn Du." (hết trích).

Điều thắc mắc của Phạm Trọng Chánh đã được giải thích nơi tiểu sử của Đoàn Nguyễn Tuấn rồi và điều tâm đắc của Phạm Trọng Chánh là ông biết chắc rằng giữa Nguyễn Du và Đoàn Nguyễn Tuấn đã bàn đến cuộc đời của Thúy Kiều, mà sách ấy theo Phạm Trọng Chánh thì: "Có thể nhà sư Chí Hiên (Nguyễn Du) đã trú lại nơi chùa Hổ Pháo, nơi Từ Hải từng tu hành. Cũng chính nơi đây Nguyễn Du đã nghe chuyện Từ Hải và có được Kim Vân Kiều truyện của Thanh Tâm Tài Nhân viết từ đời Khang Hy, được khắc in vào thời Càn Long, đang được bán và nổi tiếng tại Hàng Châu năm 1790." Việc nhận xét này của Phạm Trọng Chánh và của Giáo sư Nguyễn Tài Cẩn hoàn toàn đúng và chính thức Nguyễn Du đã có được truyện Kiều từ năm 1790 tại Hàng Châu. Nhưng theo tôi thì Nguyễn Du đã có truyện Kiều tại Hàng Châu nhân chuyến đi Yên Kinh, chứ không phải lúc từ Yên Kinh về lại Hoàng Châu và Hàng Châu mới được tác phẩm này. Bởi lẽ Nguyễn Du mang truyện Kiều ấy đi Yên Kinh và lúc từ Yên Kinh trở về Hoàng Châu ở Hà Bắc lúc ấy mới gặp đoàn của Đoàn Nguyễn Tuấn đến và hai bên gặp nhau mới bàn đến chuyện Kiều. Rồi từ đó một đàng trở lại Thăng Long và một đàng đi về Bắc Kinh sau khi đã gặp vua Càn Long nghỉ mát tại Hoàng Châu, và sau đó đi Nhiệt Hà cũng như Bắc Kinh. Lập luận này có căn cứ hơn và cũng chính thức chấm dứt được việc suy đoán nhiều cách khác nhau của nhiều người viết về Nguyễn Du sau này, là tác phẩm Kim Vân Kiều truyện của tác giả Thanh Tâm Tài Nhân được Nguyễn Du mang về Việt Nam sau lần đi sứ năm 1813 - 1814 dưới triều vua Gia Long.

Nếu ông nhận được truyện Kiều trong thời gian này thì vì quá bận rộn việc quan, làm sao ông có thể diễn nôm một tác phẩm bình thường của Trung Quốc trở thành một áng văn chương bất hủ để lại muôn đời sau cho người Việt Nam với 3.254 câu lục bát như thế được?

Khi Nguyễn Du đến Hàng Châu đã trú ngụ tại chùa Hổ Pháo, nơi mà Từ Hải đã xuất gia làm Hòa Thượng vào thời nhà Minh, nhưng sau bỏ tu và cấu kết với những đảng phái khác để làm tướng cướp. Có lẽ khi Nguyễn Du được truyện Kiều tại Hàng Châu vào năm 1790, thấy những nhân vật trong truyện cũng có điều gì đó tương hợp một phần với hoàn cảnh cũng như tư tưởng của mình, nên mới diễn tả bằng thơ Hán trong truyện Kiều đời Khang Hy, thành thơ Nôm thể lục bát thuần ngữ điệu tiếng Việt, và nhân vật Từ Hải trong truyện Kiều từ câu 2167 đến câu 2174 được diễn tả như sau:

"Râu hùm, hàm én, mày ngài,
Vai năm tấc rộng, thân mười thước cao.
Đường đường một đấng anh hào,
Côn quyền hơn sức lược thao gồm tài.
Đội trời đạp đất ở đời,
Họ Từ tên Hải, vốn người Việt Đông.
Giang hồ quen thú vẫy vùng,
Gươm đàn nửa gánh, non sông một chèo."

Chỉ 8 câu thơ này thôi, Nguyễn Du đã khéo tả về hình dáng cũng như tâm trạng của Từ Hải. Mặc dầu là một tướng cướp dưới mắt Hồ Tôn Hiến và triều đình nhà Minh, nhưng là một đấng anh hùng đối với những người cơ nhỡ. Vừa làm tướng cướp, vừa là một nghệ sĩ và cũng đã là một tăng sĩ nữa, nên một phần nào đó của Từ Hải trong truyện Kiều, cũng giống tâm sự của Nguyễn Du ra đi tỵ nạn Tây Sơn tại Trung Quốc, và làm giang hồ dưới hình dạng một nhà sư nơi đất khách. Dĩ nhiên Nguyễn Du đã chẳng làm hại ai như Từ Hải đã làm một tướng cướp lẫy lừng một thời như vậy. Người xuất gia làm kẻ đi khất thực để cầu Vô thượng Bồ-đề, nếu ai cho gì thì nhận nấy, nếu không cho gì cũng không sao, yên lặng cúi đầu cảm ơn để đi xin nơi nhà khác. Chỉ đơn giản vậy thôi và cũng chẳng làm phiền ai cả. Ở tận cùng trong tâm khảm của Nguyễn Du cũng muốn thể hiện là một dũng tướng của mình, nhưng không ngờ bị quân Tây Sơn bắt được bỏ tù và ông quyết chí không cộng tác với triều đình mới, nên mới ra đi 3 năm dài như thế (1788-1790).

Kể từ khi gặp lại người anh kết nghĩa Nguyễn Đại Lang ở Hàng Châu, chắc rằng đời sống kinh tế của Nguyễn Du có khá hơn lúc "Giang Bắc, Giang Nam cái túi không" rồi từ đó hai người đi đến Yên Kinh và từ Yên Kinh trên đường trở về lại gặp phái đoàn của Đoàn Nguyễn Tuấn nữa, thì chắc rằng Nguyễn Du không phải khổ thân như chuyến đi nữa, nhất là từ khi Nguyễn Đại Lang chia tay với Nguyễn Du tại Liễu Châu và hẹn gặp nhau lại tại Hàng Châu sau này.

Đoạn đường từ Liễu Châu đi qua Giang Bắc, Giang Nam rồi đường đến Hoàng Sa dài ra như vô tận, Nguyễn Du chỉ đành thúc thủ một mình, ban ngày cầm bát đi khất thực, tối về ghé lại một chùa hay một nhà nào đó để ngủ nhờ và trì tụng Kinh Kim Cang. Sáng ra lại đi. Thời ấy cả hai chuyến đi về đến 5.000 cây số bằng đường bộ, đường thủy, đường rừng v.v... là một vấn nạn lớn, chứ không phải là chuyện bình thường.

Khi đi cần đến 2 năm hơn và khi về thuận đường cũng như kinh phí đã được giúp đỡ bởi Nguyễn Đại Lang và Đoàn Nguyễn Tuấn, chắc rằng Nguyễn Du không phải vất vả lo sợ nữa. Chuyến đi, không biết đi đâu và tận nơi nào, nhưng khi về thì đã nắm chắc trong tay những việc gì có thể. Đó là việc tự trấn an mình với Quang Trung Nguyễn Huệ bằng sự bảo bọc của Đoàn Nguyễn Tuấn đang đi sứ tại Yên Kinh và điều quan trọng hơn nữa là anh ruột của Nguyễn Du là Nguyễn Đề (Nễ) đang làm quan dưới triều Tây Sơn Nguyễn Huệ, nên không có gì để lo lắng cả. Nếu có lo là lo mối u hoài làm sao lột tả hết được những nét độc đáo trong truyện Kiều, qua lối diễn Nôm trong thời gian sắp tới của mình tại Thăng Long mà thôi. Ví dụ như ở đâu cho yên tịnh để sắp đặt lại câu chuyện của người hồng nhan đa truân này một cách mạch lạc, ai sẽ là người chu cấp tài chánh, nơi ăn chốn ở để mình ngồi yên một chỗ để viết câu chuyện này?

Nói chung thì có rất nhiều việc để bàn và để nói về sau, nhưng qua chương này chúng ta có thể đưa ra những nhận xét đáng xác tín như sau:

- Việc trì Kinh Kim Cang hơn 1.000 lần của Nguyễn Du là có thật. Vì trong 3 năm ấy (1788-1790). Nếu mỗi ngày tụng một biến hay hai biến, trừ khi bịnh hoạn hay di chuyển xa không tụng thì bình quân ra 3 năm 1.000 biến Kinh Kim Cang là chuyện làm khả dĩ có thể thực hiện được. Qua 4 câu sau cùng trong bài "Lương Chiêu Minh Thái Tử Phân Kinh Thạch Đài" mà ta đã rõ:

Ngã độc Kim Cang thiên biến linh
Kỳ trung áo chỉ đa bất minh
Cập đáo Phân kinh Thạch đài hạ
Tài tri vô tự thị chân kinh.

- Việc kế tiếp là bản Kim Vân Kiều truyện do Thanh Tâm Tài Nhân viết từ đời nhà Minh, đã được in lại thời Khang Hy và lúc Nguyễn Du ngụ tại chùa Hổ Pháo ở Hàng Châu, thì ông đã mua bản này hay ai đó tặng cho. Đó là điều có thật. Bởi lẽ vào năm 1790 khi Nguyễn Du từ Yên Kinh đi về, thì gặp phái đoàn của Đoàn Nguyễn Tuấn tại Hà Bắc Hoàng Châu, cả hai ông đều đem chuyện hồng nhan bạc mệnh của người con gái ra nói chuyện với nhau, và sau đó còn làm thơ nữa. Đây chính là bằng chứng bản truyện Kiều đã có trong tay của Nguyễn Du, trước khi gặp Đoàn Nguyễn Tuấn và Nguyễn Du đã đọc qua rồi, nên chỗ nào tâm đắc thì hai văn nhân trao đổi với nhau tại quán trọ ở Hoàng Châu. Có lẽ họ là những người tâm đầu ý hợp, vì lẽ thơ và bạn. Xa quê lâu ngày, gần 3 năm đi giang hồ dưới lốt một nhà sư, mà bây giờ gặp bạn nơi đất khách được bàn chuyện thơ văn bằng tiếng nói mẹ đẻ như "tha phương ngộ cố tri" thì còn gì sung sướng cho bằng. Tình thân ấy cứ nối kết mãi về sau này, cho đến năm 1797 Nguyễn Du lấy em gái của Đoàn Nguyễn Tuấn là Đoàn Nguyễn Thị Huệ tại Thăng Long, thì sự thân cận hiểu nhau qua văn chương và tình tri kỷ càng sâu đậm hơn nữa.

- Việc bỏ đi giang hồ của Nguyễn Du là có thật. Vì từ năm 1788-1790 là thời gian ông không có mặt ở Việt Nam. Đã gọi là giang hồ thì phải đầu trần, chân đất, ngang dọc đó đây mới đúng nghĩa của nó. Ở đây ông là một thư sinh mới ra trường ở tuổi 22 (ông sinh năm 1766) dẫu cho có giúp việc cho anh Nguyễn Khản thời gian cai quản quân đội ở Thái Nguyên, nhưng ông không phải là người đội đá vá trời được, vì ông vốn sinh ra trong gia đình giàu có, cha ông là Nguyễn Nghiễm làm quan, đỗ Tiến sĩ, có đến 8 bà vợ và ông là con của bà thứ ba, thì đời sống thường nhật có đầy đủ tiện nghi, nên khi đi giang hồ chỉ có cách chọn cái gì dễ và nhẹ nhàng nhất để đạt được mục tiêu của mình, thì không gì hơn là cải dạng thành một nhà sư là hữu lý nhất. Có thể đây cũng là cách sắp đặt của Nguyễn Đại Lang bày vẽ cho ông và ông có thể chấp nhận được việc này.

Cạo tóc, đầu đội mũ vàng của nhà Sư, đi khất thực xin ăn độ nhật từ Liễu Châu đến Giang Nam, Giang Bắc rồi Hàng Châu đã giúp ông có đầy đủ nghị lực trên con đường thiên lý ấy. Chắc cũng phải nhờ đến 32 đoạn Kinh Kim Cang, mà hằng đêm ông thường trì tụng về lẽ vô thường sinh diệt, sắc không, không sắc, nên ông đã chấp nhận hành trì một cách miên mật như vậy cả hàng ngàn lần như thế. Đó là những sự thật.

Riêng tôi chỉ có một điều thắc mắc duy nhất, có phải Pháp hiệu Chí Hiên là do ông tự chọn, theo cách suy nghĩ về đạo hiệu của một thiền sư phái Thiếu Lâm nổi tiếng lúc đương thời, bắt đầu bằng chữ Chí, nên Nguyễn Du đã dùng chữ Chí này, còn chữ Hiên có lẽ ông muốn giữ lại từ bút hiệu Thanh Hiên mà ông đã có trước đây, như cha ông có bút hiệu là Nghi Hiên, anh ông Nguyễn Đề hiệu là Quế Hiên, cháu ông Nguyễn Thiện bút hiệu là Thích Hiên. Như vậy chữ Chí và chữ Hiên ấy đều có sự liên hệ với nhau, nhưng đúng là không có một nhà sư nào đặt cho ông Pháp hiệu ấy cả. Lẽ ra một nhà sư thì phải có Thầy thế độ và phải quy y Tam Bảo trước đó mới gọi là một người xuất gia chính thức, còn ở đây Nguyễn Du đã không có được những nghi lễ ấy trước khi cất bước đi đến Trung Hoa.

CHƯƠNG III. NGUYỄN DU - THỜI KỲ 1790-1794

Trước khi đi vào chi tiết viết về Nguyễn Du trong thời gian trở lại Thăng Long vào năm 1790, chúng ta xem lại một giai đoạn lịch sử quá phức tạp trên toàn cõi Việt Nam từ Bắc vào Nam, từ Đàng Ngoài cho đến Đàng Trong và từ ngoại quốc xâm nhập vào phía Nam Việt Nam nữa. Đây có thể nói là giai đoạn đen tối nhất của lịch sử nước nhà. Do vậy chúng ta cần phải nhìn cho thật rõ thực trạng thời ấy thì chúng ta mới có thể hiểu được Nguyễn Du nhiều hơn nữa.

Đầu tiên là tình hình vua Lê ở Đàng Ngoài.

Lê Chiêu Thống (1765-1793) tên thật là Lê Duy Khiêm, khi lên ngôi lại đổi tên là Lê Duy Kỳ, là vị Hoàng đế thứ 16 của triều Hậu Lê và là vị vua cuối cùng của nhà Lê Trung Hưng. Ông ở ngôi chính thức từ tháng 7 âm lịch năm 1786 và đến đầu tháng 1 năm 1789 thì chạy sang Trung Hoa, đến năm 1793 chết tại Bắc Kinh, thọ 28 tuổi.

Ông là một người phải chứng kiến sự thay đổi lớn của lịch sử, từ việc kết thúc các đời Chúa Trịnh và sự phát triển của nhà Tây Sơn, cùng việc cầu viện nhà Thanh mang quân sang đánh Tây Sơn với hy vọng trở lại ngai vàng. Việc làm của ông cũng đã bị nhiều người đời sau phê bình là "cõng rắn cắn gà nhà". Nhưng vua Càn Long lúc đó cũng đã già và chuẩn bị truyền ngôi lại cho con là Gia Khánh vào năm 1795, để lui về địa vị Thái Thượng Hoàng sau khi ở ngôi gần 60 năm, nên cũng không tha thiết gì mấy về lời cầu viện của Chiêu Thống. Vả lại mấy chục vạn quân Thanh cũng đã bị thua trận một cách ê chề tại Thăng Long, vào Tết âm lịch năm 1789 do Bắc

Bình Vương Nguyễn Huệ điều quân và đánh úp lên quân Thanh ở nhiều mặt, và cuối cùng quân Thanh đã bại trận và rút lui về nước. Do vậy Lê Chiêu Thống tức Vua Mẫn Đế có dùng bao nhiêu tấc lưỡi để biện luận giúp giải vòng vây tỏa của quân Tây Sơn tại Thăng Long thì triều đình nhà Thanh cũng không thể chấp nhận một cách dễ dàng được. Tuy mới 28 tuổi mà mất tại xứ người, chắc chắn có nhiều lý do, nhưng lý do chính có lẽ vì uất ức không được làm vua Đại Việt và ngôi vua bây giờ chính thức đã bị triều đại Tây Sơn thay ngôi đổi chủ rồi, dẫu có về lại được quê hương Đại Việt cũng chẳng xứng đáng chút nào.

Về phía Chúa Trịnh xem như "Trịnh Sâm là vị Chúa cuối cùng, đóng vai trò nhà Chúa trong 15 năm, kể từ năm 1767-1782. Ông còn có tên là Tĩnh Đô Vương Trịnh Sâm, thụy hiệu là Thánh Tổ Thịnh Vương, là vị Chúa thứ 8 của họ Trịnh cầm quyền ở miền Bắc Đại Việt thời Lê Trung Hưng. Ông quê ở làng Sóc Sơn, huyện Vĩnh Lộc, Thanh Hóa, Việt Nam.

Từ nhỏ ông đã được ăn học tử tế và có được trí thông minh, quyết đoán hơn người. Năm 1767, sau khi cha (Trịnh Doanh) qua đời, Trịnh Sâm lên ngôi. Trong những năm đầu cai trị, ông chính thức hoàn thành công cuộc đánh dẹp các cuộc khởi nghĩa nông dân, sửa sang nền chính trị và tiến hành việc Nam chinh, thu được đất Thuận Hóa, bên trong tiếp tục hiếp chế vua Lê, giết chết Thái tử Duy Vĩ.

Từ sau năm 1775, Trịnh Sâm ngày càng sa vào tửu sắc, chính trị suy bại, cuộc sống người dân trở nên cơ cực. Ông sủng ái Tuyên Phi Đặng Thị Huệ và Quận huy Hoàng Đình Bảo. Đến năm 1780, Thế tử Trịnh Tông nổi loạn nên bị phế truất, con Tuyên Phi là Trịnh Cán mới 4 tuổi được lập làm Thế tử. Trịnh Sâm sau đó cũng mắc bệnh và qua đời năm 1782, Trịnh Cán còn nhỏ lên nối ngôi, chỉ làm vua được 1 tháng, họ Trịnh ngày càng lún sâu vào con đường suy sụp." (Trích Wikipedia tiếng Việt).

Tuy nhiên nhà Trịnh đến đó chưa phải là hết, mà từ năm 1782-1787 còn thêm 2 Chúa nữa cai trị. Đó là Chúa Trịnh Khải 4 năm (1782-1786) và cuối cùng Trịnh Bồng cũng chỉ được 1 tháng (1786-1887). Như vậy tất cả các Chúa Trịnh cùng với Vua Lê cai trị Đàng Ngoài tổng cộng được 242 năm (1545-1787) song song với nhà Lê thuở bấy giờ.

Đến thời kỳ của Chúa Nguyễn bắt đầu từ năm 1558 ở phía Đàng Trong, nằm bên dưới của sông Gianh và 9 vị Chúa này (Chúa Tiên, Chúa Sãi, Chúa Thượng, Chúa Hiền, Chúa Nghĩa, Chúa Minh, Chúa Ninh, Chúa Vũ và Chúa Định) đã trị vì Đàng Trong từ năm 1558 đến năm 1777. Tổng cộng là 219 năm (1777 – 1558 = 219 năm). Đến năm 1777 kết thúc giai đoạn 1 của nhà Nguyễn. Trong giai đoạn này vào thời Chúa Nguyễn Phúc Lan (Chúa Thượng 1635-1648) là thời điểm đáng nói nhất. Bởi lẽ từ năm 1640-1646 bên Trung Hoa, nhà Thanh chinh phục thành công, đã chiếm ngôi nhà Minh. Những người bài Thanh phục Minh tìm cách đi về phía Nam để tỵ nạn. Họ không thể chạy sang Đàng Ngoài. Vì lẽ Vua Lê, Chúa Trịnh lệ thuộc Trung Quốc, nếu họ đến Đàng Ngoài để xin tỵ nạn chính trị, họ sẽ dễ bị trả về lại cho Trung Hoa. Do vậy họ đi thẳng đến cửa biển Hội An hay cửa biển Thị Nại ở Bình Định của Chúa Nguyễn Đàng Trong để xin tỵ nạn chính trị.

Từ năm 1640 trở đi, cửa biển Hội An là một thương cảng lớn nên người Nhật, người Hoa, người Ấn Độ, người Pháp, Tây Ban Nha, Ý, Hòa Lan đến đây buôn bán suốt trong nhiều năm dài. Đây là cái mốc, một giai đoạn lịch sử cũng cần nên quan tâm và nhớ đến.

"Chúa Nguyễn Phúc Thuần (1754-1777) ở ngôi 1765-1777 hay Nguyễn Duệ Tông, còn có tên khác là Nguyễn Phúc Hân, là người cai trị thứ 9 của chính quyền Chúa Nguyễn ở Đàng Trong vào thời kỳ Lê Trung Hưng trong lịch sử Việt

Nam, sau cái chết của Phụ vương (Nguyễn Phúc Khoát), Nguyễn Phúc Thuần được quyền thần Trương Phúc Loan lập làm Vương khi chỉ mới 12 tuổi, và người này sau đó thâu tóm hết chính quyền ở Nam Hà và làm nhiều việc khiến triều đình Phú Xuân ngày càng lụn bại, suy yếu.

Từ năm 1771, anh em Nguyễn Nhạc dựng cờ khởi nghĩa ở Tây Sơn, quân nhà Nguyễn liên tục bị thua trận. Đến năm 1774, Chúa Trịnh ở miền Bắc, nhân Nam Hà có loạn nên xuất quân Nam hạ. Chúa Nguyễn phải bỏ Phú Xuân, chạy về Gia Định. Sau khi quân Trịnh chiếm được Phú Xuân và rút đi, thì nhà Nguyễn vẫn phải đối phó với quân Tây Sơn thế lực ngày càng phát triển, cộng thêm sự tranh chấp trong nội bộ giữa các tướng Nguyễn, khiến tình hình càng thêm nguy khốn. Cuối năm 1776, Nguyễn Phúc Thuần dưới sức ép của tướng mạnh là Lý Tài, phải nhường ngôi cho cháu là Đông Cung Nguyễn Phúc Dương, bản thân tự xưng là Thái Thượng Vương, nhưng vẫn còn nắm binh quyền trong tay nhằm tranh chấp với phe Phúc Vương, hình thành cục diện hai vương. Nửa cuối năm 1777, quân Tây Sơn truy kích vào nơi ở của các Chúa Nguyễn hai vương, Nhà Nguyễn đều bị bắt và xử tử. Sau đó một thành viên trong vương tộc là Nguyễn Phúc Ánh được tôn lên ngôi Chúa và lãnh đạo quân Nguyễn chống chọi liên tục với Tây Sơn trong 25 năm tiếp theo. Cuối cùng giành được thắng lợi và thống nhất Việt Nam vào năm 1802, mở ra Vương triều nhà Nguyễn, tiếp nối những Chúa Nguyễn bị đứt đoạn từ năm 1787." (Trích Wikipedia tiếng Việt).

Từ làng Tây Sơn ở Bình Định thuộc miền Trung Việt Nam có 3 anh em Nguyễn Nhạc, Nguyễn Lữ và Nguyễn Huệ mong mỏi làm nên nghiệp đế và khởi nghĩa từ Tây Sơn để chấm dứt cuộc nội chiến kéo dài giữa Chúa Trịnh Vua Lê ở Đàng Ngoài và Nhà Nguyễn ở Đàng Trong. Mục đích tuy đẹp, nhưng khi quyền hành đã vào tay người nào rồi, thì người ấy cố thủ, dẫu cho có là anh em ruột thịt trong một nhà cũng vậy. Cho nên lâu nay chữ "tranh bá đồ vương" nó không phải chỉ dành để ám chỉ cho dòng họ này lật đổ dòng họ kia, mà chính ruột thịt cũng sẽ sát phạt nhau để muốn nắm giữ ngai vàng, trong đó có anh em Tây Sơn là một bằng chứng.

"Người anh cả tên là Nguyễn Nhạc (1743-1793) hay còn gọi là Nguyễn Văn Nhạc, sau đổi lại là Nguyễn Đình Nhạc là vị vua sáng lập ra nhà Tây Sơn, ở ngôi Hoàng Đế từ năm 1778-1788, xưng là Thái Đức Hoàng Đế. Từ năm 1789-1793, ông từ bỏ đế hiệu trao quyền lãnh đạo cho em trai là Hoàng Đế Quang Trung, còn ông thay đổi tước hiệu của mình xuống thành Tây Sơn Vương...

"Song ông không có ý muốn thống nhất đất nước khi đã tiêu diệt Chúa Trịnh ở phía Bắc mà lên ngôi Hoàng Đế khi đất nước chưa thống nhất. Về sau ông đã bị lu mờ trước người tiếp tục lãnh đạo phong trào Tây Sơn trong công cuộc thống nhất chính là em trai ông, Nguyễn Huệ. Quyền lực của Nguyễn Huệ ngày càng vượt hơn anh, ông đành chấp nhận giao lại quyền lãnh đạo cho em trai là Nguyễn Huệ. Năm 1793, ông bị các tướng vua cháu Quang Toản nhân cơ hội đã chiếm lấy thành Quy Nhơn, ông uất ức đột tử mà chết." (Trích Wikipedia tiếng Việt).

Thua em và giận cháu cũng như không tin tưởng với nhau chỉ vì quyền lợi cá nhân của mình, nên mới ra nông nổi ấy. Bằng chứng hiển nhiên là sau khi Nguyễn Huệ đại thắng, chiếm thành Thăng Long quay về lại Bình Định, điều đầu tiên mà Nguyễn Nhạc hỏi Nguyễn Huệ không phải sức khỏe trên đường chinh chiến của em trai ra sao mà ông chỉ hỏi đã lấy được bao nhiêu vàng bạc của Vua Lê, Chúa Trịnh để lại. Từ đó nội thù càng ngày càng cao chứ không thuyên giảm. Từ năm 1788 đến năm 1792 là giai đoạn lịch sử quan trọng của Đại Việt và thời kỳ này do em ruột của ông là Nguyễn Huệ lãnh đạo để thống nhất đất nước. Sau Nguyễn Huệ là Quang Toản (con thứ của Nguyễn Huệ) lên làm vua lúc 9 tuổi từ năm 1792 đến năm 1802 là chấm dứt 3 đời vua của Vương triều Tây Sơn ngắn ngủi chỉ có 24 năm.

Khi Cảnh Thịnh (vua Quang Toản) lên ngôi còn quá nhỏ và bị Thái Sư Bùi Đắc Tuyên chuyên quyền, không có kinh nghiệm trong việc triều chính, nên đã làm cho các đại thần quay sang giết hại lẫn nhau dẫn đến nội bộ lục đục, triều chính suy vi và đây là cơ hội tốt nhất để Nguyễn Ánh từ Xiêm La trở về tấn công để giành lại chính quyền cho dòng họ nhà Nguyễn.

Trong khi đó người anh hùng nổi tiếng trong triều đại này chính là Quang Trung Nguyễn Huệ, đã đại thắng quân Thanh vào năm 1789 mà lịch sử vẫn còn ghi lại. Vậy Quang Trung Nguyễn Huệ đã xuất hiện trong giai đoạn lịch sử này như thế nào và có liên hệ gì với thi hào Nguyễn Du, cũng như truyện Kiều được soạn dịch ra bằng chữ Nôm trong thời điểm này chăng thì nên xem một phần của Wikipedia tiếng Việt đã cập nhật như sau:

"Quang Trung Hoàng Đế (1753-1792), miếu hiệu Tây Sơn Thái Tổ, được dùng để phân biệt với Nguyễn Thái Tổ nhà Nguyễn, danh xưng khác là Bắc Bình Vương, tên thật là Nguyễn Huệ sau đổi tên là Nguyễn Quang Bình, là vị Hoàng Đế thứ hai nhà Tây Sơn. Sau khi Thái Đức Hoàng Đế Nguyễn Nhạc thoái vị và nhường ngôi lại cho ông. Quang Trung không những là một trong những vị tướng lĩnh quân sự xuất sắc bách chiến bách thắng, mà còn là nhà cai trị tài giỏi. Ông đã đưa ra chính sách cải cách kinh tế, xã hội nổi bật trong lịch sử Việt Nam. Ông là một trong 14 vị anh hùng tiêu biểu của dân tộc Việt Nam.

Nguyễn Huệ và hai người anh em của ông, được biết đến với tên gọi Tây Sơn tam kiệt, là những lãnh đạo cuộc khởi nghĩa Tây Sơn đã chấm dứt cuộc nội chiến Trịnh - Nguyễn phân tranh giữa 2 chế độ phong kiến, Trịnh ở phía Bắc và

Nguyễn ở phía Nam. Lật đổ hai chế độ này cùng nhà Hậu Lê, chấm dứt tình trạng phân biệt Đàng Trong – Đàng Ngoài kéo dài suốt 2 thế kỷ. Ngoài ra Quang Trung còn là người đánh bại các cuộc xâm lăng Đại Việt của Xiêm La (Thái Lan) từ phía Nam, của Đại Thanh từ phía Bắc. Bản thân ông đã cầm quân chiến đấu từ năm 18 tuổi, trong 20 năm liền đã trải qua hàng chục trận đánh lớn và chưa hề thua một trận nào…

"… Về phát triển giáo dục thì trong lịch sử Việt Nam chỉ có hai triều đại đề cao vai trò của chữ Nôm. Đó là triều đại Hồ Quý Ly và triều đại vua Quang Trung. Hồ Quý Ly tuy trọng dụng chữ Nôm, cho dịch văn Nôm nhưng vẫn chưa coi chữ Nôm như một thứ văn tự chính thức dùng trong triều đình và thi cử, chỉ đến thời đại Quang Trung chữ Nôm mới được nâng cao địa vị.

"Năm 1792, Quang Trung ra chiếu chỉ về việc dịch sách chữ Hán sang chữ Nôm. Quang Trung chủ trương bỏ Hán ngữ như là ngôn ngữ chính thức trong các văn bản của quốc gia. Ngôn ngữ chính thức được sử dụng là tiếng Việt và được viết trong các văn kiện hành chánh bằng hệ thống chữ Nôm. Quang Trung quy định các bài hịch, chiếu chỉ phải soạn bằng chữ Nôm, đề thi viết bằng chữ Nôm và đến đệ Tam trường các sĩ tử phải làm thơ phú bằng chữ Nôm. Ông còn chủ trương thay toàn bộ sách học chữ Hán sang chữ Nôm nên năm 1791 đã cho lập "Sùng Chính Viện" để dịch kinh sách từ Hán sang Nôm…"

Kế đến việc đi sứ sang Thanh của gia phả họ Vũ được viết như sau:

"Vũ Văn Dũng cầm đầu Sứ đoàn đã đến Yên Kinh và được vào bệ kiến vua Càn Long. Vũ Văn Dũng đã hoàn thành cả 2 nhiệm vụ, cầu hôn và xin đất làm đô. Vũ Văn Dũng lại được vào bệ kiến Càn Long ở Ỷ Lương Các và vua Càn Long đã đồng ý trao đất Quảng Tây cho Vua Quang Trung để làm đô và gả một Công chúa cho vị Thủ lĩnh Tây Sơn. Về việc cầu hôn, sau buổi tiếp Sứ thần Đại Việt, Vua Càn Long ra lệnh cho bộ Lễ sửa soạn nghi lễ và định ngày cho Công chúa nước Đại Thanh sang kết duyên cùng Vua Đại Việt.

Mọi việc đang tiến hành tốt đẹp thì bất ngờ Vua Quang Trung qua đời (1792), các quan dìm việc cầu hôn và việc xin trả lại đất, không cho Thanh triều biết". (Hết trích).

Cũng nhờ chiếu chỉ của Vua Quang Trung ban ra vào năm 1792 trước khi ông băng hà, về việc thay chữ Hán bằng chữ Nôm trong tất cả các văn kiện của chính quyền đương thời và ngay cả thi văn, học tập, giáo dục, chính trị v.v... đều phải theo lệnh ấy mà thi hành. Đây là cơ hội tốt cho Nguyễn Du ngồi nhà tại Thăng Long từ năm 1790 đến 1794 để phóng tác truyện Kiều bằng chữ Nôm mà ngày hôm nay chúng ta có cơ hội để đọc đến. Nếu không có người chủ trương thì công việc làm của một người dầu tài giỏi cho đến đâu cũng sẽ dễ đi vào quên lãng. Ở đây đã có chính sách giáo dục thông thoáng của Vua Quang Trung Nguyễn Huệ như vậy, nên Nguyễn Du sẽ dễ bề thi thố tài năng trong giai đoạn lịch sử này.

Việc này cũng có thể xác định rằng truyện Kiều do Nguyễn Du diễn dịch bằng chữ Nôm là vào thời Tây Sơn, chứ không phải thời Gia Long lên ngôi cũng như sau đó. Bởi lẽ sau khi Gia Long thống nhất sơn hà, lên ngôi Hoàng Đế thì Gia Long khôi phục lại chữ Hán và dùng chữ Hán như là chữ quốc ngữ, chứ Gia Long không xem trọng chữ Nôm như Quang Trung Nguyễn Huệ.

Mặc dầu Nguyễn Du không có cảm tình với Tây Sơn nhiều như nhà Nguyễn Gia Long, nhưng trong thâm tâm ông có lẽ ông cũng phải phục Nguyễn Huệ, vì lẽ là một anh hùng của dân tộc và Nguyễn Huệ là người có cái nhìn xa, hiểu rộng, không bị chế độ của Nho gia trói buộc ở mọi phương diện như chính trị, văn hóa, tôn giáo v.v...

Một điều đặc biệt nữa cần phải nên xác nhận, là trong thời gian làm quan của Nguyễn Du dưới thời vua Gia Long từ năm 1803 đến 1820 khi ông qua đời, việc quan bận rộn do công việc của nhà nước và phải di chuyển nhiều nơi để thị sát tình hình, nên chắc rằng ông đã không có thời giờ và đầu óc rảnh rang để viết truyện Kiều thành một áng văn chương tuyệt tác để lại cho đời sau, gồm 3.254 câu như vậy. Việc này có thể tin tưởng được. Như vậy không còn lầm lẫn gì nữa là nhờ vào chế độ giáo dục cởi mở và xem chữ Nôm như là chữ Quốc Ngữ của Đại Việt do Hoàng Đế Quang Trung chủ trương mà Nguyễn Du và chúng ta ngày nay hãnh diện với thế giới rằng Việt Nam đã tiến bộ về ngôn ngữ tiếng Nôm từ thuở ấy.

Sau này khi Vua Gia Long lên ngôi cho bêu xấu chế độ Tây Sơn và gọi cái tên không có cảm tình mấy, đó là ngụy. Ngụy có nghĩa là khác với chơn. Ở đây ý nói Gia Long mới là chơn truyền của dòng họ Nguyễn, còn Tây Sơn chỉ là những anh hùng như "Lương Sơn Bạt" của Trung Hoa mà thôi. Tuy vậy lịch sử một thời đã vang bóng, khiến cho Tôn Sĩ Nghị cùng mấy vạn quân Thanh phải kinh hồn bạt mạng lo chạy trốn về Quảng Tây, còn Vua Càn Long đã chịu gả Công chúa cũng như trả lại đất Lưỡng Quảng cho dân tộc Việt, là những điều đáng được đề cao và không nên phủ nhận một giai đoạn lịch sử hào hùng của dân tộc Việt Nam như thế.

Theo "Trung Tâm Lưu Trữ Quốc Gia I" đã giới thiệu về "Hoàng Đế Gia Long và công cuộc khai lập Triều Nguyễn 200 năm nhìn lại" như sau:

"Kỳ I: Lập nước, đặt quốc hiệu, xưng Hoàng Đế Gia Long, vị Hoàng Đế đầu tiên sáng lập nên Triều Nguyễn, trị vì từ năm 1802 đến năm 1820, ông là người thống nhất giang sơn về một mối sau gần 300 năm chia cắt bởi cuộc chiến phân tranh Trịnh - Nguyễn. Nhân kỷ niệm 200 năm ngày mất của

Hoàng Đế Gia Long, cùng nhìn lại sự nghiệp của ông và công cuộc khai sáng vương nghiệp nhà Nguyễn qua châu bản và một số tư liệu lịch sử.

"Gia Long tên thật là Nguyễn Phúc Ánh (Nguyễn Ánh) còn có húy hiệu là Chủng hay Noãn, là con trai thứ ba của Hoàng tử Nguyễn Phúc Lâm với bà Nguyễn Thị Hoàn, và là cháu nội của Chúa Nguyễn Phúc Khoát. Ông sinh ngày 15 tháng Giêng năm Nhâm Ngọ (ngày 8.2.1762), mất ngày 19 tháng 12 năm Kỷ Mão (ngày 3.2.1820) truyền ngôi cho Hoàng Thái Tử Nguyễn Phúc Đảm tức Vua Minh Mệnh (Minh Mạng).

"Có thể nói cuộc đời của Nguyễn Ánh (Gia Long) là sự nghiệp của một võ tướng trên lưng ngựa. Năm 1777 khi mới 15 tuổi ông đã phải bôn tẩu gian nan cùng với gia tộc Chúa Nguyễn, bắt đầu cuộc chiến 25 năm với quân Tây Sơn để khôi phục ngôi vị. Cho đến nay có khá nhiều quan điểm trái ngược về Nguyễn Ánh, nhiều người cho rằng ông bắt tay với Xiêm La (Thái Lan), Pháp và Nhà Thanh để chống lại Tây Sơn. Việc cầu viện ngoại bang nhằm khôi phục vương quyền đã khiến Nguyễn Ánh bị chỉ trích rất nhiều. Tuy nhiên khách quan mà nói, ông là người có công đóng góp không nhỏ trong việc thống nhất giang sơn, kết thúc cuộc nội chiến liên miên nhiều thế kỷ ở Việt Nam.

"Năm 1792, Vua Quang Trung mất, nội bộ nhà Tây Sơn suy yếu, lợi dụng cơ hội đó Nguyễn Ánh đánh bại nhà Tây Sơn. Năm 1802 ông chính thức lên ngôi vua, lấy niên hiệu Gia Long, mở ra một triều đại quân chủ mới - Triều Nguyễn..." (Hết trích).

Trong thời gian từ năm 1778 đến năm 1792 gia tộc của Nguyễn Ánh phải bôn ba nơi Xiêm La. Ở đó Nguyễn Ánh luyện tập binh sĩ chuẩn bị thời cơ để trở lại miền Nam. Tuy Vua Rama Đệ Nhất (1782-1809) Thái Lan ủng hộ ông và gia quyến được ở lại trên đất Thái, mở trường học, chùa viện Việt Nam v.v... nhưng lúc nào ông cũng muốn báo thù cho Tổ Tiên mình, nên đã tìm đủ mọi cách để liên hệ với Pháp và nhà Thanh để mưu đồ đem quân về chiếm lại Đại Việt. Cũng may cho Nguyễn Ánh là năm 1792 Quang Trung Nguyễn Huệ đã băng hà. Nếu Quang Trung Nguyễn Huệ không phải chết ở tuổi 40 thì thời kỳ phục quốc của Nguyễn Ánh còn phải kéo dài hơn nữa.

Thời điểm từ năm 1792 đến 1802 gọi là thời Nguyễn Trung Hưng và thời gian này Nguyễn Du đang ở Thăng Long, không cộng tác với Tây Sơn như anh vợ ông là Đoàn Nguyễn Tuấn hay anh ruột của ông là Nguyễn Đề (Nễ), mà trong thời gian này có lẽ Nguyễn Du vừa sáng tác Truyện Kiều bằng chữ Nôm, vừa nghe ngóng tin tức của Nguyễn Ánh phục quốc như thế nào để sau này ông sẽ tiếp tay cho vương triều này. Không biết lý do tại sao cha Nguyễn Du là Nguyễn Nghiễm, anh Nguyễn Du là Nguyễn Khản làm quan dưới triều Vua Lê Chúa Trịnh, anh ông là Nguyễn Đề lại đi làm quan cho Tây Sơn và chỉ có ông là có cảm tình với Nguyễn Ánh? Có lẽ do thời thế tạo chỗ đứng cho anh hùng chăng?

"Ông cũng đã có lần nuôi ý định chạy trốn vào Nam theo Nguyễn Ánh, người lúc đầu lấy hiệu là Lê Trung Hưng, để thu phục các nhân sĩ muốn khôi phục nhà Lê. Về việc này Nguyễn Du bị Quận Công Nguyễn Thân, bạn thân của người anh ruột Nguyễn Đề, bắt giam 3 tháng và chỉ trả tự do khi nhận ra người 'tù nhân lương tâm' này không chống Tây Sơn một cách quyết liệt như Hoàng Quang, Trần Danh An, Lê Duy Đản... mà chẳng qua đó là cách bày tỏ một thái độ đạo đức, thể hiện qua hai câu thơ:

Hán mạt nhất thời vô nghĩa sĩ,
Chu sơ tam kỷ hữu ngoan dân.

Nghĩa là:

Cuối Hán tạm thời không nghĩa sĩ,
Đầu Chu vẫn có dân trung thành.

(Trích từ Nguyễn Du và Phật Giáo, Tiến sĩ Phạm Trọng Chánh, trang 76)

Ngay cả khi Nguyễn Du ở bên Trung Hoa từ năm 1788-1790 cũng chưa thấy có bài thơ nào mang tâm trạng hoài Lê hay Trịnh. Đồng thời ông cũng không có bài thơ nào chống Tây Sơn một cách quyết liệt. Có lẽ thời thế lúc ấy bắt buộc Nguyễn Du phải ẩn nhẫn chờ cơ hội minh chúa xuất hiện và mình thì chuyên tâm để viết truyện Kiều.

Theo Wikipedia tiếng Việt viết về "Kế hoạch Nam tiến dở dang" của Quang Trung có liên hệ với Nguyễn Ánh như sau:

"Ngày 25 tháng 1 năm 1787, Bá Đa Lộc (Giáo sĩ người Pháp làm Cố vấn cho Nguyễn Ánh) đã thay mặt Nguyễn Ánh ký Hiệp ước Versailles (1787) với Pháp. Theo đó, Vua Pháp đồng ý cử sang 4 chiếc tàu chiến và một đạo binh: 1.200 lục quân, 200 pháo binh, 200 lính da đen Phi Châu (Cafres) và đủ các thứ súng ống thuốc đạn để đánh Tây Sơn. Ngược lại, sau khi chiến thắng, Nguyễn Ánh nhường cho Pháp cửa Hội An (Faifo) và đảo Côn Lôn (Poulo-Condore), chủ quyền các vùng đất đó thuộc về nước Pháp ngay lúc quân đội Pháp chiếm đóng hòn đảo nói trên. Đúng lúc đó thì nước Pháp xảy ra Cách Mạng (1789), Vua Pháp không thực hiện Hiệp ước nhưng Bá Đa Lộc đã kêu gọi các thương nhân người Pháp trợ giúp cho Nguyễn Ánh.

"...Việc củng cố Gia Định cộng thêm sự giúp đỡ của người Pháp đã giúp cho thế lực của Nguyễn Ánh ngày càng mạnh, có thể đối đầu với Tây Sơn. Quân Nguyễn Ánh được người Pháp hỗ trợ kéo ra đánh Bình Thuận, Bình Khang, Diên Khánh. Quân của Tây Sơn Vương Nguyễn Nhạc liên tiếp bại trận và mất mấy thành này. Cho tới năm 1791, Nguyễn Nhạc chỉ còn cai quản Quy Nhơn, Phú Yên và Quảng Ngãi.

"Sau khi ổn định tình hình Bắc Hà, Quang Trung quyết tâm tiêu diệt Nguyễn Ánh. Ông ra sức trấn an Nguyễn Nhạc và nhân dân trong vùng do Nguyễn Nhạc cai quản để chuẩn bị Nam tiến... Để chuẩn bị phối hợp với Quang Trung, năm 1792, Nguyễn Nhạc đóng nhiều tàu thuyền ở cửa Thị Nại để Nam tiến. Nhưng lúc đó là mùa gió nồm, chỉ thuận cho quân Nam ra, phải đợi cho đến mùa Đông mới thuận gió cho quân Tây Sơn vào. Nguyễn Ánh thừa dịp cùng quân Pháp, Bồ Đào Nha đánh úp cửa Thị Nại, đốt cháy nhiều thuyền chiến của Tây Sơn. Tây Sơn Vương không phòng bị, lại phải thu quân về Quy Nhơn ..." (Hết trích).

Điểm qua lịch sử một thời hay nói đúng hơn là một giai đoạn nhiêu khê như thế từ khi trở về lại Đại Việt, Nguyễn Du phải tự chọn cho mình một thế đứng cho tương lai, vì lúc ấy ông mới có 24 tuổi, tương lai còn dài. Nếu công khai ra phò Tây Sơn như anh Nguyễn Đề của mình thì ông cũng không muốn. Chỉ có cách duy nhất là ở vậy để chờ thời.

Theo tác giả Phạm Trọng Chánh trong bài Tiểu sử Nguyễn Du qua những phát hiện mới" thì: "Từ giữa năm 1790 đến 1794, Nguyễn Du sống tại Thăng Long, nương tựa nơi anh Nguyễn Nễ, nhưng sống tại Gác Tía nhà câu cá anh Nguyễn Khản, cạnh đền Khán Xuân và Cổ Nguyệt Đường, yêu cô hàng xóm họ Hồ. Ba năm này Nguyễn Du viết Đoạn Trường Tân Thanh. Phạm Đình Hổ trong thơ chữ Hán đã trêu cô gái mới lớn Hồ Phi Mai, yêu anh chàng viết Đoạn Trường nên đứng trước gương cũng uốn éo như đứt ruột." (Hết trích)

Như vậy chúng ta có thể khẳng định là Nguyễn Du đã viết Kim Vân Kiều truyện hay Đoạn Trường Tân Thanh trong thời điểm trên tại Hà Nội và truyện Kiều chính thức có mặt tại Việt Nam sau năm 1794 khi Nguyễn Du từ Trung Quốc về, sau 3 năm lưu lạc (1788-1790) làm nhà sư Chí Hiên và bắt gặp tác phẩm này do Thanh Tâm Tài Nhân viết bằng chữ Hán và Nguyễn Du bây giờ bắt đầu phóng tác ra chữ Nôm.

Do vậy, ở đây chúng ta cũng cần nên biết rõ nội dung của câu chuyện mà Thanh Tâm Tài Nhân đã viết từ thời nhà Minh ở bên Trung Quốc như thế nào và ông đã thêm bớt nhân vật hay hoàn cảnh ra sao để trở thành một áng văn chương bất hủ như Truyện Kiều mà ngày nay chúng ta đang có được.

Nội dung của Kim Vân Kiều hay Đoạn Trường Tân Thanh được trích dẫn từ Wikipedia tiếng Việt cũng như trang "TRUYỆN 4 U Net" đọc lời dẫn về truyện Kiều như sau:

"Thanh Tâm Tài Nhân sống vào đời nhà Minh. Ông quê ở huyện Sơn Âm, tỉnh Chiết Giang, học giỏi hiểu biết rộng, nhưng đi thi không đỗ, bèn làm mặc khách của Hồ Tông Hiến.

"Sinh thời đã có lần Thanh Tâm Tài Nhân thảo tờ biểu 'Dâng hươu trắng' cho vua nên trở thành nổi tiếng.

Ngoài tác phẩm chính Kim Vân Kiều truyện, ông còn có loạt kịch Tứ Thanh Viên (Vượn kêu bốn tiếng) gồm 4 vở kịch: Ngư Dương Lộng, Thúy Nương Mộng, Hoa Mộc Lan và Nữ Trạng Nguyên.

"Ông tên thật là Từ Văn Trường, tức Từ Vị, còn có một số bút hiệu khác là Thiện Tri, Thanh Đằng, Điền Thủy Nguyệt. Theo nhiều tư liệu, sử sách chép ông sinh năm 1521 mất năm 1593, đương thời với ca kỹ tên Vương Thúy Kiều."

"Kim Vân Kiều là một bộ tiểu thuyết chương hồi có lối kết cấu truyền thống theo kiểu văn xuôi cổ điển Trung Quốc. Sách gồm 20 hồi, trước mỗi hồi đều có phần giới thiệu tóm lược nội dung, lời bình phẩm mà người đời sau thường xem là lời của Kim Thánh Thán. Cuối mỗi hồi đều có câu: Muốn biết sự việc thế nào, xin xem hồi sau phân giải..."

Phần dịch ra tiếng Việt 20 hồi trong mục lục truyện như sau:

第一回

無情有情陌路弔淡仙

有缘無缘劈空遇金重

Hồi 1:

Vô tình hữu tình, mạch lộ điếu Đạm Tiên,
Hữu duyên vô duyên, phách không ngộ Kim Trọng.

Hồi thứ nhất:

Đâu lẽ vô tình, trên đường viếng mộ Đạm Tiên.
Nào phải vô duyên, bỗng dưng Kiều gặp Kim Trọng.

第二回

王翠翹坐癡想夢題斷腸詩

金千里盼東牆遥定同心約

Hồi 2:

Vương Thúy Kiều tọa si tưởng, mộng đề đoạn trường thi,
Kim Thiên Lý phán đông tường, dao định đồng tâm ngữ.

Hồi thứ hai:

Thúy Kiều trong mộng, gặp Đạm Tiên làm thơ Đoạn Trường,
Kim Trọng vượt tường, cùng người yêu buông lời thề ước.

第三回

兩意堅藍橋有路

通宵樂白璧無瑕

Hồi 3:

Lưỡng ý kiên, Lam kiều hữu lộ
Thông tiêu lạc, bạch bích vô hà.

Hồi thứ ba:

Đôi bên cùng quyết, chốn Lam kiều tìm được đường sang,
Suốt đêm hòa vui, giữ vẹn băng trinh lòng ngọc.

第四回

孝念深而身可捨不忍宗淪

姻缘斷而情難忘猶思妹績

Hồi 4:

Hiếu niệm thâm nhi thân khả xả, bất nhẫn tông luân.
Nhân duyên đoạn nhi tình nan vong, do tư muội tục.

Hồi thứ tư:

Hiếu đạo sâu dày, Kiều quên thân quyết cứu nạn nhà,
Tơ duyên ngắn ngủi, tình khó quên cậy duyên em nối.

第五回

甘心受百忙裏猛棄生死

捨不得一家人哭斷肝腸

Hồi 5:

Cam tâm thụ bách mang lý, mãnh khí sanh tử,
Xả bất đắc nhất gia nhân, khốc đoạn can trường.

Hồi thứ năm:

Chuyện nhà trăm sự ngổn ngang, đành quên thân mình sống chết,
Người thân không nỡ chia ly, khóc than ruột đứt gan lìa.

第六回

孝女捨身行孝猶費周旋

金夫消屈得金全不費力

Hồi 6:

Hiếu nữ xả thân hành hiếu, do phí chu toàn,
Kim phu tiêu khuất đắc kim, toàn bất phí lực.

Hồi thứ sáu:

Con gái hiếu quên mình báo hiếu, trang trải mọi điều,
Lũ quan tham nhàn nhã được vàng, không cần nhọc sức.

第七回

含羞告父母用情之終

忍恥賦狂且失身之始

Hồi 7:

Hàm tu cáo phụ mẫu dụng tình chi chung,
Nhẫn sỉ phú cuồng thả thất thân chi thủy.

Hồi thứ bảy:

Thẹn thùng tỏ mối tình chung, nỉ non thưa cùng cha mẹ,
Nuốt nhục nhắm mắt đưa chân, thất thân với kẻ vô nghì.

第八回

王孝女甘心白刃

馬秀媽計賺紅顏

Hồi 8:

Vương hiếu nữ cam tâm bạch nhận,
Mã Tú ma kế trám hồng nhan.

Hồi thứ tám:

Hiếu nữ họ Vương, đành lòng quyên sinh bằng dao nhọn,
Tú bà họ Mã, nhẫn tâm lập kế gạt hồng nhan.

第九回

惜多才認作賊子

坑薄命偕俠圖財

Hồi 9:

Tích đa tài nhận tác tặc tử,
Khanh bạc mệnh giai hiệp đồ tài.

Hồi thứ chín:

Tiếc kẻ đa tài, vẫn mắc mưu gian đại bịp,

Hận mình phận bạc, không đường thoát chốn lầu xanh.

第十回

破落戶反面無情

老媽根煙花教訓

Hồi 10:

Phá lạc hộ phản diện vô tình,
Lão xướng căn yên hoa giáo huấn.

Hồi thứ mười:

Sa cảnh khó, phận hồng nhan đành phải đổi lòng,
Gái điếm già, lắm tài nghề dạy cách trăng hoa.

第十一回

哭皇天平康寄恨

醉風流金屋謀嬌

Hồi 11:

Khốc hoàng thiên bình khang ký hận,
Túy phong lưu kim ốc mưu Kiều.

Hồi thứ mười một:

Thơ "Khóc với trời cao" đem hận lòng san sẻ,
Say cảnh phong lưu, Thúc Sinh đẹp đôi với Kiều.

第十二回

衛華陽智伏馬娼

束生員喜聯王美

Hồi 12:

Vệ Hoa Dương trí phục Mã xướng,
Thúc Sinh viên hỷ liên Vương mỹ.

Hồi thứ mười hai:

Vệ Hoa Dương mưu cao trị Mã tú bà,
Thúc Sinh trọn niềm vui cùng Vương mỹ nữ.

第十三回

別心苦何忍分離

醋意深全不説破

Hồi 13:

Biệt tâm khổ hà nhẫn phân ly,
Thố ý thâm toàn bất thuyết phá.

Hồi thứ mười ba:

Lòng riêng đau khổ sao nỡ chia ly,
Ý ghen sâu độc giữ kín không nói.

第十四回

官鷹犬移花接木

王美人百折千磨

Hồi 14:

Hoạn Ưng Khuyển di hoa tiếp mộc,
Vương mỹ nhân bách chiết thiên ma.

Hồi thứ mười bốn:

Nhà họ Hoạn sai Ưng Khuyển bẻ hoa đổi nhánh,
Vương Thúy Kiều sa kế độc trăm dập ngàn vùi.

第十五回

活地獄忍氣吞聲

假慈悲寫經了願

Hồi 15:

Hoạt địa ngục nhẫn khí thôn thanh
Giả từ bi tả kinh liễu nguyện.

Hồi thứ mười lăm:

Địa ngục trần gian, nghẹn lời nuốt khí hận,
Nương cửa từ bi, chép kinh mong tròn nguyện.

第十六回

觀音閣冒險相視

文殊庵陶情題詠

Hồi 16:

Quan Âm các mạo hiểm tương thị,
Văn Thù am đào tình đề vịnh.

Hồi thứ mười sáu:

Gác Quan Âm liều mạng gặp nhau,
Am Văn Thù trổ tài ngâm vịnh.

第十七回

盂蘭會突遇魔頭遭墮落

煙花寨重施風月遇英雄

Hồi 17:

Vu Lan hội đột ngộ ma đầu tao đọa lạc,
Yên hoa trại trùng thi phong nguyệt ngộ anh hùng.

Hồi thứ mười bảy:

Qua hội Vu Lan, sa thân đọa lạc bởi ma đầu,
Giữa chốn lầu xanh, buôn trăng bán gió gặp anh hùng.

第十八回

王夫人劍誅無義漢

徐明山金贈有恩人

Hồi 18:

Vương phu nhân kiếm tru vô nghĩa hán,
Từ Minh Sơn kim tặng hữu ân nhân.

Hồi thứ mười tám:

Vương phu nhân, gươm báo oán diệt người bất nghĩa,
Từ Đại Vương, ban vàng bạc trả nợ ân tình.

第十九回

假招安明山殞命

真斷腸翠翹消劫

Hồi 19:

Giả chiêu an, Minh Sơn vẫn mạng,
Chân đoạn trường, Thúy Kiều tiêu kiếp.

Hồi thứ mười chín:

Trúng kế dụ hàng, Từ Hải thôi đành mất mạng,
Hết kiếp đoạn trường, Thúy Kiều vượt thoát nạn tai.

第二十回
金千里苦哀哀招生魂
王翠翹喜孜孜完宿願

Hồi 20:

Kim Thiên Lý khổ ai ai chiêu sinh hồn,
Vương Thúy Kiều hỷ tư tư hoàn túc nguyện.

Hồi thứ hai mươi:

Bên sông Tiền Đường, Kim Trọng chiêu hồn người sống,
Một nhà sum họp, Thúy Kiều thỏa ước nguyện xưa.

Ngoài ra cũng để làm rõ từ căn bản, nên tôi đã tìm cho ra bản gốc chuyện Kim Vân Kiều của Thanh Tâm Tài Nhân biên soạn, mà Quán Hoa Đường đã ấn hành, có đăng đề tựa của 20 hồi như phía trên đã giới thiệu. Chắc rằng tại Chùa Hổ Pháo ở Hàng Châu, Nguyễn Du đã đọc được bản này từ những năm 1789, 1790. Sau đó khi về lại Việt Nam thì bắt đầu dịch và viết từ năm 1790 đến 1794.

Nguyễn Du đã căn cứ vào bản chữ Hán này mà sắp đặt lại câu chuyện cho linh động hơn, và có lẽ điều hơn hết là Nguyễn Du cũng muốn gởi tâm sự của mình vào câu chuyện này, nên đã viết sáng tác 3.254 câu thơ Kiều hoàn toàn bằng chữ Nôm và sau này người ta viết thành chữ Quốc Ngữ, nghĩa là tiếng Việt bây giờ. Chữ Nôm là một loại chữ đặc biệt, sẽ để cập rõ ở chương sau.

Bản Hán văn Kim Vân Kiều truyện
- Thư viện quốc gia, mã số R.966

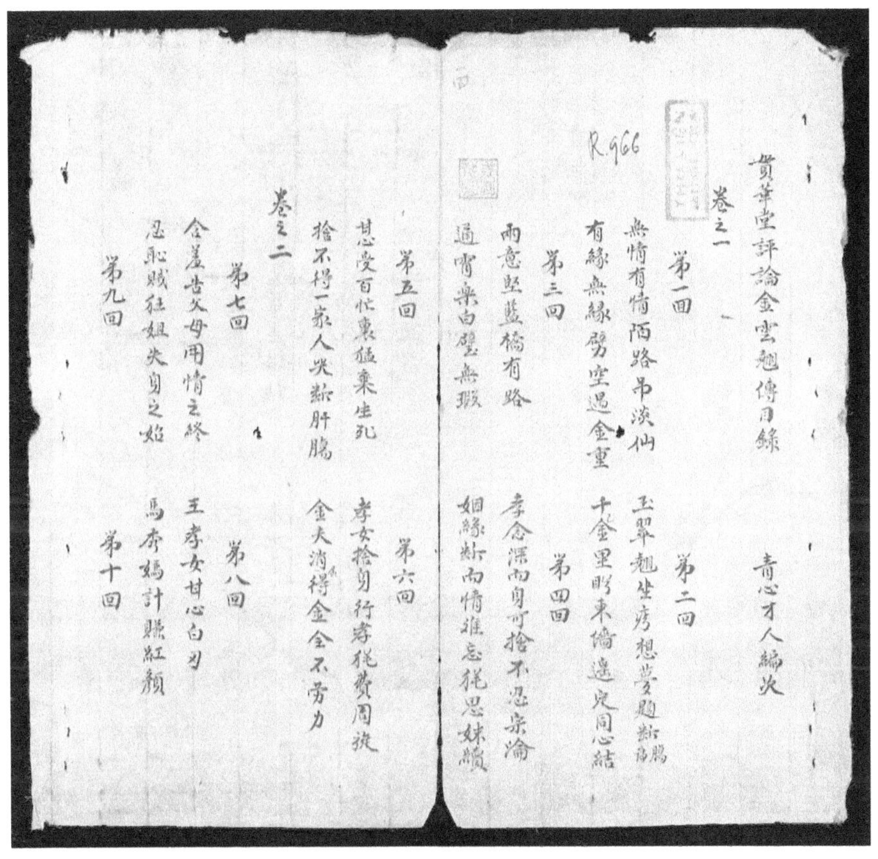

Ảnh chụp hai trang đầu ghi các tiêu đề từ hồi thứ nhất đến hồi thứ tám

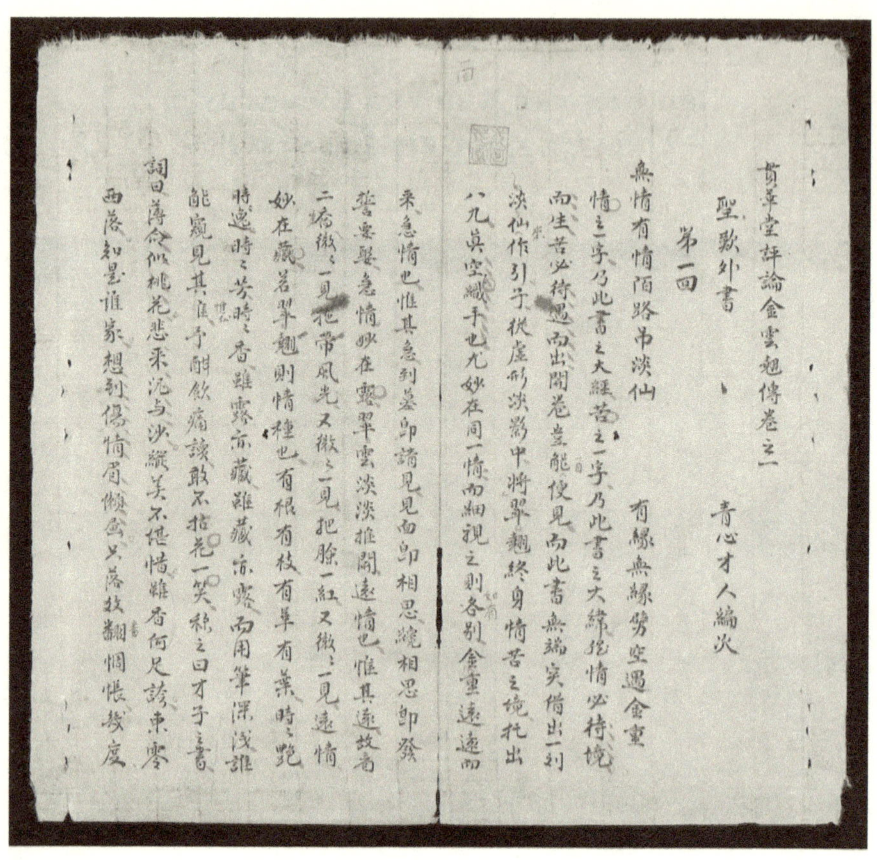

Ảnh chụp phần nội dung bắt đầu hồi thứ nhất

Như quý độc giả đã nhìn thấy mấy trang chữ Hán bên trên, là bản chép tay phần đầu của truyện Kim Vân Kiều do Thanh Tâm Tài Nhân biên soạn. Và để rõ biết cặn kẽ hơn tôi đã vào mạng để tìm tài liệu thì tìm được bản dịch Kim Vân Kiều truyện do Phó Giáo Sư Tiến Sĩ Nguyễn Đảng Na hiệu chỉnh[1] và tôi xin được trích dẫn toàn bộ phần đầu này cũng như Hồi thứ nhất để quý độc giả biết thêm về một phần nội dung của cốt truyện.

---

[1] Nguồn: https://truyen4U.net/ban-moi-cap-nhat-kim-van-kieu-truyen-thanh-tam-tai-nhan-loi-dan-ve-an-ban-880079270.html (Truy cập 6/12/2019)

Lời dẫn về văn bản

Chúng ta ai cũng biết rằng, dựa trên cơ sở văn bản Kim Vân Kiều truyện do Thanh Tâm Tài Nhân biên thứ, Nguyễn Du đã tái tạo thành thi phẩm nổi tiếng là Đoạn Trường Tân Thanh. Vì vậy, muốn hiểu Nguyễn Du một cách đầy đủ và khách quan, đặc biệt là muốn hiểu những nỗi "đau đớn lòng" trước thời cuộc "bể dâu" mà ông đã từng "trải qua", từng "trông thấy", rồi đem thể hiện chúng qua ngòi bút thiên tài của mình, thì không thể không đọc Kim Vân Kiều truyện của Thanh Tâm Tài Nhân.

Hiện nay có nhiều văn bản Kim Vân Kiều truyện và bản nào cũng ghi Thanh Tâm Tài Nhân biên thứ. Song khi đọc, ta không khỏi ngạc nhiên, bởi chúng không chỉ khác nhau ở một vài chi tiết mà còn khác nhau cả về nội dung cũng như cách ngắt hồi. Tựu trung, có hai loại văn bản về Kim Vân Kiều truyện: Loại in từ nửa đầu thế kỷ XX trở về trước và loại in từ giữa thế kỷ XX trở lại đây.

Loại thứ nhất, về cơ bản chúng giống nhau, sự dị biệt về chữ nghĩa là không đáng kể. Chỉ có điều khác là bản do Quán Hoa Hiên tàng bản thì không có lời đề tựa của một người tên hiệu là Thiên Hoa Tàng chủ nhân và có lời bình luận của Quán Hoa Đường, còn bản do Đại Liên Đồ thư quán thì ngược lại, không có lời bình của Quán Hoa Đường, nhưng lại có đề tựa của Thiên Hoa Tàng chủ nhân.

Loại thứ hai, chẳng hạn, bản do Đinh Hạ hiệu điểm, hoặc bản do Xuân Phong văn nghệ xuất bản… về cơ bản cũng gồm 20 hồi như các bản Quán Hoa Hiên, Đại Liên… nhưng dài hơn, có nhiều chi tiết hơn, tạo nên sự hoàn thiện cho tác phẩm, nâng giá trị về nội dung cũng như về nghệ thuật của tác phẩm cao hơn, đặc biệt tạo nên mạch logic gần gũi với lối tư duy của người hiện đại. Hơn nữa, có bản, chẳng hạn bản do Đinh Hạ hiệu điểm, cách ngắt hồi cũng khác với hai bản Quán Hoa Hiên và Đại Liên. Điều này tạo nên sự phức tạp, thậm chí rối loạn khi nghiên cứu - so sánh giữa Đoạn Trường Tân Thanh với Kim Vân Kiều truyện.

Dĩ nhiên công việc của chúng tôi không phải là phê phán các văn bản Kim Vân Kiều truyện hoặc đưa ra phương pháp nghiên cứu - so sánh, mà chỉ muốn giới thiệu một bản dịch Kim Vân Kiều truyện.

Ở Việt Nam ít nhất đang lưu hành ba dịch bản Kim Vân Kiều truyện. Bản thứ nhất do Hùng Sơn Nguyễn Duy Ngung dịch, in năm 1925. Bản thứ hai được dịch bởi các cụ Nguyễn Khắc Hanh, Nguyễn Đức Vân, in rônêô năm 1962, sau đó năm 1994 nhà xuất bản Hải Phòng in lại và La Sơn Nguyễn Hữu Sơn giới thiệu. Bản thứ ba do cụ Tô Nam Nguyễn Đình Diệm dịch, in năm 1971.

Trong ba bản dịch kể trên thì bản dịch của cụ Hùng Sơn bị bỏ mất ba hồi và cũng khá tùy tiện thêm bớt, bản của cụ Tô Nam ra đời sau, lại bỏ mất những lời bình của Quán Hoa đường. Bản của các cụ Nguyễn Khắc Hanh, Nguyễn Đức Vân ra đời trước bản của Tô Nam, lại có đầy đủ cả bài tựa và lời bình. Vì vậy, chúng tôi chọn bản này để giới thiệu.

Tuy nhiên, bởi dựa vào bản chép tay ký hiệu A.953 có duy nhất vào thời kỳ bấy giờ để dịch nên bản của các cụ Nguyễn Khắc Hanh và Nguyễn Đức Vân không khỏi có một vài sai sót mà ông Phạm Đan Quế trong Truyện Kiều đối chiếu đã nêu: "...Có một số sai khác, lược bỏ một vài đoạn ngắn của một số bài thơ..."

Nay may mắn, được nhà giáo nhân dân Giáo sư Nguyễn Đình Chú, giảng viên khoa Ngữ văn trường Đại Học Sư Phạm Hà Nội, cho mượn văn bản Kim Vân Kiều truyện do Tiểu Hoa Hiên tàng bản, Quán Hoa đường bình luận và được Giáo sư cùng nhà văn Siêu Hải thay mặt gia đình hai cố dịch giả cho phép tôi hiệu chỉnh lại bản dịch của hai cụ. Tôi đã hiệu chỉnh theo ba nguyên tắc sau đây:

1. Bổ sung những đoạn mà dịch giả thiếu, có thể do bản chép tay A.953 bỏ sót...

2. Điều chỉnh những chỗ khác khá xa với nguyên bản.

3. Điều chỉnh cách xưng hô. Đối với người Việt Nam, cách xưng hô biểu hiện thái độ của người giao tiếp với đối tượng mình đang giao tiếp. Không phải ngẫu nhiên, Thanh Tâm Tài Nhân toàn gọi Mã Giám Sinh là Mã Bất Tiếu, hoặc Mã Quy, trừ trường hợp duy nhất mụ mối giới thiệu y với gia đình Thúy Kiều mới gọi là Giám Sinh họ Mã. Đối với Thúy Kiều cũng vậy, lúc tác giả gọi Thúy Kiều, lúc lại gọi là phu nhân hoặc Vương phu nhân. Điều đó do dụng ý nghệ thuật của tác giả. Cách xưng hô còn biểu hiện trình độ văn hóa và quan hệ của người xưng hô với đối tượng giao tiếp. Hoạn Thư là con nhà gia giáo, có phong cách của bậc tiểu thư con quan Thượng Thư Bộ Lại, dù có ghét Thúy Kiều đến đâu nàng cũng không thể "mày tao mi tớ" với Thúy Kiều, Bạc Hạnh dù có cố phỉnh nịnh để lừa Thúy Kiều thì y cũng không thể xưng anh anh em em với nàng... Gặp các trường hợp tương tự như vậy, tôi đều hiệu chỉnh lại.

Ngoài ba nguyên tắc nêu trên, những chỗ nguyên bản không có mà dịch bản có, tôi cũng lược bỏ đi.

Sau khi hiệu chỉnh xong, tôi đã đưa để Giáo sư Nguyễn Đình Chú duyệt lần cuối cùng. Nguyện vọng của tôi là chỉ muốn cung cấp cho bạn đọc một dịch bản Kim Vân Kiều truyện càng ít sai sót và càng gần với bản Nguyễn Du dùng để sáng tạo Đoạn Trường Tân Thanh bao nhiêu càng tốt bấy nhiêu. Tuy nhiên, mong muốn là một chuyện, còn có đạt được mong muốn ấy không, lại là vấn đề khác vì nó phụ thuộc vào tình hình tư liệu và trình độ của người hiệu chỉnh.

Văn bản dùng để hiệu chỉnh là Kim Vân Kiều truyện do Tiểu Hoa Hiên tàng bản. Dù có cố gắng bao nhiêu, tôi cũng biết rằng, khó tránh khỏi những thiếu sót. Mong được sự chỉ giáo của độc giả gần xa.

Cuối cùng, có được bản Kim Vân Kiều truyện này là nhờ sự giúp đỡ của Giáo sư Nguyễn Đình Chú và nhà văn Siêu Hải – thân nhân của hai cố dịch giả Nguyễn Khắc Hanh, Nguyễn Đức Vân và Nhà xuất bản Đại Học Sư Phạm. Nhân đây xin chân thành cảm ơn sự giúp đỡ quý báu đó.

Hà Nội, ngày 03.01.2000

Người hiệu chỉnh

PGS.TS NGUYỄN ĐẢNG NA

QUYỂN I
HỒI THỨ NHẤT

Vô tình hay hữu tình, giữa đường viếng mộ Đạm Tiên,
Hữu duyên hay vô duyên, bỗng không gặp chàng Kim Trọng.

Trong thiên này chữ tình tuy chỉ là một chữ nhưng là đại kinh, và chữ khổ tuy chỉ một chữ nhưng là đại vĩ, song tình tất đợi có cảnh mới sinh, và khổ tất đợi gặp gỡ mà có. Bởi vậy, mở sách ra há có thể thấy được ngay. Cho nên sách này không phải vô cớ mượn một cô Lưu Đạm Tiên ra làm người dẫn truyện, và rồi từ trong một hình ảnh lờ mờ, bay ra được tám chín phần mười cái cảnh tình khổ suốt đời của Thúy Kiều, thật là một tay khéo léo, dệt không nên có. Khéo hơn nữa là, cùng một cái tình mà xét kỹ ra thì như có khác. Tả Kim Trọng từ xa đi đến, là tình vội, vì vội, nên đến mộ liền xin gặp mặt, gặp mặt liền nổi tương tư, vì tương tư liền phát thệ muốn cưới làm vợ. Tình vội khéo ở chỗ hé lộ. Còn tả Thúy Vân thì từ từ đưa ra, là tình xa, vì xa, nên lúc Kim Trọng gặp lại hai Kiều, hơi hơi hé thấy, lúc cô ta nói: Nhờ tay dắt díu, em được phong quan, lại hơi hơi hé thấy và lúc cô ta mặt mày đỏ ửng, cũng chỉ hơi hơi hé thấy. Tình xa khéo ở chỗ kín. Còn Thúy Kiều là một giống tình có rễ, có cành, có hoa, có lá, lúc nào cũng đẹp, lúc nào cũng tươi, lúc nào cũng thơm, lúc nào cũng ngát, tuy hở mà kín, tuy kín mà hở. Có điều, cách dùng bút tả, nét đậm nét phai, phỏng ai đã có thể ngó thấy? Nên tôi chỉ uống rượu cho say, đọc văn cho khoái, rồi xin nâng lấy cánh hoa, mỉm cười và khen rằng: - Đây là cuốn viết của tay tài tử.

Bài từ rằng:

Mệnh bạc tựa đào hoa, bùn cát phận buồn sao!
Đẹp đã không đủ tiếc, thơm há đáng khoe nào!
Đông Tây tan tác, biết về nhà nào?
Nghĩ thấy tình thương, mày ngại vẽ,
Chỉ thêm mấy phần ngẩn ngơ, mấy độ ngán ngao!
Thôi thôi! Oán trách chi nào,
Xưa nay sắc nước thêm người ghét,
Đành để ông xanh giết đã sao?

(Điệu Nguyệt Nhi Cao)

Khúc từ Nguyệt Nhi Cao trên đây chỉ là thở than riêng cho số phận giai nhân đeo mệnh bạc, hồng phấn gặp sự không may, sinh ra có sắc đẹp, đã không gặp được cái vinh sống ở nhà vàng, trở lại bị nỗi khổ phũ phàng hắt hủi. Thử xem từ xưa tới nay, những bậc giai nhân đệ nhất, ít thấy trên đời, phỏng có mấy ai đã thoát khỏi được vòng tai họa. Kia như Chiêu Quân sắc trội ba nghìn, không khỏi lầm than nơi ải Bắc, Quý Phi vua yêu nhất nước, tránh sao chết thảm ở Mã Ngôi, rồi đến nào Phi Yến, nào Hợp Đức, ai được vuông tròn? Nào Tây Tử, nào Điêu Thuyền, luống đeo tiếng xấu! Chẳng qua là tạo hóa ghét sự vẹn toàn, hơn điều nọ tất phải kém điều kia, cho nên sinh được một phần hồng nhan thì phải chịu mười phần đày đọa, có được một chút tài lại phải gánh thêm một phần nghiệp chướng. Tức như nàng Tiểu Thanh ở Dương Châu, tài sắc tính tình thảy đều tột bậc, mà lấy phải anh chồng xuẩn ngốc nhường kia, tưởng cũng đủ tội rồi, hay đâu còn vướng phải vòng ghen của con ác phụ, để đến nỗi sống đọa thác đày, thì há chẳng đáng đau xót? Ấy chính là đáng đau xót và cảm động, mà những mặc khách tao nhân đã vì nàng than thở, vì nàng xót xa, lại đã vì nàng chép truyện, đề thơ lưu truyền bất hủ. Giả thử, Tiểu Thanh không gặp phải bàn tay con mụ độc ác ấy, để được sống dễ dàng đôi chút trong hàng lẻ mọn, không phải chịu mây sầu mưa thảm, thành ra cảnh tuyết nguyệt phong hoa thì sao còn có thể lưu truyền bất hủ nữa? Đại để, ngọc không mài không rõ ngọc rắn, trầm không đốt không thấy trầm thơm, chẳng riêng gì Tiểu Thanh như thế. Phàm thân gái ở đời, tài mạo song toàn mà sống chẳng gặp thời cũng đều thuộc hạng Tiểu Thanh, cũng có thể cùng với Tiểu Thanh lưu truyền bất hủ. Dưới đây xin thuật chuyện một thiếu nữ, cả tài lẫn mạo, không kém Tiểu Thanh mà chịu nỗi đọa đày hình như còn có phần hơn, thật đáng sánh cùng Tiểu Thanh nghìn thu để tiếng vậy...

Nói về ở Bắc Kinh, có một vị viên ngoại họ Vương tên Lưỡng Tùng, tự Tử Trinh, tính tình thực trung hậu, gia kế thường thường, không dồi dào cũng không túng kém. Vợ họ Hà, cũng là người hiền năng, sinh được một con trai, tên Vương Quan, học tập nghiệp nho, và hai gái, chị tên Thúy Kiều, em tên Thúy Vân, tuổi đều đang độ thanh xuân. Cả hai chị em đều xinh đẹp, hiền dịu, thạo thơ phú. Riêng Thúy Kiều vẻ người tha thướt phong lưu, tính chuộng hào hoa, lại thích âm luật, rất thạo ngón hồ cầm. Thúy Vân thường can ngăn chị:

- Âm nhạc không phải là công việc khuê phòng, e người ngoài nghe biết, không được nhã!

Thúy Kiều nghe em can nhưng không cho thế là phải, thường soạn bài ca bạc mệnh phổ vào hồ cầm, trăm vần thê lương khiến người nghe thấy đều chau mày rơi lệ. Trong bài có đoạn kết như sau:

> *Nhớ nước cũ, Sâm Thương trằn trọc,*
> *Buồng luân vong, vẻ ngọc xót xa.*
> *Chị em sinh sủng một nhà,*
> *Thoắt thôi chốc hóa ra ma mới buồn.*
> *Chúa xuân nỡ ra tuồng ghẻ lạnh,*
> *Phụng Tiên đã khôn tránh diệt vong.*
> *Cửa hầu thăm thẳm xa trông,*
> *Chàng Tiêu hờ hững, còn mong ngóng gì!*
> *Chót vướng kẻ gian phi không đáng,*
> *Cùng Mậu – Lâm còn gắng tranh hơn.*
> *Vì chàng vò võ cô đơn,*
> *Cùng chàng một thác không hờn oán chi.*
> *Hồn ly biệt, tình si mang nặng,*
> *Luống than thầm thở ngắn bao khuây.*
> *Tìm cha đáy nước mò thây,*
> *Vì cha liều mạng chết thay thân mình.*
> *Phận chiếc quạt thất tình đáng tủi,*
> *Nâng niu rồi, hắt hủi như không.*
> *Cửa ngoài tan tác bâng khuâng,*
> *Già nua kiếm kẻ đoái trông phận này.*
> *Hồng nhan vẫn xưa nay bạc mệnh,*
> *Thì đoạn trường há tránh được sao?*
> *Mình đầy hờn oán tiêu tao,*
> *Nảy ra khúc oán nao nao lòng người.*

Hãy gác lại ngón đàn cao diệu của Thúy Kiều. Đây nói đến trong vùng có một người học trò, con nhà giàu họ Kim tên Trọng, tự là Thiên Lý, sinh ra diện mạo giống Phan An, văn tài ngang Tử Kiến, tuổi trạc đôi mươi, đang mơ mộng gặp người tốt đôi vừa lứa, thường nghe biết Thúy Kiều thạo ngón đàn hồ cầm, lại thông thi phú, nên vẫn âm thầm hâm mộ, muốn được thấy mặt, nhưng chưa có dịp, vì thế thường kiếm nhiều cách để chờ chực lúc Thúy Kiều ra vào.

Một hôm nhằm tiết Thanh Minh, cả nhà họ Vương cùng đi tảo mộ, rồi luôn dịp dự hội Đạp Thanh. Thúy Kiều cùng em là Thúy Vân và Vương Quan thong thả dạo chơi đây đó, đi đến bờ suối, bỗng thấy một ngôi mộ chơ vơ hiu quạnh, bèn nói với Vương Quan:

- Em này, em coi ngôi mộ kia, gò giăng phía trước, cây rợp ngàn sau, cảnh trí rất u nhã mà sao không thấy ai lui tới viếng thăm?

Vương Quan nói:

- Té ra chị chưa rõ! Đấy là mộ Lưu Đạm Tiên, danh kỹ đệ nhất Bắc Kinh này. Lúc nàng sống, có một thời đã vang động tiếng tăm. Sau khi nàng chết, mụ dầu bất nhân định vứt xác nàng ra khe suối, may gặp một người khách ở xa tới thăm, thấy nàng đã chết thì nức nở khóc than: "Đạm Tiên! Đạm Tiên! Ta với nàng, sao mà vô duyên lắm vậy. Lúc sống đã không được cùng nhau thân cận, thì khi thác rồi, ta thu nhặt hài cốt của nàng, cũng không uổng một cuộc tình duyên mơ ước". Thế rồi người khách sắm sửa xiêm áo quan quách, khâm liệm chôn cất nàng ở đây. Là nấm mồ cô đơn vô chủ thì có ai lui tới viếng thăm?

Thúy Kiều nghe xong, thở dài nói:

- Đáng thương thay! Đáng thương thay! Sống làm vợ muôn người, chết làm ma không chồng. Hồng nhan bạc mệnh đến thế là cùng! Bây giờ chị muốn xem qua tấm bia, coi viết chữ gì!

Ba người cùng nhau dạo quanh khúc suối, vượt qua chiếc cầu nhỏ, đến trước mộ thấy rêu xanh bám đầy tấm bia. Thúy Kiều đi thẳng tới, vén cỏ xem kỹ, nhận ra được mấy chữ: "Hiệu thư Lưu Đạm Tiên mộ" liền bùi ngùi than thở.

- Chị Đạm Tiên! Lúc chị sống, phồn hoa biết dường nào, mà nay thác rồi, lại hiu quạnh thế! Lúc này em được gần bạn tài sắc, đáng lẽ phải dâng chị một chén rượu, song vì không sẵn rượu đem theo, vậy em xin đề một bài thơ, gọi là chút tình thương xót. Hồn chị dưới suối vàng có biết, âu cũng không phụ một chút nhiệt tình của em!

Nhân bẻ cành trúc cắm lên mộ, rồi khấn:

- Chị Đạm Tiên! Chị Đạm Tiên! Em là Thúy Kiều, bữa nay tới đây viếng chị, mong hương hồn chị nghe với!

Liền vun đất cắm hương, sụp lạy bốn lạy, rồi đề một bài thơ rằng:

Sắc hương đâu đó tá?
Thăm viếng não lòng thay!
Chăn gấm, trăng soi lạnh
Đài gương, bụi phủ nhòa
Đất tuy vùi ngọc ấy
Tuyết chưa lấp danh này
Rượu nhiều như sông đó
Nào ai tưới chốn đây?!

Thúy Kiều đề thơ xong, buồn rầu sa nước mắt, Thúy Vân, Vương Quan thấy vậy, đều nói:

- Lạ cho chị lắm! Tự nhiên vô cớ lại hướng vào mộ người ta mà khóc!

Thúy Kiều nói:

- Hai em chưa hiểu rõ! Chị nghĩ rằng hồng nhan vô chủ, từ xưa vẫn thế. Chị Đạm Tiên này không lẽ lọt lòng ra liền là kỹ nữ, chẳng qua cũng chỉ vì sự thế đáo đầu, phải rơi vào hố lửa đây thôi! Thuyền trước đã thế, thuyền sau phải lo, biết đâu chúng mình lại chẳng cũng là người bước theo gót chị ấy? Các em coi, xưa kia gái đẹp như Tây Thi, như Quý Phi, có mấy ai được trước sau trọn vẹn! Chị nghĩ thế, nên thấy cảnh thương tình, lòng đau ruột đứt.

Vương Quan nói:

- Chị thật đáng tức cười, nói chuyện xa xôi quá. Đây là ngôi mộ hoang, âm khí nặng nề, không nên ở lâu. Về đi thôi!

Thúy Kiều nói:

- Nếu định về, thì để chị từ biệt chị Đạm Tiên đã!

Rồi quay về trước mộ khấn rằng:

- Chị Đạm Tiên! Chị Đạm Tiên! Em về đây! Nếu chị có thiêng, xin hiển linh cho em xem, khỏi phụ chút tình si của em từ nãy đến giờ.

Nói chưa dứt lời, bỗng từ phía sau mộ nổi lên một luồng gió Tây, thê lương thảm đạm, núi sông rạo rực, cây cỏ ngả nghiêng, rồi bỗng trời mây u ám, làm cho mọi người tối tăm mặt mày. Luồng gió cuốn đến bên mình Thúy Kiều, quay quanh ba vòng rồi tan ngay chốc lát. Vương Quan và Thúy Vân thấy đều kinh hoảng, đồng thanh nói:

- Chị ơi! Chúng em đã nói là ở đây âm khí nặng nề, mau về đi thôi! Trận gió này thật ghê người, ta còn ở đây làm chi nữa?

Thúy Kiều cười nói:

- Không phải gió đâu! Đó là chị Đạm Tiên hiển linh cho chị xem. Vậy chị còn muốn đề một bài thơ tạ lòng chị ấy rồi mới về!

Vương Quan nói:

- Chị Lưu mất đi, nào biết đã bao năm, nếu còn linh ứng như thế, thì chị ấy sẽ thành Bồ Tát?

Thúy Kiều nói:

- Thác, ấy là thể xác, còn, ấy là tinh anh. Tinh anh nghìn đời không mất, thường thường mượn gió nương mây, tỏ dấu linh ứng. Nếu các em không tin, để chị theo đường gió tìm dấu vết, nhất định có tăm hơi.

Vương Quan nói:

- Em thì không tin!

Thế là kẻ trước người sau, dắt nhau đi tìm, quả thấy trên đám rêu xanh lờ mờ một dãy vết giày từ Tây qua Đông, đến mộ thì hết. Vương Quan, Thúy Vân thấy vậy, mới đều kinh hãi, vội giục Thúy Kiều về ngay. Thúy Kiều nói:

- Vội chi mà! Hương hồn linh cảm như thế, chị cố phải làm một bài thơ từ biệt đã, rồi mới về chứ!

Liền rút cành hoa trên đầu, vạch cả bài thơ viếng và bài thơ an ủi lên thân cây. Thơ rằng:

Gió Tây đâu bỗng nổi?
Rào rào thật buồn thay!
Thảm thiết như hờn oán
Thê lương dạ chẳng khuây.
Xe loan đi cõi khác
Bóng hạc tưởng về đây.
Phảng phất hồn thơm đó
Rêu xanh rõ dấu giày.

Thúy Kiều vạch bài thơ xong, hãy còn nấn ná chưa muốn ra về, bỗng thấy một chàng thư sinh cưỡi ngựa từ xa tiến đến. Vương Quan nhận ra là Kim Trọng, một bạn đồng song chí thiết với mình, nhưng không ngờ anh chàng lại chú ý tìm tới đây, nên vội nói với hai chị:

- Kìa! Có anh Kim đến, các chị hãy tạm lánh đi!

Thúy Kiều thoạt nghe, ngước mắt nhìn Kim Trọng, thấy chàng vẻ người hào hoa phong nhã, đang giong ngựa tiến đến, liền cùng Thúy Vân lảng ra phía sau mộ. Kim Trọng tới trước mộ, xuống ngựa chào Vương Quan, làm như vô tình hỏi:

- Anh Hải Vọng đến đây làm gì? Đệ vì hâm mộ Lưu Đạm Tiên là người cao nhã, nên định qua thăm, không dè lại gặp tôn huynh. Vừa rồi có hai vị tiểu thư, chẳng hay đối với huynh là thân quyến thế nào?

Vương Quan đáp:

- Đó là hai chị tôi.

Kim Trọng nói:

- Đã là lệnh thư, thì chỗ bà con, không lẽ lại không chào! Vậy phiền huynh thưa giúp, cho đệ được gặp mặt.

Vương Quan chối từ không được, đành phải đến sau mộ nói với chị, liền đó Kim Trọng cũng nối gót theo sau. Hai nàng tránh không được, phải cùng bước ra chào. Kim Trọng chắp tay cúi lễ rồi lui ra thấy Thúy Kiều mày nhỏ mà dài, mắt trong mà sáng, mạo như trăng thu, sắc tựa hoa đào, còn Thúy Vân thì tinh thần tĩnh chính, dung mạo đoan trang, có một phong thái riêng, khó mô tả.

Bị sắc đẹp quyến rũ, Kim Trọng bất giác thần hồn phiêu bạt, nghĩ thầm: "Nọc tương tư này tai hại lắm đây." Lại âm thầm phát thệ: "Mình mà không được hai nàng làm vợ thì suốt đời sẽ chẳng lấy ai." Nhưng vì ngại có Vương Quan, không tiện đứng lâu, đành cùng nhau từ biệt.

Đồng thời, Vương Viên Ngoại cũng sai người đem kiệu đến đón. Hai nàng lên kiệu về nhà.

Chập tối hôm ấy, Thúy Kiều nói với Thúy Vân:

- Anh chàng họ Kim kể cũng đa tình, sao mà cũng biết đi viếng Đạm Tiên.

Thúy Vân đáp:

- E rằng không phải đi viếng Đạm Tiên, mà chỉ là đi ngắm hai cô gái.

Thúy Kiều nói:

- Điều đó cũng có lẽ! Mà chị coi chàng có vẻ phong lưu đĩnh ngộ, nho nhã khác thường, tất là tay tuấn kiệt!

Thúy Vân nói:

- Chị đã coi chàng vừa ý, sao không gá nghĩa cùng chàng rồi dắt díu em đây cũng được phong quang đôi chút!

Thúy Kiều nói:

- Nhân duyên tiền định, không thể cưỡng cầu. Lá số hôn nhân có phải hạt châu đâu mà hễ cứ muốn là tất được. Bữa nay chị em mình cùng gặp chàng, thì biết đâu là duyên chị hay duyên em, điều đó đành mặc cho ông tơ xếp đặt! Còn nói đến anh chàng thì coi bộ cử chỉ đoan trang, tất có tài hàn uyên. Chị đây trộm xét mình tướng bạc đức kém, e không xứng hạnh phúc với chàng đâu. Chị thấy em, về phần phúc đức hơn chị gấp mười, đáng gọi là đẹp lứa tốt đôi đấy. Chàng đã gặp chị em mình rồi, nhất định sẽ tìm cách gặp gỡ nữa. Chị em mình cần phải giữ đạo chính đối đãi cùng chàng, vì tấm thân nhi nữ, coi trọng thì như núi Thái Sơn, mà coi nhẹ ấy là lông hồng. Ngọc trắng ruồi xanh, quan hệ trọn đời không thể không cẩn thận...

Thúy Vân nói:

- Thôi mà! Chị cũng quá lan man, dây cà dây muống. Em chưa từng nói được một lời nào, mà chị rào trước đón sau, kể lể hàng tràng.

Thúy Kiều nói:

- Chị nói câu chuyện đứng đắn, sao em lại nói như thế? Dễ thường em không cần lấy chồng à?

Thúy Vân đỏ bừng mặt, lảng vào phòng đi nằm.

Muốn biết Thúy Kiều làm gì nữa, xin xem hồi sau sẽ rõ.”

(Hết trích)

Trên đây là Hồi 1 của câu chuyện, có thể là có thật, mà cũng có thể chỉ là hư cấu, trong bối cảnh dưới triều nhà Minh bên Trung Quốc. Bởi lẽ Thanh Tâm Tài Nhân là một người học trò giỏi, nhưng đi thi không đậu. Do vậy mà chán cảnh quan trường. Cho nên mới lấy một câu chuyện đương thời do vua quan ức chế, dùng mỹ nhân giữa tình và hiếu, giữa thuận và nghịch cảnh, giữa người dân và kẻ có quyền, phải được thể hiện qua các nhân vật như thế, thì tác giả mới có thể lồng hết tâm sự của mình vào câu chuyện đương thời, để giải bày nỗi oan khuất của mình chăng? Chỉ có văn chương, thơ phú, chữ nghĩa mới có thể giúp cho những người muốn nói mà không nói được, muốn bày tỏ nỗi niềm mà không bày tỏ được, nên mới viết thành câu, thành lời và thành văn chương chữ nghĩa để giải bày những nỗi oan khúc đoạn trường. Do vậy mà quyển Kim Vân Kiều này khi qua tay của Nguyễn Du đã biến thành "Đoạn Trường Tân Thanh", nghĩa là "tiếng kêu xé ruột". Ở đó cũng đã xoa dịu được sự dằn vặt bứt rứt của Nguyễn Du một phần nào, mà thực tế đã xảy ra trong thời kỳ của ông đang sống.

Dĩ nhiên là tiểu thuyết thì người ta có thể hư cấu nhân vật, ngay cả dã sử tiểu thuyết cũng có thể dàn dựng thêm hay bớt nhân vật, để câu chuyện được linh động hơn. Điều quan trọng của người viết truyện là phải làm sao lôi cuốn được người đọc, diễn tả câu chuyện phải có đầu có đuôi và hợp lý, thì độc giả mới có thể cảm được những nhân vật cùng nội dung trong truyện, và nhiều khi họ cũng có thể nhập vào một vai nào đó để khóc thương cho số phận của người trong cuộc. Đó là sự thành công của người viết truyện. Không ai cấm người viết tiểu thuyết vấn đề này cả.

Ngay như tác phẩm Đại Đường Tây Vức Ký sau này cũng đã được Ngô Thừa Ân chế ra 4 đến 5 nhân vật linh hoạt mà ai trong chúng ta khi xem Tây Du Ký cũng mê. Trên thực tế câu chuyện đi Tây Vức của Ngài Huyền Trang chỉ kể lại chuyến đi Ấn Độ thỉnh kinh ngang qua các nước và lúc về lại Trường An vào thế kỷ thứ 7, để cho Ngài Khuy Cơ là đệ tử biên chép lại. Thế nhưng đến thế kỷ 15 đời nhà Minh, Ngô Thừa Ân từ bộ Đại Đường Tây Vức Ký này đã chuyển sang bộ Tây Du Ký với những nhân vật và tình tiết mà ai xem qua cũng thấy là hấp dẫn.

Về Kim Vân Kiều truyện của Thanh Tâm Tài Nhân có thể cũng như vậy thôi. Khi ở chùa Hổ Pháo tại Hàng Châu, nơi Từ Hải đã tu hành và sau trở thành tướng cướp, rồi xưng hùng xưng bá với triều đình, khiến cho Hồ Tôn Hiến phải đau đầu nhức óc, quên ăn bỏ ngủ. Do vậy Nguyễn Du có thể cảm đến thân phận của mình đang làm thân lữ thứ lưu lạc nơi xứ người, nên khi đọc được câu chuyện Kim Vân Kiều này thì như rồng gặp nước, và đã tạo thành tác phẩm "Đoạn Trường Tân Thanh" là vậy. Chương sau tôi sẽ trình bày kỹ hơn về nội dung của phần này. Bây giờ chúng ta thử điểm qua nội dung của câu chuyện, mà qua ngòi bút của Thanh Tâm Tài Nhân đã viết quyển Kim Vân Kiều như sau:

●●●

Chuyện xảy ra vào thời Gia Tĩnh nhà Minh, nghĩa là từ giữa năm 1521 đến năm 1566, vào thế kỷ 16 bên Trung Hoa. Có một gia đình trung lưu họ Vương sinh ra được 2 gái và một trai. Đó là VươngThúy Kiều, Vương Thúy Vân và Vương Quan. Ba chị em sống trong một gia đình hạnh phúc, có đủ cha mẹ, chị em đoàn viên bên cạnh nhau.

Một hôm nhân lễ Thanh Minh của tháng 3 âm lịch, 3 chị em của Kiều đi dự lễ Tảo Mộ thì Kiều đã đến thăm viếng mộ của Đạm Tiên, vốn cũng là người tài sắc vẹn toàn, nhưng là hồng nhan bạc mệnh. Bỗng đâu có chàng Kim Trọng xuất hiện và gặp Thúy Kiều, Thúy Vân qua sự giới thiệu của Vương Quan. Kể từ đó sau khi về lại nhà trọ thì Kim Trọng tương tư Thúy Kiều, còn Thúy Kiều thì được Đạm Tiên báo mộng cho biết một chốn đoạn trường mà Kiều phải trải qua.

Thế rồi chàng Kim tìm cách đến thăm nàng và hai người đã giao ước lời thề với nhau, nhưng chàng Kim nhận được tin không lành từ nhà đưa đến là phải về lại quê xưa để cư tang người chú. Hai bên nói lời từ biệt trong nghẹn ngào, vì chẳng biết bao giờ mới có thể gặp lại nhau.

Bỗng dưng nhà Vương ông bị đại biến, chẳng biết tin dữ từ đâu đưa tới, quan nha tự động đến lục soát nhà, đòi phải trả nhiều lượng vàng mới có thể tha tội. Bây giờ nhà cửa chẳng có gì cả, làm sao có vàng để chuộc mạng cho cha đây, nên Kiều nương nghĩ ra kế sách là chỉ có thể liều mình bán thân để có tiền chuộc cha khỏi sa vào cảnh lao lý. Lúc đó chính là lúc cùng quẫn, vì bên tình với Kim Trọng chưa rõ ràng, còn bên hiếu với song thân phụ mẫu, nàng cũng không thể làm ngơ, nên Kiều đã nhờ Thúy Vân thay thế mối tình của mình, làm vợ Kim Trọng khi chàng trở lại nơi này.

Chuyện nhà trăm sự ngổn ngang như vậy, lòng Kiều như ruột rối tơ vò. Với người thân chẳng nỡ chia ly, nhưng tình cảnh này chẳng biết làm sao hơn nữa. Chỉ có bọn sai nha là vui thích, vì lẽ trong tay đã có vàng thế mạng cho Vương ông. Thế là chúng đã đựng đầy túi tham, không cần quan tâm đến những cảnh khổ đau, buồn thảm của người khác.

Kiều nghĩ rằng mình đã được Mã Giám Sinh cưới về làm vợ, nhưng nào ngờ đâu chàng cũng chỉ là một người môi giới của Tú Bà. Thế là nàng đã thất thân với người mất nết. Những trận đòn roi độc ác đã giáng lên thân bồ liễu của nàng, khiến cho nàng chỉ biết khóc và chịu tiếp khách, đồng thời Kiều cũng đã tìm cách quyên sinh, nhưng lại được cứu khỏi. Nàng phải ngậm ngùi ở lại chốn lầu xanh để tiếp khách. Trong cái khó khăn tận cùng ấy có chàng Thúc Sinh, vốn là một thư sinh tuấn tú hay qua lại chốn lầu xanh và sẵn sàng bỏ vàng ra chuộc nàng ra khỏi nơi địa ngục trần gian giày vò thân liễu ấy. Nàng tin lời đường mật của Thúc Sinh, sống với nhau một thời gian lâu Kiều thấy có cái gì đó không ổn, bèn gạn hỏi Thúc Sinh về gia thế, nhưng chàng vẫn chối phăng là chưa có gia thất.

Trong khi đó thật ra chàng đã có vợ nhà rồi. Người ấy tên là Hoạn Thư. Nàng vốn là con nhà gia giáo, nề nếp nho phong, không thể ghen với chồng có vợ bé, nhưng phải ra kế sách bắt nàng Kiều về làm người hầu gái, qua sự dạy bảo của mẹ mình. Hoạn Thư gởi thơ cho Thúc Sinh bảo rằng gia đình có việc cần phải có sự hiện diện của chàng để giải quyết. Thế là chàng đã từ giã Lâm Truy để lại Kiều đơn chiếc một mình. Trong khi đó Hoạn Thư cho người bắt cóc Kiều và đốt nhà trong đó có một mạng người khác thế vào đó. Khi Thúc Sinh trở lại Lâm Truy, nghĩ rằng mình sẽ gặp lại Kiều cho đỡ nhớ thương so với những ngày mong tháng đợi. Thật ra khi chàng về lại Vô Tích thấy cửa nhà vẫn yên ổn, không có việc gì xảy ra cả, nhưng tại sao vợ cả của chàng lại đưa tin nhắn chàng phải về lại thăm quê? Hay là Hoạn Thư đã biết là chàng đã có vợ bé chăng? Đúng là ai có thể biết được tâm sự của người đàn bà cho hết được. Cho nên người xưa nói rằng: "Quả đất này bao lớn, người ta có thể đo được, chứ tâm niệm của người đàn bà, không ai có thể đo lường được bao giờ."

Riêng nàng Kiều ở lại Lâm Truy một mình thì ngày ngóng đêm trông, nhất là những lúc trăng lên khi mờ khi tỏ. Nàng ngỡ rằng chàng đang phi ngựa thật nhanh để trở lại với mình. Bởi vì tâm trạng của nàng lúc này giống hệt như Nguyễn Du đã diễn tả rằng:

Vầng trăng ai xẻ làm đôi,
Nửa in gối chiếc, nửa soi dặm trường.

Cứ phân tích ra từng câu, từng chữ hay từng cặp chữ trong 2 câu thơ này thì ta thấy tâm trạng của Kiều và Thúc Sinh đều ẩn hiện đầy đủ tất cả nơi ấy. Vầng trăng tượng trưng cho sự hòa hiệp, sự chung thủy xưa nay như Thúc Sinh đã hứa và đã chung sống với Kiều rất là hạnh phúc. Tuy Thúc Sinh không tài hoa như Kim Trọng hay anh hùng một cõi như Từ Hải về sau này, nhưng vầng trăng đầy đặn ấy bây giờ đã bị cắt ra, chia ra, xẻ ra làm hai rồi thì còn gì là nét đẹp tự nhiên nữa. Chữ ai ở đây có thể gán cho ông Trời chăng? Hay ai đó đứng phía sau muốn phá vỡ hạnh phúc của nàng và chàng, nên đã chia loan rẽ thúy như vậy? Câu hỏi này là một câu nghi vấn chung chung, nhưng nếu ai đó đang gặp cảnh ngộ như Kiều và Thúc Sinh trong hiện tại thì thấm thía vô cùng. Một vầng trăng lành lặn lâu nay hạnh phúc biết là bao, bây giờ tự nhiên lại bị chia cắt, ly biệt và nếu có nối lại được đi chăng nữa, thì có tròn lại như xưa chăng?

Vầng trăng ấy soi vào cửa sổ của nàng, in lên đầu giường và bây giờ chỉ còn chiếc gối trống trơn, không có chàng nằm gối đầu ở đó. Còn một nửa vầng trăng kia có soi dấu chân ngựa cho chàng phi chăng? Hay ngựa kia cũng chẳng biết lối về khi bóng trăng kia khi mờ khi tỏ? Tâm trạng ấy cũng là tâm trạng của chàng. Thúc Sinh ruột nóng như lửa đốt tơ vò, mong sao phi ngựa thật nhanh về lại Lâm Truy để gặp nàng và nói những lời yêu thương để quên đi những ngày xa cách.

Khi xuống ngựa trước thềm hoa, Thúc Sinh nhận thấy một cảnh tượng thật là hãi hùng, mà trong trí của chàng không bao giờ hình dung ra nổi. Chàng tự trách sao mình về Vô Tích làm gì để cho nàng ra nông nỗi này. Trong đống tro tàn ấy chàng thấy có một cái xác, chàng nghĩ rằng trăm sự đều tại mình mà ra, và chàng đinh ninh rằng Kiều đã chết cháy theo nhà cửa. Bây giờ chàng phải quay lại với vợ nhà. Người vợ là một người đàn bà đại diện cho bao nhiêu người đàn bà khác, có đòn ghen nổi tiếng, và chính lúc này Hoạn Thư đã răn chồng về việc trăng hoa và dạy Kiều một bài học xứng đáng, vì kẻ tôi đòi mà dám đèo bồng với người chủ mới, khiến cho Thúc Sinh và Thúy Kiều đã nhìn mặt nhau, nhưng chẳng dám nói nên lời.

Kiều bây giờ không còn cách nào khác là xin Hoạn Thư ra Quan Âm Các trong vườn nhà để tụng kinh niệm Phật, bái sám, xuống tóc xuất gia. Thúc Sinh rất vui và vội đặt cho nàng một Pháp danh là Trạc Tuyền khi thấy hai câu đối, một câu bắt đầu bằng chữ Trạc và câu kia là chữ Tuyền. Cả hai chữ này đều mang nghĩa là: Nước suối để rửa, rửa sạch vết nhơ của trần thế qua mấy lần lầu xanh phận bạc. Nhưng chàng Thúc Sinh vẫn là kẻ đa tình, lúc Trạc Tuyền chép kinh và chờ Hoạn Thư đi vắng thì chàng lại lén phéng tìm sang Quan Âm Các để gặp nàng cho đỡ nhớ thương và nói lời tạ lỗi. Cho ra Quan Âm Các cũng chỉ là cái cớ của Hoạn Thư thôi, và bây giờ nàng bắt quả tang mối tình vụng trộm ấy của Thúc Sinh một lần nữa, nên chàng không còn chối cãi, không có cách nào qua mặt được người đàn bà ghen tuông bậc nhất này. Trong khi đó thì Kiều cũng tự tính cho mình một con đường khác để sống còn, trong 36 kế chỉ có kế bỏ trốn là thượng sách. Thế nhưng Kiều chẳng những trốn mà còn mang theo cả chuông vàng khánh bạc của Quan Âm Các nhà Hoạn Thư nữa, nên đây cũng là cái cớ để Hoạn Thư được tha sau này dưới trướng của Từ Hải về việc ân đền oán trả.

Kiều bỏ trốn lang thang đây đó thì gặp am tranh của Sư Giác Duyên. Nghe kể lể nỉ non, Sư cũng cho dừng chân lại vài ngày, nhưng Sư thấy cuộc đời nàng sao mà ngang trái quá, lại mang theo cả chuông vàng khánh bạc của Quan Âm Các thuộc nhà quan huyện Hoạn Thư nữa, nếu chứa chấp lâu ngày, té ra mình là một người tu nhưng là tòng phạm của việc trộm cướp, nên Sư Giác Duyên đã đem gởi nàng đến chỗ thân quen để nương nhờ tấm thân yếu mềm nhi nữ. Nhưng cũng không ngờ người bạn ấy lại mang nàng đến chốn lầu xanh và tại đây Kiều đã gặp Từ Hải. Hai bên ý hợp tâm đầu, nên đã trở thành chồng vợ. Chàng trước khi thành lục lâm thảo khấu cũng đã có lần làm Hòa Thượng tại chùa Hổ Pháo ở Hàng Châu, nàng cũng đã nhiều lần dang dở và nay anh hùng đã hội ngộ cùng thuyền quyên thì còn gì đẹp bằng và dưới trướng Từ Hải, nàng có cơ hội để thi ân báo oán. Từ Bạc Bà, Bạc Hạnh, Mã Giám Sinh, Thúc Sinh đều bị gia hình. Còn những người có ơn như

Sư Giác Duyên và người nô bộc đỡ đòn cho Kiều khi còn ở nhà Hoạn Thư đều được tạ ơn xứng đáng, được Từ Hải cho vàng cho bạc. Cho nên mới có thơ rằng:

"Giác Duyên dầu nhớ nghĩa nhau,
Tiền Đường thả một bè lau rước người."

Sư Giác Duyên biết chắc rằng cô nàng này sẽ còn gặp khổ nạn nữa, nên mới dùng số vàng ấy thuê người canh giữ trong 5 năm dài ở sông Tiền Đường, chờ khi Kiều tự tử một lần nữa thì sẽ vớt lên. Đó là lòng từ của một người xuất gia đầu Phật.

Khi Kiều buộc tội Hoạn Thư thì Hoạn Thư có đủ cách để trả lời. Ví như việc hai người đàn bà có chung một chồng thì lâu nay chuyện ghen tuông cũng là chuyện thường tình trong thiên hạ, nàng phải hiểu điều đó, nên đừng trách Hoạn Thư. Hoạn Thư còn kể công và gián tiếp nêu tội của Thúy Kiều như khi trốn Quan Âm Các và Văn Thù Điện mang theo cả chuông vàng, khánh bạc chạy trốn mà nàng đâu có cho người truy nã để bắt lại. Điều ấy chứng tỏ rằng Hoạn Thư là người rộng lượng chứ đâu phải hẹp hòi gì. Cuối cùng thì Hoạn Thư được tha bổng, mà lẽ ra cái đòn chí tử mà nàng Kiều muốn dựa uy của Từ Hải nhân dịp này là đánh dẹp Hoạn Thư một cách có lý có tình, nhưng cuối cùng thì Kiều vẫn không thực hiện được.

Có người quen với Hồ Tôn Hiến và người này cũng quen biết với Thúy Kiều ở chốn lầu xanh năm trước, đã nhỏ to cùng nàng là nhân cơ hội này nàng nên khuyên Từ Hải đầu hàng để về lại với triều đình, công danh xứng nghĩa. Ban đầu thì Từ Hải không chịu hàng, nhưng tiếng nói của người đàn bà lâu nay đã làm cho mất nước không phải là chuyện hiếm. Cuối cùng rồi Từ Hải cũng nghe theo và bị trói tay về với triều đình rồi chết đứng.

Hồ Tôn Hiến đã ép duyên Kiều và Kiều tự vẫn một lần nữa. Sau đó được vớt lên và cuối cùng lại được Sư Giác Duyên cứu giúp.

Về phía Kim Trọng, Thúy Vân và Vương Quan lâu nay vẫn tìm kiếm tông tích của Kiều nhưng đã chẳng được. Chỉ nghe một điều là Kiều đã tự vẫn trên sông Tiền Đường. Do vậy họ mới đến để làm đàn chay và mời Sư Giác Duyên đến tụng kinh siêu độ. Khi đến nơi, Sư Giác Duyên mới cho biết là Kiều vẫn còn sống, và còn đang nương náu nơi chùa của mình, tại sao lại phải cầu siêu. Khi nghe được tin ấy thì ai cũng mừng và Sư Giác Duyên khuyên Kiều tự chọn con đường cho mình trong tương lai để trọn nghĩa trọn tình.

Đó là nội dung của câu chuyện, còn những tình tiết thêm vào hay bớt ra những nhân vật hay cảnh ngộ v.v... là do người sau này tạo ra để cho câu chuyện hấp dẫn hơn. Tuy nhiên ai cũng biết rằng quyển tiểu thuyết Kim Vân Kiều do Thanh Tâm Tài Nhân viết đó, cũng chỉ là một câu chuyện bình thường như bao nhiêu câu chuyện khác của thời nhà Minh mà thôi. Chỉ khi tập truyện này được vào tay Nguyễn Du rồi thì nó mới được nổi tiếng. Điều đáng nói là tác phẩm và tư tưởng của truyện Kiều ấy, bắt đầu nổi tiếng ở Việt Nam từ những năm cuối thế kỷ 18 và cho đến nay sau hơn 200 năm, tác phẩm ấy đã được dịch ra bằng hai, ba chục ngôn ngữ khác nhau và được lưu hành rộng rãi khắp nơi trên thế giới.

Trên đường đi từ Hàng Châu đến Yên Kinh năm nào, chắc rằng Nguyễn Du đã đọc và nghiền ngẫm truyện Kim Vân Kiều này của Thanh Tâm Tài Nhân, và dĩ nhiên là ông rất tâm đắc và cố xây dựng làm sao cho nó thích hợp với hoàn cảnh của mình, để chia sẻ gởi gấm tâm sự vào đó. Đồng thời nội dung của Kinh Kim Cang cũng phải được lồng vào để thấy rõ được tư tưởng Phật Học trong truyện Kiều. Khi gần đến Yên Kinh thì Nguyễn Du và Nguyễn Đại Lang (1789) còn gặp mặt phái đoàn của Đoàn Nguyễn Tuấn đi sứ cho Vua Quang Trung sang Trung Hoa dưới thời Vua Càn Long để xin sắc phong An Nam Quốc Vương như các vua đời trước và kể cả việc xin hỏi cưới Công chúa nhà Thanh làm vợ Quang Trung nữa. Có một điều đặc biệt là phái đoàn đã tìm được một người giống hệt như Quang Trung trực tiếp sang cầu phong An Nam Quốc Vương. Như vậy Trưởng phái đoàn Đoàn Nguyễn Tuấn phải là người mưu lược cao lắm, nếu lỡ bị lộ tông tích ra thì phạm tội khi quân, chắc sẽ bị chém đầu. Đoàn Nguyễn Tuấn và Nguyễn Du là hai người bạn tâm giao về thơ văn. Do vậy nhân cơ hội này Nguyễn Du cũng đã đem chuyện hồng nhan bạc mệnh của nàng Kiều trong câu chuyện đang mang theo bên người để kể cho nhau nghe và hai người rất tâm đắc. Từ đó về sau Đoàn Nguyễn Tuấn mới có cảm tình với Nguyễn Du và sau khi phái đoàn về lại Việt Nam cả hai, ba việc đều thành tựu. Đó là vua Càn Long chịu cho Quang Trung đặt doanh trại tại Quảng Châu, hứa gả Công chúa nhà Thanh cho An Nam Quốc Vương Nguyễn Huệ. Nhưng chẳng may 2 năm sau đó Quang Trung băng hà (1792) nên tất cả những sự kiện trên đều không thành tựu.

Chỉ có một điều đáng quan tâm là Nguyễn Du tuy chống Tây Sơn nhưng khi về lại quê hương Đại Việt từ năm 1790 mà không thấy có một sắc dụ nào của Quang Trung muốn trừ khử người này cả. Cũng có thể do Nguyễn Nễ (Đề) là anh ruột của Nguyễn Du đang làm quan cho Tây Sơn và cũng có thể do Đoàn Nguyễn Tuấn tâu lên những điều tốt của Nguyễn Du cho ba anh em Tây Sơn nghe, nên họ chẳng đá động gì đến Nguyễn Du trong giai đoạn lịch sử ấy.

Và cũng nhờ mối duyên văn chương cũng như quen biết lớn đó, mà Nguyễn Du đã cưới được em gái của Đoàn Nguyễn Tuấn, là bà Đoàn Nguyễn Thị Huệ vào năm 1797 tại Thăng Long sau này. Rõ ràng là xưa nay việc môn đăng hộ đối, hay việc chọn vợ gả chồng vẫn luôn tồn tại trong một thời điểm nào đó nhất định của lịch sử, để họ xây dựng hạnh phúc cho nhau. Còn ngày nay ở thế kỷ 20, 21 này lại khác hẳn xưa, nghĩa là nam nữ phải tìm hiểu với nhau trước, nếu tâm đầu ý hợp, họ sẽ đi đến chuyện hôn nhân, có thể cưới gả đàng hoàng, mà cũng có thể chỉ cùng sống chung, cùng sanh con đẻ cái, nhưng không cần giá thú, để khỏi bị ràng buộc đôi bên.

Ngày xưa người ta thương yêu nhau khi còn trẻ là vì tình và khi về già người ta sống với nhau vì nghĩa cho đến trọn đời. Còn bây giờ lại khác, người nam và người nữ có quyền sống độc lập với nhau về tài chánh. Vì người đàn bà bây giờ có quyền đi làm việc để có tiền riêng, nên hầu như việc tài chánh hoàn toàn không phụ thuộc vào người chồng. Trong khi đó ngày xưa người vợ chỉ biết bổn phận "tam tòng, tứ đức", chỉ lo cho chuyện bên trong của gia đình, chứ không đi ra ngoài hay tham gia chính trị và xã hội như bây giờ.

Ngày xưa các nước Á Châu như Trung Quốc, Việt Nam, Đại Hàn, Nhật Bản v.v… người con gái không được quyền đi học. Chỉ có con nhà quyền quý mới được tham gia việc này. Còn những người đàn bà có khả năng học tập, giỏi võ nghệ v.v… cũng không được thi thố tài năng của mình. Nếu họ có ý chí, nhiều người phải cải trang nam tử để đi thi hay ra trận mạc. Đến khi đỗ đạt hay chiến thắng quân thù rồi thì họ mới lộ diện. Lúc ấy mọi chuyện đã an bài. Thế nhưng nữ quyền vẫn không được tôn trọng và mãi đến giữa thế kỷ 20, người phụ nữ mới hưởng được quyền bình đẳng với nam giới trên mọi phương diện.

Có lẽ nhìn thấy thân phận nữ nhi bị bạc đãi như vậy, nên nhân cơ hội này ông muốn gá tâm sự của mình để nói lên cũng như đề cập đến quan niệm sống của một thời là như thế. Ngoài ra nhiều người cũng nghĩ là Nguyễn Du đã ngộ được 2 chữ "sắc không" sau khi tụng Kinh Kim Cang hàng ngàn lượt, nên mới sáng tác ra được tác phẩm tuyệt vời cho người Việt Nam và thế giới sau này. Bốn câu sau cùng của bài thơ: Lương Chiêu Minh Thái Tử Phân Kinh Thạch Đài đã nhắc lại cho chúng ta thấy và rõ biết được điều này.

Ngã độc Kim Cương thiên biến linh,
Kỳ trung áo chỉ đa bất minh.

Cập đáo phân kinh thạch đài hạ,
Tài tri vô tự thị chân kinh.

Để kết thúc giai đoạn lịch sử này của Nguyễn Du, tôi có những điểm tâm đắc như sau:

- Tôi hoàn toàn tán đồng quan điểm với Tiến sĩ Phạm Trọng Chánh là Nguyễn Du đã có được quyển truyện Kiều của Thanh Tâm Tài Nhân vào năm 1789 - 1790 tại Hàng Châu, Trung Quốc, chứ không phải vào lúc Nguyễn Du đi Sứ nhà Thanh năm 1813 - 1814.

- Trong 3 năm, từ năm 1788 đến 1790 là ba năm lưu lạc giang hồ trên đất khách của Nguyễn Du là điều có thật, do Tiến sĩ Phạm Trọng Chánh phát hiện mà lâu nay lịch sử đã bỏ quên giai đoạn này. Việc ông xuất gia, mặc áo, đội mũ nhà tu cũng là điều có thật. Vì có như thế mới giải quyết được chuyện áo cơm trong thời gian lưu lạc nơi xứ người.

- Thời gian 3 năm này có trên dưới 1.000 ngày ở đất khách như thế cũng là thời gian ông hành trì Kinh Kim Cang để thấu rõ sắc không của vạn pháp. Nếu ông không hành trì Kinh Kim Cang thì tư tưởng nhà Phật của ông trong truyện Kiều sẽ không được thâm sâu như vậy.

- Cuối cùng chuyện khen chê lâu nay về câu chuyện gốc của Trung Hoa vẫn là chuyện thường và cá nhân tôi đứng về phía lý luận về nghiệp nhân và nghiệp quả của mỗi người để nói lên sự hiện hữu của một chúng sanh trong vũ trụ này.

CHƯƠNG IV NGUYỄN DU - THỜI KỲ 1794-1802

Người xưa thật là giỏi ở nhiều phương diện như viết lách, thơ phú, đối ngoại, đối nội v.v... nhưng nhiều người lại muốn ẩn danh, nên có nhiều tác phẩm không biết ai là tác giả. Rồi những bài thơ, những câu hò câu hát rất hay, nhưng người đời sau muốn tìm hiểu tác giả là ai thì cũng đành để chữ vô danh hay khuyết danh mà thôi.

Tên tuổi đã không quan tâm thì ngày tháng đâu cần ghi lại làm gì? Không phải người xưa tiếc giấy mực, mà sự khiêm nhường, khiêm cung được thể hiện ở những việc làm này. Do vậy, người đời sau khi muốn tìm hiểu một tác phẩm xuất hiện vào lúc nào, thì nhiều khi chỉ có thể đoán mà thôi. Mà đoán thì có lúc đúng mà cũng lắm lúc sai, khiến cho nhiều người hiểu về lịch sử đương đại, cũng như sự thành tựu của một sự kiện nào đó sai với thực tế. Trong những trường hợp đó, tác phẩm Đoạn Trường Tân Thanh của Nguyễn Du là một ví dụ.

Người ta chỉ biết Nguyễn Du sanh vào năm 1766 và mất năm 1820. Nhưng trong khoảng thời gian đó, ông đã học những gì và ông đã đi Trung Quốc mấy lần, ở đâu, cũng như truyện Kim Vân Kiều mà Nguyễn Du đã cầm trên tay tự lúc nào v.v... tất cả chỉ là ước đoán thôi.

Ngay cả bây giờ, sau 200 năm, chúng ta có được áng văn tuyệt mỹ gồm 3.524 câu thơ ấy, nhưng cũng không biết là Nguyễn Du đã bắt đầu viết lúc nào, quả là điều thiếu sót vô cùng. Nhưng dẫu cho có tìm ra được ngày tháng hình thành hay không, thì truyện Kiều vẫn đóng một vai trò quan trọng trong văn chương bình dân và chữ Nôm, cũng như văn chương bác học trong suốt 200 năm qua. Tôi chỉ mong rằng những ai sáng tác bất cứ tác phẩm hay bài thơ nào thì cũng nên để ngày tháng năm và nơi chốn làm bài thơ ấy, thì người đời sau khi tìm hiểu đến dễ dàng hơn.

Cho đến năm nay (2020) tôi đã viết và dịch gần 70 tác phẩm từ nhiều ngôn ngữ khác nhau như: Hán văn, Anh, Đức, Nhật ngữ sang Việt ngữ, hầu hết tôi đều để ngày bắt đầu viết hay dịch cũng như ngày viết xong tác phẩm ấy. Ngay cả những đoạn văn tôi viết thường từ 4 đến 5 trang đánh máy, khi viết xong phía dưới bài, tôi đều có để là viết trên máy bay, trên xe lửa, tại thư phòng hay ở nước nào v.v... để người đời sau khi tìm đến khỏi phải phỏng đoán nữa và chính người viết hay dịch tác phẩm ấy phải chịu trách nhiệm về những gì mình đã làm.

Ngay như việc đi tìm hiểu sự ra đời của chữ Nôm, là một loại chữ đặc biệt của Việt Nam chúng ta, cũng không dễ dàng. Người xưa dùng chữ Hán để ghép lại theo âm tiếng Việt, tạo thành một loại chữ đặc thù mà nếu người Hoa, người Nhật hay người Đại Hàn đọc đến sẽ không hiểu. Bởi lẽ chữ Nôm được chế tác theo tiếng nói của người Việt Nam. Chữ Nhật hay Đại Hàn ngày nay cũng vậy. Hai dân tộc này nguyên thủy vẫn dùng chữ Hán trong các môi trường giáo dục, thi cử, ngoại giao v.v..., nhưng họ cũng đã tự sáng chế ra tiếng của nước họ, mặc dầu họ vẫn dùng chữ Hán đi kèm, nhưng tất cả những chữ Hán ấy đều đọc theo âm Hàn ngữ hay Nhật ngữ.

Theo sự tìm hiểu của chúng tôi thì người Nhật cũng như người Việt, từ trước Tây lịch đã bị ảnh hưởng bởi văn hóa Trung Quốc. Do vậy mà tất cả những văn kiện trao đổi, Kinh điển đọc tụng v.v... đều viết bằng chữ Hán. Dần dần, những ông Thiên Hoàng hay những vị thiền sư và những học giả của Nhật Bản muốn tạo ra cho đất nước mình một ngôn ngữ và văn hóa riêng, nên mới căn cứ theo tập thơ Manyoushuu (Vạn diệp giả danh) vào năm 806 để chế tác một loại chữ viết.

Kể từ thời điểm này, tiếng Nhật biến thành Hiragana (Bình giả danh) và người Nhật sử dụng cho đến ngày nay gồm 46 âm tất cả. Nhưng có điều đặc biệt trong một câu Nhật ngữ sử dụng đến 50% là chữ Hán, gọi là Kanji, nếu không viết chữ Hán đi kèm, đọc theo âm Nhật ngữ thì người ta sẽ hiểu sai đi. Vì tiếng Nhật có nhiều chữ đồng âm mà nghĩa khác. Ví dụ như nếu viết theo chữ Hiragana thì người ta không thể biết "hana" là "một bông hoa" hay "một lỗ mũi", hoặc như "hashi" là "chiếc cầu" mà cũng là "đôi đũa". Rất phức tạp! Nên bắt buộc phải viết ra chữ Hán thì mới phân biệt được là bông hoa hay lỗ mũi, là chiếc cầu hay đôi đũa v.v…

Ngoài chữ Hiragana ra, tiếng Nhật còn có chữ Katakana xuất hiện sau nữa, nhằm hoàn thiện hệ thống chữ viết hoàn toàn của người Nhật. Chữ Katakana này có thể phiên âm bất cứ một ngôn ngữ nào trên thế giới để cho người Nhật có thể đọc một cách dễ dàng, mà đầu tiên có thể là họ dùng để phiên âm Hán tự và sau này tiếng Anh, Pháp, Đức du nhập vào Nhật, những danh từ riêng thường được phiên âm ra dạng này để người Nhật dễ đọc.

Sau khi vua Minh Trị duy tân đất nước Nhật Bản vào năm 1868, người Âu Mỹ đến Nhật cũng nhiều, mà nhìn vào một rừng chữ ngoằn ngoèo như vậy không biết đâu mà dò tìm, nên chữ Romaji (La Mã tự) đã được hình thành. Chữ này phiên âm cả chữ Hán lẫn chữ Hiragana và Katakana để đọc được tiếng Nhật, nhưng chỉ dùng cho người ngoại quốc đọc tiếng Nhật, còn người Nhật hầu như họ không dùng đến. Nếu người ngoại quốc ở tại Nhật lâu năm hay vào học Đại Học của Nhật thì bắt buộc phải dùng 3 loại phiên âm trên, chứ không thể dùng chữ Romaji được. Vì lẽ chữ Romaji không thể diễn tả hết được những văn tự của Nhật Bản. Do vậy, nếu ai muốn học tiếng Nhật thì phải học cả 4 cách phiên âm như vậy. Quả là nhiêu khê vô cùng, nhất là đối với những người đến từ các xứ Âu Mỹ.

Còn tiếng Việt của chúng ta thì sao? Việt ngữ cũng có nhiều thời kỳ biến đổi như tiếng Nhật. Thời gian đầu kể từ khi lập quốc trước Tây lịch, người Việt đã dùng chữ Hán, viết chữ Hán trao đổi với nhau, nhưng đọc thành âm Hán Việt. Sau đó, những nhà Nho yêu nước mới nghĩ ra cách để có một loại chữ khác thay thế cho chữ Nho, mà người Hoa, người Nhật hay người Đại Hàn đọc vào chẳng hiểu gì cả, nhưng người Việt lại hiểu. Với tinh thần độc lập và tự chủ này, chữ Nôm đã xuất hiện sau năm 938, khi Ngô Quyền đã chiến thắng phương Bắc sau 1.000 năm lệ thuộc. Cũng có thuyết nói chữ Nôm bắt đầu được sử dụng đầu tiên ở nước ta là bài "Văn Tế Cá Sấu" của Hàn Thuyên, được ra đời vào năm 1282 và sau đó, những thơ văn bằng chữ Nôm tiếp tục hiện diện song hành với chữ Hán, cho đến đầu thế kỷ thứ 20 mới chấm dứt. Đặc biệt dưới triều Quang Trung Nguyễn Huệ (1788-1792), nhà vua chủ trương tất cả những văn kiện ngoại giao, thơ văn, lịch sử, tiểu thuyết v.v… đều phải viết bằng chữ Nôm, nên Đoạn Trường Tân Thanh của Nguyễn Du cũng ra đời trong thời gian này trên quê hương Đại Việt.

Sau này, khi Gia Long thống nhất sơn hà và lên ngôi Hoàng Đế vào năm 1802, ông chủ trương thi cử hay ngoại giao v.v… nhất nhất đều dùng chữ Hán, nên chữ Nôm chỉ còn là một thời vang bóng, cho đến khi chữ Hán không còn là ngôn ngữ sử dụng chính thức nữa, ít nhất là cũng vào đầu thế kỷ 20.

Nhiều tác phẩm viết bằng chữ Nôm như: Quan Âm Thị Kính, Phạm Công Cúc Hoa, Phan Trần, Thoại Khanh Châu Tuấn v.v… đều được người đương thời ưa chuộng. Nhưng có thể vì sự biến thể của chữ Nôm không có một quy tắc nhất định gồm chỉ 46 chữ cái như tiếng Hiragana hay Katakana của Nhật Bản, nên sau này ít có người dùng. Bởi lẽ chữ Hán viết, đọc và nhớ đã khó rồi, mà còn phải nhớ thêm chữ ghép vào bên cạnh chữ Hán kia để hình thành chữ Nôm thì quả là khó khăn vô cùng. Chữ Hán, chữ Nhật hay chữ Nôm, nếu không thuộc mặt chữ thì không thể nào đọc hay viết được. Trong khi đó chữ theo mẫu tự La Tinh chỉ có 22 hay 24 chữ cái, cứ ghép chữ vào là đọc được, mặc dầu khi đọc không hiểu nghĩa chữ ấy. Trong khi đó chữ Hán, chữ Nôm và chữ Nhật hay ngay cả tiếng Đại Hàn thì cũng không có được lợi điểm này.

Tác phẩm Đoạn Trường Tân Thanh hay Kim Vân Kiều truyện, Nguyễn Du đã viết hoàn toàn bằng chữ Nôm theo lối phát âm tiếng Việt và khởi đầu bằng hai câu:

> *Trăm năm trong cõi người ta,*
> *Chữ tài chữ mệnh khéo là ghét nhau.*

Người Việt bây giờ đọc mấy dòng thơ này thì hiểu ngay, khỏi cần tra tự điển, nhưng nếu viết bằng chữ Nôm như xưa kia thì phải viết như sau:

Chữ *trăm* (𤾓): gồm có chữ *bách* (百) bên trên và chữ *lâm* (林) phía dưới.

Chữ *năm* (𢆥): gồm chữ *nam* (南) bên trái, chữ *niên* (年) bên phải.

Chữ *trong* (𧗱): gồm chữ *long* (龍) bên trái, chữ *trung* (中) bên phải.

Chữ *cõi* (塏): gồm bộ *thổ* (土) bên trái và chữ *hội* (會) bên phải.

Chữ *người* (𠊚): gồm bộ *nhân đứng* (亻) bên trái và một phần bên phải của chữ *đắc* (得).

Chữ *ta* (些): mượn dùng chữ *ta* (些) trong chữ Hán.

Chữ *chữ* (𫤯): gồm hai chữ *tự* (字) đứng kế nhau.

Chữ *tài* (才): mượn dùng chữ *tài* (才) trong chữ Hán.

Chữ *mệnh* (命): mượn dùng chữ *mệnh* (命) trong chữ Hán.

Chữ *khéo* (窖): mượn dùng chữ diếu (窖) trong chữ Hán, gồm bộ huyệt (穴) phía trên và chữ cáo (告) phía dưới.

Chữ *là* (罗): mượn dùng chữ la (罗) trong chữ Hán.

Chữ *ghét* (慴): gồm bộ *tâm đứng* (忄) bên trái và chữ *kiết* (結) bên phải.

Chữ *nhau* (饒): mượn dùng chữ *nhiêu* (饒) trong chữ Hán.

Chỉ cần đọc và phân tích 2 câu đầu của truyện Kiều là chúng ta thấy được cái tài tình của người Việt. Chúng ta vẫn sử dụng chữ Hán, nhưng đó là loại chữ Hán Việt chứ không phải chữ Hán của người Trung Quốc thường dùng.

Tôi thì hoàn toàn không biết chữ Nôm và không học chữ Nôm từ ai cả, nhưng nay tra trong tự điển thì thấy chữ Nôm hay vô cùng. Giá như vua Quang Trung sống lâu hơn thời gian chỉ trị vì có 4 năm (1788-1792) thì Việt Nam chúng ta có thể cũng giống như Nhật hay Đại Hàn trong hiện tại. Vì trong thời gian ấy là thời gian mà cách mạng Pháp (14.7.1789) đã thành công ở Âu Châu, còn tại Á Châu vua Quang Trung đã đại thắng quân Thanh. Nhật Bản thì phải đến gần trăm năm sau (1868) vua Minh Trị mới duy tân nước Nhật. Thế mà họ đã phát triển vượt bực trong thế giới văn minh ngày nay như chúng ta đang thấy.

Đại Hàn cũng không khác Nhật Bản là mấy, vẫn tiếp tục dùng loại chữ tự sáng tạo dựa theo chữ Hán. Chỉ có Việt Nam chúng ta thay đổi một loại chữ khác sau chữ Nôm và tồn tại phát triển cho đến ngày nay. Đó là chữ La Tinh hay chữ Quốc Ngữ, có từ thế kỷ 16. Nhiều người bảo rằng, cứ xem Nhật Bản và Đại Hàn họ vẫn dùng chữ Hán và chữ của nước họ giống như chữ Nôm của nước Việt mình, thế mà khoa học kỹ thuật của họ bây giờ phát triển không thua gì các nước Tây Phương. Còn chúng ta mãi thay đổi cách viết, cách học, nhưng vẫn chạy theo không kịp họ.

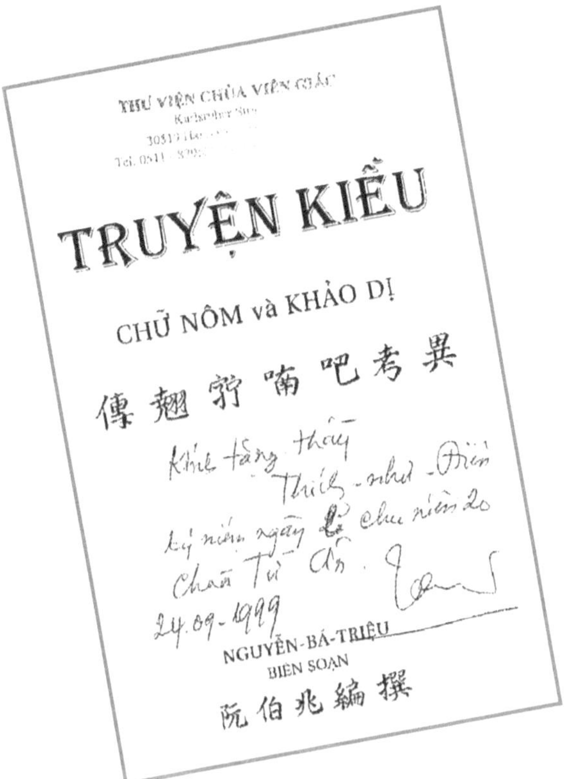

Tôi hân hạnh được tác giả Nguyễn Bá Triệu tặng một tác phẩm nghiên cứu Truyện Kiều bằng chữ Nôm từ bản chữ Nôm của Lâm Nhu Phu,[1] biên soạn rất công phu từ năm 1999 tại Ottawa, Canada. Năm đó chùa Từ Ân kỷ niệm 20 năm thành lập, nghĩa là từ năm 1979 tôi đã đến đây tham dự đóng góp cho sự hình thành của ngôi chùa này. Tác phẩm này hiện có trong Thư viện của chùa Viên Giác, Hannover, được tác giả tự xuất bản vào tháng 4 năm 1999, nhưng ngày nay tìm tác phẩm này ít thấy nơi nào có. Đây là một kỷ niệm đáng nhớ và xin cảm ơn ông Triệu rất nhiều.

---

[1] Đây là bản chữ Nôm của Truyện Kiều được chép lại vào năm 1870, nhưng đúng ra người chép không phải tên Lâm Nhu Phu, mà là Nguyễn Hữu Lập (1824-1874) tự Nhu Phu, hiệu Thiếu Tô Lâm, người làng Trung Cần, tổng Nam Hoa, huyện Thanh Chương, phủ Đức Phương, trấn Nghệ An. Ông là cháu ngoại của Nguyễn Du, do cha ông cũng lấy hiệu là Tô Lâm nên đến ông lấy hiệu là Thiếu Tô Lâm để phân biệt.

Bây giờ chúng ta thử tìm hiểu cách viết chữ Nôm ngày ấy của Nguyễn Du và cách phiên âm Việt ngữ tác phẩm này như dưới đây để chúng ta có một cái nhìn toàn diện hơn.

**Bản chữ Nôm sao chụp lại trong sách,
từ câu 1 đến câu 14**

TRUYỆN KIỀU — CHỮ NÔM

0014 0012 0010 0008 0006 0004 0002

Phiên âm Việt ngữ:

Trăm năm trong cõi người ta.
Chữ tài, chữ mệnh khéo là ghét nhau.
Trải qua một cuộc bể dâu.
Những điều trông thấy mà đau đớn lòng.
Lạ gì bỉ sắc thư phong.
Trời xanh quen với má hồng đánh ghen?
Cảo thơm lần giở trước đèn.
Phong tình cổ lục còn truyền sử xanh.
Rằng: Năm Gia Tĩnh triều Minh.
Bốn phương phẳng lặng hai kinh vững vàng.
Có nhà viên ngoại họ Vương.
Gia tư nghĩ cũng thường thường bậc trung.
Một trai, con thứ rốt lòng.
Vương Quan là chữ nối dòng nho gia.

Nguyễn Bá Triệu khảo dị:

Câu 2: - Chữ tài, chữ *sắc* khéo là ghét nhau

Chữ *sắc* không hợp với *tài mệnh tương đố* của chuyện Kiều nên chữ *mệnh* hợp ý hơn.

Câu 6: - Trời xanh quen *thói* má hồng đánh ghen.

Hầu hết các bản đều viết chữ *thói*, chữ Nôm thường viết 退 (âm Hán đọc *thối*). Ở đây viết chữ 貝, âm Hán thường đọc *bối* và âm Nôm đọc *với*. Đây là một câu đảo ngữ cho hợp vận mà cụ Nguyễn Du dùng khá nhiều trong Truyện Kiều. Chữ *thói* làm cho người hiểu lầm là ông Trời cũng có thói xấu như đàn bà là ưa đánh ghen. Nói rằng Trời cũng có thói xấu đánh ghen thì chẳng hóa ra coi thường Trời lắm sao? Chữ *với* rõ được đảo ngược hơn vì có ý là: Ông Trời (có thể hiểu là Số Mệnh) cũng ghen ghét hay với đàn bà đẹp. Câu thơ này để vào đề thuyết *"tài mệnh tương đố"* trong cuốn truyện văn vần này.

Câu 8: – Phong tình cổ lục còn truyền sử xanh

Phong tình cổ lục (danh tự kép) là *"sách cũ ghi chép chuyện phong tình"* và cuốn sách đó còn được truyền lại. *Cổ lục* (động tự) là "đã soạn ra", nghe không xuôi vì thiếu chủ từ.

Câu 12: Gia tư nghĩ cũng thường thường bậc trung.

Chữ 擬, viết tắt 扐 có thể đọc là *nghĩ* hay *nghỉ*. *Nghĩ* có thể được hiểu như: nghĩa rằng, cho là. *Nghỉ*, tiếng cổ thường được dùng làm đại danh tự ngôi thứ ba có nghĩa là *"người ấy, ông ta, hắn ta..."* cũng có ý ở đây để thay cho chữ viên ngoại ở trên.

●

Như vậy, chỉ qua mấy câu Truyện Kiều viết bằng chữ Nôm, phiên âm ra cách đọc tiếng Việt và những ý kiến khảo dị của ông Nguyễn Bá Triệu như trên, chúng ta đủ thấy được tính chất phức tạp và khó khăn của việc sử dụng một bản văn chữ Nôm. Trải qua thời gian, văn bản tuy còn đó nhưng người viết ra văn bản đã không còn, và người đời sau cứ mỗi người một ý mà đọc lại theo cách của riêng mình, nên chuyện dị biệt, tranh luận vẫn thường xảy ra.

Chúng ta có thể xét thêm 2 câu Kiều số 29-30 trong cùng văn bản đã nêu trên (xem hình trang bên).

Thông minh vốn sẵn tính trời
Pha nghề thi họa đủ mùi ca ngâm.

Chữ *thông minh:* được viết nguyên dạng Hán văn 聰明.

Chữ *vốn:* viết chữ Hán 本 (*bổn* hay *bản*) nhưng đọc theo âm Việt là *vốn*, tức là cái gốc. Đây là mượn ý nghĩa mà tạo chữ.

Chữ *sẵn:* viết chữ Hán 産 (*sản*) nhưng đọc thành *sẵn*. Đây là mượn âm gần giống để tạo chữ.

Bản chữ Nôm sao chụp lại trong sách,
từ câu 29 đến câu 42

Chữ *tánh*: viết chữ Hán 性 (*tánh*), cũng đọc là *tánh* (hay *tính*) và cùng ý nghĩa. Đây là mượn cả âm lẫn nghĩa để tạo chữ.

Chữ *trời*: 𡗶 - Bên trên chữ *thiên* (天) nghĩa là trời và bên dưới chữ *thượng* (上) nghĩa là phía trên, gộp lại đọc thành chữ *trời*. Đây là mượn nghĩa kết hợp mà tạo chữ mới, hoàn toàn không có trong chữ Hán.

Chữ *pha*: viết chữ Hán 坡, cũng đọc là *pha* nhưng dùng theo nghĩa Việt. Trong chữ Hán, *pha* nghĩa là sườn núi, chỗ đất nghiêng dốc, nhưng trong chữ Nôm mang nghĩa là *pha lẫn, pha trộn*. Đây là mượn âm để tạo chữ.

Ba chữ *nghề thi họa*: viết hoàn toàn chữ Hán: 藝詩畫. Hai chữ *thi, họa* được mượn cả âm lẫn nghĩa, riêng chữ *nghệ* được đọc lại thành *nghề* trong tiếng Việt.

Chữ *đủ*: 覩 gồm chữ *đỗ* (覩) bên trên và chữ *túc* (足) bên dưới, gộp lại đọc thành chữ *đủ*. Chữ *đỗ* (覩) trong chữ Hán có nghĩa là *nhìn thấy*, không liên quan gì đến ý nghĩa ở đây, nhưng mượn âm *đỗ* để đọc ra thành *đủ*. Chữ *túc* (足) có nghĩa là *đủ* nên mượn đưa vào đây để thể hiện ý nghĩa của chữ *đủ*. Đây là mượn một chữ lấy âm, một chữ lấy nghĩa, ghép hai chữ thành một chữ mới trong chữ Nôm, hoàn toàn không có trong chữ Hán.

Ba chữ *mùi ca ngâm*: 味歌吟 đều là chữ Hán, nhưng chữ *vị* (味) được mượn ý nghĩa là *mùi vị* và đọc lại thành âm *mùi* trong tiếng Việt. Hai chữ *ca, ngâm* được mượn nguyên cả âm lẫn nghĩa.

•••

Đại khái chữ Nôm được tạo thành dựa trên những nguyên tắc như vậy, nhưng lại không có một quy chuẩn thống nhất. Do đó, mỗi nơi, mỗi người viết đều có thể chế tác theo cách của mình, đòi hỏi người đọc phải dùng trí nhớ để xác định chữ chứ không thể dựa theo quy tắc chung. Nhược điểm này của chữ Nôm là do sự hình thành tự phát trong dân chúng, không được triều đình chính thức tổ chức và chuẩn hóa việc tạo chữ. Do vậy, mỗi người có thể sáng tạo chữ Nôm theo một cách, tạo thành rất nhiều khác biệt trong các văn bản của cùng một thời đại. Trong lịch sử, người Tây Tạng cũng chế tác chữ viết của họ dựa trên chữ Phạn, nhưng công trình này được triều đình đứng ra tổ chức, quy tụ các học giả trong nước để cùng làm nên có được một quy chuẩn thống nhất dẫn đến sự thành công. Chúng ta có thể hình dung, nếu vào các đời Lý-Trần mà triều đình nước ta cũng tổ chức và chủ trì việc chế tác chữ Nôm, chính thức biên soạn từ điển để lưu hành trong cả nước, thì chắc hẳn chữ Nôm hoàn toàn có khả năng trở thành một loại chữ viết chuẩn mực và sẽ được sử dụng rộng rãi, dễ dàng hơn. Vì như vậy sẽ không dẫn đến tình trạng phải khảo dị văn bản một cách khó khăn mà vẫn mơ hồ không xác định như chúng ta vừa xem xét ở phần trên.

Đó là nói về chữ Nôm, còn chữ Việt ngày nay, hay chữ Quốc Ngữ mà chúng ta đang viết, đang đọc, là có từ thời nào? Sau đây là những giải trình qua sự thâu nhặt tài liệu đó đây của chúng tôi.

Từ năm 1600 đến 1640 là thời gian Chúa Nguyễn Hoàng đã cho các thương thuyền của người Tây Ban Nha, Bồ Đào Nha, Ấn, Nhật Bản, Trung Hoa v.v… đến cập bến cửa biển Hội An để trao đổi hàng hóa và như chúng ta biết rằng sự kiện nhà Thanh bên Trung Hoa lật đổ nhà Minh thì có một số người bài Thanh muốn khôi phục lại nhà Minh nên họ phải tìm đường đi tỵ nạn. Thế nhưng thuở ấy ở Đàng Ngoài, Vua Lê Chúa Trịnh thân thiện với Trung Quốc, họ sợ rằng nếu đến Đàng Ngoài để xin tỵ nạn thì chẳng khác nào nộp thân cho thú dữ. Do đó họ tìm đến Đàng Trong của Chúa Nguyễn để thực hiện lý tưởng của mình và từ đó Hội An càng được nhiều người biết đến hơn, do bởi sự kiện chính trị này.

Khi những thương thuyền đến như vậy, họ cần sử dụng đến ngôn ngữ để trao đổi. Lúc đầu có thể là Nhật-Hoa-Việt hay ngược lại và họ cần những người thông dịch ra tiếng địa phương, nhưng không ai có thể làm được việc này ngoại trừ những vị Linh Mục đến từ phương Tây. Vì đây là chủ trương của Giáo Hội La Mã lúc bấy giờ. Họ đi đến bất cứ nơi đâu đều bắt buộc phải học tiếng địa phương ở đó và từ đó các Linh Mục có thể tự chuyển ngữ những loại Kinh Thánh đọc tụng hằng ngày từ tiếng Tây Ban Nha, Bồ Đào Nha hay tiếng Ý sang tiếng Việt. Nhưng khi nhìn chữ Hán và chữ Nôm mà người Việt chúng ta đang sử dụng thuở ấy, các linh mục phải khó khăn lắm mới có thể hội nhập lúc ban đầu tại Hội An. Thế là họ nghĩ ra cách nghe người Việt nói tiếng Việt và dùng chữ La Tinh a, b, c v.v… để ghi âm lại, sau đó có thêm dấu vào như sắc, huyền, hỏi, ngã, nặng. Nhưng ban đầu thì cách đánh vần và phát âm này còn thô sơ lắm, tuy đọc lên có thể diễn tả được ý muốn nói gì, người đối diện nghe hiểu được, nhưng cũng khó khăn lắm, cho đến hai hay ba thế kỷ sau, tiếng Việt mới hoàn chỉnh như bây giờ.

Lâu nay ai trong chúng ta cũng nghĩ rằng tiếng Việt mà ngày nay chúng ta đang dùng là do Linh Mục Alexandre de Rhodes, là cha đẻ tạo ra chữ quốc ngữ. Nhưng mới đây có những phát hiện khác và cho rằng Linh Mục Alexandre de Rhodes là người đến sau (1624) Linh mục Dòng Tên người Bồ Đào Nha tên là Francesco de Pina, vào năm 1617, nghĩa là sau 7 năm. Linh Mục Francesco de Pina người Bồ Đào Nha mới là cha đẻ của chữ Quốc Ngữ bây giờ, còn Linh Mục Alexandre de Rhodes chỉ là người học trò, người thừa kế của Linh Mục Francesco de Pina mà thôi.

Nếu nói cho đủ và theo thời gian năm tháng mà những giáo sĩ Tây Phương đã sáng tạo ra chữ quốc ngữ, thì gồm có 5 vị chính. Đó là Giáo sĩ Francesco de Pina (1617), Gaspa d'Amaral và Antonio Barbosa (cả 3 đều là người Bồ Đào Nha - Portugal), Cristoforo Borri (người Ý) và Alexandre de Rohdes (1624 - người Pháp). Trên thực tế thì giáo sĩ Borri (người Ý) đã đến Đàng Trong và chỉ ở lại từ năm 1615 đến năm 1618. Ba giáo sĩ còn lại đều đến Đàng Trong vào năm 1624 và đều là học trò học tiếng Việt với Giáo sĩ Francesco de Pina người Bồ Đào Nha. Như vậy ngay cả Alexandre de Rhodes cũng chỉ là học trò, và là người khảo cứu tiếp việc hình thành tiếng Việt của Thầy dạy mình là Giáo sĩ Francesco de Pina.

Cách Hội An chừng 5 cây số về hướng bắc có làng Thanh Chiêm nằm bên cạnh con sông Hoài và làng Thanh Hà. Nơi đây chuyên làm nghề lò gốm và thổi vôi nung gạch, có lẽ ngày xưa cũng vậy. Từ đây có thể đi đến thành phố Hội An dễ dàng bằng nhiều phương tiện khác nhau như: đi bộ, đi xe ngựa, xe hơi hay ngay cả đi thuyền. Ngày nay người ta đoan chắc rằng Giáo sĩ Francesco de Pina đến và ở làng Thanh Chiêm để làm tự điển Bồ-Việt-Nhật và dạy tiếng Việt cho các Giáo sĩ khác đến sau như Alexandre de Rhodes, vì lẽ người ta đã phát hiện ra ngôi mộ đá chôn cất xác thân ông nằm phía sau nhà thờ Phước Kiều thuộc làng này, ghi dấu sự hiện hữu của ông nơi đây vào thời ấy.

Năm 1775, Nguyễn Nghiễm (thân phụ của Nguyễn Du) đã cùng với Nguyễn Lệnh Tân trấn nhậm Quảng Nam qua sự chuẩn y của Trịnh Sâm, vì đã đánh thắng quân của Chúa Nguyễn, nhưng sau vì bệnh dịch hoành hành quá mạnh làm quân sĩ chết đến mấy ngàn người và đạo quân của Hoàng Ngũ Phúc rút về Thuận Hóa, còn Nguyễn Nghiễm bị bệnh nặng nên đã xin Chúa Trịnh Sâm lui về quê nhà dưỡng bệnh và ông đã mất tại làng Tiên Điền, huyện Nghi Xuân vào ngày 7 tháng 1 năm 1776, thọ 68 tuổi. Lúc ấy Nguyễn Du mới 10 tuổi, không biết rằng Nguyễn Du có thời gian nào theo thân phụ mình đến Hội An chưa, nhưng nghe rằng tại chùa Ngũ Bang ở Hội An vẫn còn bút tích của Nguyễn Nghiễm để lại ở đây.

Những phần tìm hiểu về lai lịch chữ Quốc Ngữ như trên là để xác định lại tính cách lịch sử của nó cũng như cái gì của lịch sử thì nên trả về lại cho lịch sử, dẫu cho một thời trôi qua trong dĩ vãng như thế có tốt hay xấu, dở hoặc hay đều nên ghi lại rõ ràng, để người đời sau đỡ mất công tìm kiếm. Đó là những việc mà người viết văn, làm thơ hay viết sử về sau này phải nên quan tâm đến.

Theo tác giả Tiến sĩ Phạm Trọng Chánh trong bài *"Tiểu sử Nguyễn Du qua những phát hiện mới"* đã khẳng định rằng: *"Từ giữa năm 1790 đến 1794, Nguyễn Du sống tại Thăng Long, nương tựa nơi anh Nguyễn Nễ (Đề), nhưng sống tại Gác Tía nhà câu cá của anh Nguyễn Khản, cạnh đền Khán Xuân và Cổ Nguyệt Đường, yêu cô hàng xóm họ Hồ. Ba năm này Nguyễn Du viết Đoạn Trường Tân Thanh. Phạm Đình Hổ trong thơ chữ Hán đã trêu cô gái mới lớn Hồ Phi Mai, yêu anh chàng viết Đoạn Trường nên đứng trước gương cũng uốn éo như đứt ruột."* (hết trích).

Nguyễn Khản là anh trai lớn của Nguyễn Du, làm quan dưới thời Trịnh Khải. Khi việc mưu chống lại Tây Sơn không thành, ông cùng Nguyễn Điều xin trở về quê nhà. Năm 1787, quân Tây Sơn tiến ra Bắc, ông trở về lại Thăng Long, sau đó bị bệnh và mất tại Thăng Long vào năm 1787. Khi về lại Thăng Long, mặc dầu Chúa Trịnh Khải cũng cho một vài đặc ân để sống, nhưng có lẽ ông cũng là một quan thanh liêm giống như cha mình nên nhà cửa cũng đơn sơ và có làm một nhà câu cá gọi là Gác Tía không xa Cổ Nguyệt Đường là bao nhiêu. Nơi ấy Hồ Xuân Hương đã đi hái hoa sen và Nguyễn Du từ Trung Hoa về lại Thăng Long cũng đã đến ở nhà anh mình, nhưng lúc đó Nguyễn Khản đã ra người thiên cổ rồi. Lúc bấy giờ Nguyễn Du chỉ trông chờ ở Nguyễn Nễ, là anh ruột của mình đang làm quan cho Tây Sơn che chở và Đoàn Nguyễn Tuấn là bạn tâm giao thơ phú của Nguyễn Du, nên đã được yên ổn ở tại Gác Tía này suốt từ năm 1790 đến 1794. Trong 4 năm ấy ông đã có mối tình đặc biệt trải qua 3 năm với Hồ Xuân Hương và trong thời gian này chính là thời gian Nguyễn Du sáng tác truyện "Đoạn Trường Tân Thanh".

Sau khi mang quyển sách Kim Vân Kiều đi từ Hàng Châu lên Hoàng Châu gần Bắc Kinh bàn chuyện *"hồng nhan bạc mệnh"* với Đoàn Nguyễn Tuấn và sau đó mang tác phẩm này về lại Thăng Long vào năm 1790, chắc rằng Nguyễn Du đã suy nghĩ rất nhiều là mình làm sao phải sáng tác một câu chuyện khác theo văn chương chữ Nôm của Việt Nam đang thịnh hành dưới thời Quang Trung Nguyễn Huệ, nên ông đã sắp đặt lại chương cú câu chuyện cho hữu lý hơn.

Chuyện ngẫu nhiên hay tình cờ là nhà câu cá Gác Tía của ông anh Nguyễn Khản không xa Cổ Nguyệt Đường của Hồ Xuân Hương là mấy, nên mỗi lần nàng hái sen, mỗi khi trang điểm, biết đâu Nguyễn Du nhân đó mà đã liên tưởng đến nàng Kiều của mình trong tác phẩm của Thanh Tâm Tài Nhân? Đây là một nghi vấn, nhưng cũng có thể là hình ảnh cần thiết cho tâm tình của chàng thanh niên mới 24, 25 tuổi, hăng say sáng tác nên tác phẩm văn chương bất hủ của văn học Việt Nam cũng nên.

Đọc Kim Vân Kiều của Thanh Tâm Tài Nhân chúng ta thấy có 20 hồi tất cả và những nhân vật trong Kim Vân Kiều có sẵn, Nguyễn Du vẫn dùng và thêm một số nhân vật khác để cho cốt chuyện linh động hơn, cũng như trong 3.254 câu ấy tuy không chia ra chương hồi như truyện gốc, nhưng ta có thể thấy được những chương mà Nguyễn Du đã thể hiện như sau:

Phần vào truyện giới thiệu hoàn cảnh lúc bây giờ của Nguyễn Du. Ví dụ như câu:

> *"Trải qua một cuộc bể dâu,*
> *Những điều trông thấy mà đau đớn lòng."*

Cuộc bể dâu đây không nhất thiết phải là thời nhà Minh bên Trung Hoa, mà là cảnh bể dâu của thời Nguyễn Du đang sống. Ông không hoài Lê hay Trịnh, ông chống lại Tây Sơn, nhưng nhờ các anh ông đỡ đầu nên ông không bị dòm ngó.

Trong lòng ông chỉ mong cho Nguyễn Ánh trở về từ Thái Lan để quang phục quê hương, nên hoàn cảnh này ông có thể gọi là bể dâu chăng? Câu này ám chỉ "thương hải biến vi tang điền", nghĩa là biển xanh biến thành ruộng dâu. Biển thì sâu, nhưng đất cát bồi đắp hằng ngày hằng tháng hằng năm, biển kia cũng cạn dần để trở thành nơi người ta trồng dâu nuôi tằm. Điều này đã nói lên được cảnh tang thương của thời đại ông là như vậy, và Nguyễn Du đã thấy gì mà đau lòng? Vì từ đường của gia đình ông ở huyện Nghi Xuân, Hà Tĩnh đã bị quân Tây Sơn phá tan tành. Bởi lẽ trong gia đình ông đã có người chống lại Tây Sơn. Đây có thể nói là chương đầu giới thiệu về hoàn cảnh của cá nhân mình và đất nước mình lúc ấy.

Chương kế tiếp tả về hai chị em nàng Kiều, rồi Kiều thăm mộ Đạm Tiên trong tiết Thanh Minh, bên mộ Đạm Tiên, Kiều đã gặp Kim Trọng. Khi về nhà thì gặp gia biến, nên Kiều phải bán mình để chuộc cha khỏi tù tội, và nhờ Thúy Vân thay mình làm vợ Kim Trọng nếu sau này chàng có trở lại. Chữ hiếu và chữ tình, chữ nào cũng trọng, nhưng cuối cùng thì nàng Kiều chọn chữ hiếu. Chẳng may Kiều bị rơi vào tay của Mã Giám Sinh cùng Tú Bà. Kiều đã mắc lừa Sở Khanh và giai đoạn tiếp là nàng đã gặp được Thúc Sinh đến chốn lầu xanh để xem hoa thưởng nguyệt, và qua lời nỉ non của nàng, Thúc Sinh đã lấy vàng để chuộc nàng ra khỏi lầu xanh.

Từ khi vườn thêm hoa mới thì Thúc Sinh quên hẳn vợ cũ là Hoạn Thư ở Vô Tích, say sưa với mối tình mới này, còn Hoạn Thư đâu phải là một người đàn bà không cao tay ấn, nên đã tìm cách chia loan rẽ thúy giữa Kiều và Thúc Sinh bằng mưu kế gọi chàng về quê và bắt cóc Thúy Kiều rồi cho ngụy trang một xác chết bị thiêu cháy ở nơi hai người đã chung sống lâu nay tại Lâm Truy.

Sau khi từ Vô Tích lên ngựa phi mau về để gặp Kiều thì Thúc Sinh lúc ấy chỉ còn cách khóc thương cho số phận hồng nhan của nàng Kiều và đinh ninh rằng nàng đã chết rồi. Khi về lại nhà cũ ở Vô Tích thì Hoạn Thư mới giới thiệu con Hoa nô ra hầu rượu cho chàng. Hai người nhìn nhau nhưng đâu có dám nhìn nhận là vợ chồng. Thúc Sinh đã trúng kế đánh ghen của Hoạn Thư và bây giờ Kiều chỉ còn cách là xin ra Quan Âm Các để kinh kệ sớm hôm cho vơi đi nỗi buồn của mối tình oan nghiệt, nhưng Thúc Sinh vẫn ngày nhớ đêm thương, nên đã lén trộm đến Quan Âm Các để thăm Kiều thì bị Hoạn Thư bắt được.

Cuối cùng trong 36 kế chỉ có chạy trốn là thượng sách, nên Kiều đã chấp nhận giải pháp này, nhưng lại còn lấy mang theo chuông vàng khánh bạc nữa. Do đó cũng là cái cớ để cho Hoạn Thư không bị trả thù về sau này, khi Kiều dựa vào Từ Hải để thực hiện việc "ân đền oán trả".

Thêm một lần nữa Kiều lại bị bán vào lầu xanh và lần này lại gặp được Từ Hải. Người này vốn đã tu hành tại chùa Hổ Pháo ở Hàng Châu, nhưng sau bỏ việc tu hành, kết nạp băng đảng và chống lại triều đình.

Dưới trướng của Từ Hải, Kiều đã có đầy đủ cơ hội để "ân đền oán trả". Sau đó, Từ Hải vì đã nghe lời khuyên của Kiều mà ra hàng. Từ Hải đã tin Kiều nên "bó thân về với triều đình" và Từ Hải đã chết. Sau đó bị Hồ Tôn Hiến ép duyên nên Kiều đã nhảy xuống sông Tiền Đường tự tử. Lúc này Tam Hợp Đạo Cô và Sư Giác Duyên đã cho người chờ sẵn ở sông Tiền Đường để đưa nàng về lại chùa mình. Kiều gặp Sư Giác Duyên và Tam Hợp Đạo Cô cứu tử, nên công ơn này không gì có thể đền đáp được, nhất là khi nàng đã bị chết đi sống lại mấy lần.

Kim Trọng, Thúy Vân, Vương Quan và cả Vương Ông, Vương Bà vì nhớ thương Kiều vô hạn, nên đã đi tìm kiếm khắp nơi suốt 15 năm dài nhưng không gặp. Họ chỉ nghe được tin là Kiều đã tự tử trên sông Tiền Đường, nên đã lập đàn tràng chiêu mộ và thỉnh Sư Giác Duyên đến tụng kinh siêu độ cho nàng. Ngước lên nhìn linh vị, Sư Giác Duyên lúc ấy mới nhận ra rằng họ là thân nhân của Thúy Kiều và hỏi họ rằng tại sao người còn sống mà lại làm đàn tràng chiêu mộ? Được Sư Giác Duyên thuật lại sự tình, cả nhà vỡ lẽ, ai ai cũng vui mừng. Cuối cùng thì Kim Kiều tái hợp.

Việc tái hợp như thế nào thì có nhiều cái kết khác nhau là do soạn giả của tuồng tích. Có người thì nghĩ rằng Kiều nên trở về lại sum họp với Kim Trọng và Thúy Vân. Có người thì nói rằng việc ấy không nên, vì dẫu sao đi nữa thì Kiều đã xuất gia đầu Phật, hãy giữ lại hình tướng như vậy hay hơn. Thế nào hay ra sao ở đoạn kết này chúng ta không rõ, nhưng đọc 14 câu Kiều sau cùng của 3.254 câu thơ chữ Nôm ở thể lục bát thì như thế này:

> *"Ngẫm hay muôn sự tại trời,*
> *Trời kia đã bắt làm người có thân.*
> *Bắt phong trần phải phong trần,*
> *Cho thanh cao mới được phần thanh cao.*
> *Có đâu thiên vị người nào,*
> *Chữ tài chữ mệnh dồi dào cả hai.*
> *Có tài mà cậy chi tài,*
> *Chữ tài liền với chữ tai một vần.*
> *Đã mang lấy nghiệp vào thân,*
> *Cũng đừng trách lẫn trời gần trời xa.*
> *Thiện căn ở tại lòng ta,*
> *Chữ tâm kia mới bằng ba chữ tài.*
> *Lời quê góp nhặt dông dài,*
> *Mua vui cũng được một vài trống canh."*

Nếu so sánh hai cốt truyện, văn xuôi của Thanh Tâm Tài Nhân trong Kim Vân Kiều và văn vần Đoạn Trường Tân Thanh của Nguyễn Du sáng tác thì không khác nhau mấy, chỉ có nhân vật của Kim Vân Kiều ít hơn nhân vật bên Đoạn

Trường Tân Thanh, và lời thơ của Nguyễn Du bay bổng, điêu luyện, gồm cả văn chương bình dân và ngôn ngữ bác học, được sử dụng rất tài tình. Tuy Đoạn Trường Tân Thanh chỉ có 14 đoạn chính, trong khi đó Kim Vân Kiều của Thanh Tâm Tài Nhân viết đến 20 chương, nhưng đã không lột tả hết được những ý vị, tình tứ, cảnh sắc, con người, thời cuộc, hoàn cảnh như Nguyễn Du đã dùng chữ Nôm để viết nên Truyện Kiều.

Những nhân vật được xây dựng trong Đoạn Trường Tân Thanh của Nguyễn Du gồm:

1. Vương Ông (Kim Vân Kiều truyện gọi là Vương Lưỡng Tùng).

2. Vương Bà (bà họ Kinh, có lúc gọi họ Hà).

3. Thúy Kiều (Trưởng nữ của Vương Ông).

4. Thúy Vân (Thứ nữ của Vương Ông).

5. Vương Quan (con trai út của Vương Ông).

6. Đạm Tiên (Kim Vân Kiều truyện gọi là Lưu Đạm Tiên).

7. Kim Trọng (Trong Kim Vân Kiều truyện gọi là Kim Thiên Lý - 金千里).

8. Thằng bán tơ (người đã vu oan cho cha của Kiều).

9. Mã Giám Sinh (tên trong Kim Vân Kiều truyện là Mã Quy, người mua Kiều cho Tú Bà).

10. Tú Bà (có tên là Mã Tú, chủ lầu xanh nơi Kiều bị bán vào lần đầu).

11. Sở Khanh (người đàn ông có tính xấu, ham tình).

12. Thúc Sinh (theo truyện Kim Vân Kiều, Thúc Sinh có tên là Thúc Thủ).

13. Thúc Ông (Cha của Thúc Sinh).

14. Hoạn Thư (vợ của Thúc Sinh. Trong Kim Vân Kiều truyện chỉ nói họ Hoạn chứ không nêu tên).

15. Hoạn phu nhân (Mẹ của Hoạn Thư).

16. Khuyển (có tên đầy đủ là Hoạn Khuyển).

17. Ưng (Theo Kim Vân Kiều truyện gọi đủ là Hoạn Ưng).

18. Giác Duyên (Sư Cô đã cứu Kiều sau khi rời Quan Âm Các).

19. Bạc Bà (người ép Kiều lấy Bạc Hạnh để rồi bị bán vào lầu xanh lần thứ hai).

20. Bạc Hạnh (là cháu của Bạc Bà, giả vờ cưới Thúy Kiều rồi mang bán vào lầu xanh).

21. Tam Hợp Đạo Cô (nhân vật đại diện cho đạo Lão).

22. Từ Hải (một người đã xuất gia và hoàn tục trở thành Thủ lãnh đối đầu với triều đình nhà Minh, đã chuộc Kiều ra khỏi lầu xanh lần hai và cưới Kiều làm vợ).

23. Hồ Tôn Hiến (thường gọi là Hồ Tông Hiến là tướng của triều đình nhà Minh).

24. Lầu xanh, sông Tiền Đường, Quan Âm Các v.v… là những chứng tích của những thời mà Kiều đã trải qua.[1]

Thông thường một người viết văn hay làm thơ phải thâu thập tài liệu trước, kế đó đọc những tài liệu ấy và ghi chú những điều gì mình muốn viết và tạo thành một mục lục theo thứ tự của câu chuyện. Ngay cả thơ cũng phải có ý tứ thì bài thơ mới có hồn được. Thơ Đường là một loại thơ khó làm, vì người làm thơ phải rành niêm luật. Cho nên gọi là luật của thơ Đường hay thơ Đường luật là vậy. Một bài thơ Đường đa phần là 8 câu, gồm: 2 câu nhập đề, 2 câu thực, 2 câu luận và 2 câu kết. Đây cũng còn gọi là thất ngôn, bát cú, nghĩa là mỗi câu có 7 chữ và toàn bài phải đủ 8 câu. Đồng thời chữ Hán cũng có loại thơ ngũ ngôn tứ tuyệt. Có nghĩa là thơ mỗi câu 5 chữ và bài thơ thường chỉ có 4 câu mà thôi.

Khi văn hóa của Trung Hoa xâm nhập vào Nhật Bản, Đại Hàn và Việt Nam thì những nước này họ muốn độc lập, nên

---

[1] Tham khảo từ Wikipedia tiếng Việt về những nhân vật trong truyện Kiều, đã điều chỉnh những điểm không chính xác.

tự họ sáng chế ra lối thơ riêng của họ để nói lên tình cảm, suy nghĩ, tư tưởng của người bản địa. Ở Nhật có loại thơ Haiku gồm 5 chữ 3 chữ, và dĩ nhiên là ở những thế kỷ trước họ vẫn dùng thơ Đường theo niêm luật như Trung Hoa hay Việt Nam. Nhưng giới trẻ Nhật Bản bây giờ thích dùng thơ mới, ngay cả Haiku cũng ít dùng. Vì thơ mới dễ viết hơn, nghĩ sao viết vậy, nói sao viết vậy. Những loại thơ này ảnh hưởng thơ và âm nhạc của Âu Mỹ nên phá hết những luật lệ cũ. Thế mà có rất nhiều người ưa chuộng.

Việt Nam chúng ta cũng vậy, ở vào những thế kỷ trước, khi Nho giáo còn thịnh hành thì đa phần các nhà thơ đều làm theo lối thơ Đường, nhưng đến thời Nguyễn Du thì thơ lục bát đã thịnh hành lắm rồi. Đó là thể thơ viết dài ngắn tùy ý, nhưng luôn luôn có câu 6 chữ và câu 8 chữ đi cặp nhau liên tục, cho đến cuối bài là câu 8 chữ. Thơ này cũng có luật của nó rất rõ ràng, cần nhất là chữ cuối của câu 6 chữ phải vần với chữ thứ 6 của câu 8 chữ, chữ cuối của câu 8 chữ phải vần với chữ cuối câu 6 chữ tiếp theo... Ví dụ:

"Đầu lòng hai ả Tố Nga,
Thúy Kiều là chị em là Thúy Vân.
Mai cốt cách, tuyết tinh thần,
Mỗi người một vẻ mười phân vẹn mười..."

Đoạn Trường Tân Thanh là một tác phẩm chỉ diễn tả bằng thơ, nhiều khi cũng có đôi câu bị cưỡng ép không theo lệ xưa để cốt cho ý của câu chuyện liên tục. Do vậy chúng ta phải nhận ý mà quên lời. Làm một bài thơ đôi khi cần cả ngày hay nhiều ngày. Có nhiều tác giả làm chưa xong một bài thơ hay thì đã tạ thế, để tư tưởng ấy lại cho người đời sau tiếp tục điền vào. Ở đây Nguyễn Du làm đến 3.254 câu, dĩ nhiên là cần rất nhiều tháng ngày mới thành tựu được. Một thi nhân, một văn sĩ lúc làm thơ hay viết văn nhiều khi phải có bạn tâm giao để đàm luận, uống rượu, hút thuốc, ăn trầu v.v… Nghĩa là họ cần phải có một khung cảnh nên thơ, trữ tình mới có thể viết nên những tác phẩm hay, nhằm cống hiến cho đời, còn làm thơ đòi hỏi phải có nhiều khung cảnh thiên nhiên hơn nữa.

Từ năm 1790 đến 1794, Nguyễn Du có cả 4 năm để sáng tác truyện Kiều trên Gác Tía nhà câu cá của người anh trai Nguyễn Khản để lại. Gần đó là Cổ Nguyệt Đường, nơi có cô gái hái sen hằng ngày là Hồ Phi Mai, tức Hồ Xuân Hương sau này, có lẽ cũng là một hình ảnh, một tác nhân chính để Nguyễn Du có thể viết ra những câu thơ tuyệt vời ấy trong quyển Đoạn Trường Tân Thanh này chăng? Đây chỉ là một giả thuyết do tôi lập nên. Bởi lẽ mỗi người viết văn hay làm thơ luôn luôn phải có những đối tượng mới có thể tạo nên những áng văn bất hủ được.

Bản thân tôi không thuộc những trường hợp trên. Vì viết văn, dịch kinh sách, dịch thơ v.v… với tôi là một chuyện tự nhiên. Do vậy tôi vẫn thường nói rằng mình không là một văn sĩ, thi sĩ mà chỉ là một tăng sĩ bình thường thôi, mặc dầu cho đến năm 2020 này, sau 45 năm viết và dịch, tôi đã có gần 70 tác phẩm để gởi lại cho đời. Văn tôi không hay, chữ tôi không tốt và tôi nói sao thì viết vậy, nghĩ sao thì viết vậy, không trau chuốt câu văn mượt mà như nhiều người khác, cốt yếu là ý tưởng và nội dung mà mình muốn gởi gắm đến độc giả là được rồi.

Trong mỗi tác phẩm, chỉ cần người đọc hiểu ý của tác giả ở vài đoạn văn là thành công lắm rồi. Bởi vì dẫu cho có là tác phẩm không hay lắm đối với độc giả, nhưng với tác giả là cái gì quý giá nhất, họ mới mang ra trình bày.

Tôi quan niệm rằng viết văn, làm thơ nhiều khi cũng giống như một trận đá bóng vậy. Trong vòng 90 phút của 2 lần giao tranh của hai đội bóng mà khán giả xem thấy có cả hàng mấy chục quả banh bị lọt lưới ở bên này hay bên kia thì trận đấu còn gì hào hứng nữa. Điều ấy có nghĩa là trong 90 phút giây căng thẳng ấy chỉ có một vài quả lọt vào lưới thì người xem mới vỗ tay khen hay và tán thưởng. Nếu một bài văn, một quyển sách, một bài thơ mà từ đầu đến cuối đều được độc giả nhiệt liệt khen ngợi thì chuyện ấy hầu như ít thấy trên đời này. Ngay như truyện Kiều của Nguyễn Du từ đầu thế kỷ thứ 19 đến nay, trên dưới 200 năm như vậy đã có lắm người khen như Phạm Quỳnh và đa số đều tán đồng với tài nghệ của Nguyễn Du, nhưng không phải là không có người chê truyện Kiều, vì cho rằng Nguyễn Du cổ xúy cho Kiều làm những chuyện trái với luân thường đạo lý của người con gái ngày xưa. Trong đó có Cụ Huỳnh Thúc Kháng là tiêu biểu. Ngày nay, ông Nguyễn Bá Triệu ở Canada khi soạn quyển "Truyện Kiều - chữ Nôm và khảo dị" thấy ông ta khen Nguyễn Du thì ít mà chê hơi nhiều. Chê Thúc Sinh, chê Từ Hải và chê những câu, những chữ dùng trong truyện Kiều của Nguyễn Du tối nghĩa (xin đọc Lời Tựa sách này của ông Nguyễn Bá Triệu). Như vậy một tác phẩm đem ra trình làng cũng giống như một món hàng đem ra chào bán, có kẻ thích, người không, vốn là chuyện bình thường thôi.

Tôi viết văn hay dịch Kinh, dịch sách thì không cần đối tượng để trao cảm hứng, mà chỉ cần một khoảng không gian yên tĩnh là được rồi. Không cần trà, không cần bè bạn bên cạnh, không cần rượu, không thuốc lá là chuyện đã đành và tôi cũng không có đối tượng của lứa đôi, của tình yêu nam nữ, nên khi viết tôi không liên hệ về phương diện này. Nếu có ai hỏi rằng: Vậy Thầy viết để làm gì và tư tưởng của Thầy ra sao? Xin trả lời ngay rằng: Nếu sau này tôi mất đi, hãy lấy câu nói này của tôi để làm tư tưởng chỉ đạo. Đó là:

"Con xin nguyện làm một dòng sông để chuyên chở những trong đục của cuộc đời và con xin nguyện làm mặt đất để hứng chịu những sạch nhơ của nhân thế."

Ngần ấy đủ rồi và khen chê xin trả lại cho đời khi mắt tôi đã nhắm lại và tâm thức tôi đã về với Phật.

Sau khi sáng tác xong truyện Kiều, Nguyễn Du còn để lại cho đời hai câu thơ bất hủ mà có lẽ ai trong chúng ta cũng đều biết. Đó là:

不知三百餘年後，

天下何人泣素如 。

"Bất tri tam bách dư niên hậu,
Thiên hạ hà nhân khấp Tố Như."

Nghĩa:

"Không biết sau hơn 300 năm nữa,
Trong thiên hạ có ai khóc Tố Như chăng?"

Có thể là khóc như Tố Như đã khóc Kiều, hay Tố Như khóc khi Hồ Phi Mai đã đi lấy chồng, trong khi Nguyễn Du còn lẻ bóng thì ai mà biết được. Điều này thi nhân phải tự hỏi mình, chứ tại sao đem tâm sự riêng của mình để hỏi người khác thì thật khó trả lời.

Tôi dịch Kinh hay viết sách chỉ là việc tình cờ, vì chuyện phải làm vậy thôi, chứ không vì mục đích gì khác cả. Bởi vì việc gì đến thì cứ giải quyết, xong việc này lại đến việc khác và tôi vẫn thường bảo rằng: Chúng ta nên từ từ giải quyết vấn đề và không nên chạy trốn vấn đề. Nếu chạy trốn vấn đề thì vấn đề kia vẫn còn đó, chứ không mất đi. Hãy tự mình đứng ra nhận lãnh lấy trách nhiệm.

Có nhiều người hỏi tôi rằng: Thầy đã viết trên dưới 70 tác phẩm, như vậy Thầy thích tác phẩm nào nhất? Câu hỏi thật đơn giản, nhưng thật khó trả lời. Bởi vì mỗi tác phẩm như thế ra đời trong một hoàn cảnh, một thời điểm khác nhau, nên khó có thể kết luận trong lúc này được. Có thể sau này khi tôi không còn có mặt trên cuộc đời này nữa, mọi người hãy bình chọn một hay vài tác phẩm tiêu biểu trong những tác phẩm mà tôi đã viết thì hay hơn. Thỉnh thoảng đâu đó tôi gặp vài người bảo rằng: Các tác phẩm của Thầy con đã đọc hết rồi, hay những băng giảng của Thầy con cũng đã nghe hết. Đoạn tôi chỉ hỏi thử một tác phẩm hay một đoạn băng giảng nào đó họ đã đọc hay nghe chưa, thì sẽ biết rằng người ấy không nói xã giao với mình cho có lệ. Đôi khi có người bảo rằng: Khi nhận được báo Viên Giác là con đọc bài của Thầy trước và tôi hỏi là bài nào thì họ nhoẻn miệng cười trừ. Đôi khi nhớ tựa bài viết mà quên nội dung hay ngược lại. Lúc ấy tôi lại khai thông chỗ bế tắc cho họ. Bởi lẽ suốt trong 41 năm qua hầu như tất cả Thư Tòa Soạn của báo Viên Giác tôi đều phải viết và thông thường trong 238 số ấy, số báo nào cũng có bài của tôi viết. Do vậy người nào muốn nghiên cứu học hỏi, giải trí, văn nghệ v.v... đều có thể lên mạng để tìm đọc, rất thoải mái. Thỉnh thoảng có em sinh viên đến chùa thưa với tôi rằng: Con muốn đọc báo Viên Giác từ số đầu để nghiên cứu về văn hóa của người Việt Nam hiện cư ngụ tại Đức. Tôi bảo: Điều ấy không khó, hãy đến Thư viện của chùa để đọc, chứ những số báo cũ không còn nữa.

Như vậy một tác phẩm, một bài viết, một bài thơ, một bài kinh được viết ra hay dịch thành Việt ngữ hay ngược lại, nó sẽ đóng góp một phương diện nào đó cho đại sự, chứ nó sẽ không đại diện cho tất cả mọi khuynh hướng ở mọi thời đại được. Đây là sự thành công của tác giả rồi. Cũng đừng chờ đợi nhiều lời khen từ độc giả và cũng đừng buồn khi họ chê tác phẩm của mình. Bởi vì dẫu sao đi nữa nó cũng là đứa con tinh thần của mình đã cưu mang trong nhiều năm tháng, và bây giờ tác phẩm được chào đời, chính là một điều hạnh phúc vô cùng đối với người đã sinh sản ra nó, nhằm giới thiệu đến với những độc giả xa gần về hình thức cũng như nội dung của một tác phẩm mới.

Tôi hay chọn đề tài trước và nội dung sẽ viết từng chương theo chủ đề mà mình đã đưa ra, nên với tôi viết không khó mấy. Thông thường viết một tác phẩm 300 đến 400 trang viết tay, tôi chỉ cần một tháng là viết xong. Mỗi ngày từ 6 đến 8 tiếng đồng hồ và nhiều khi nếu dòng tư tưởng chưa chấm dứt thì tôi vẫn còn tiếp tục viết nữa. Tôi ít khi ngậm bút để suy nghĩ một việc gì, vì trong đầu tôi chứa cả hàng mấy chục ngàn quyển sách. Đó là tự điển sống. Lúc nào bí quá thì tôi vào Wikipedia - Tự Điển Toàn Thơ Mở để tra thì sẽ có đáp ứng ngay lập tức. Khi viết dĩ nhiên có lúc đúng, lúc sai, vì lẽ nguồn trích dẫn chưa hẳn đã hoàn toàn đúng, nên độc giả khi xem một chủ đề hay một sự lý luận, hay một quan điểm nào đó, chính mỗi người hãy tự nhận xét thì công bình hơn. Hãy đừng kết luận sớm quá mà tội cho những người cầm bút.

Có thể còn nhiều điều kiện ngoại tại khác nữa để một đứa con tinh thần được ra đời. Đó là vấn đề tài chánh để xuất bản một tác phẩm. Riêng tôi thì không khó khăn mấy về vấn đề này, vì tất cả sách của tôi viết và xuất bản đều nằm ở dạng ấn tống, nên không phải lo vấn đề này, vì có thể kêu gọi Phật tử ủng hộ tịnh tài trước và sau đó mới in. Bây giờ ở thời điểm của năm 2020 này tôi chủ trương khác một chút là không in mỗi lần 1.000 hay 3.000 cuốn như xưa nữa, mà sau khi một tác phẩm hình thành cho đánh máy, layout, sửa bản in v.v… tiếp tục đưa lên Amazon. Vì ở đó giống như một thư viện khổng lồ, mọi người trên thế giới đều có thể vào đó đặt mua sách về để đọc. Tiện lợi vô cùng. Vị nào ấn tống cứ ấn tống, vị nào muốn đặt sách thẳng với Amazon thì cứ đặt. Đây là cách giải quyết thật hay để sách không bị tồn kho quá nhiều, đôi khi ở chùa không đủ nơi để lưu trữ sách.

Nhìn lại những bản khắc gỗ ngày xưa, chúng ta phải cúi đầu bái phục cho những người viết chữ tốt được chọn, sau đó phải là những thợ chạm lành nghề và rành mặt chữ làm nhiệm vụ khắc chữ lên gỗ. Từ gỗ đã được khắc chữ mới pha mực và thấm giấy để in bằng tay. Từ tờ nọ đến tờ kia, từ tờ này đến tờ khác. Phải nói là công phu vô cùng, mà người xưa đã làm được. Còn chúng ta bây giờ thì có đủ hay dư thừa quá nhiều điều kiện, nhưng ý chí lại chẳng bằng người xưa. Bây giờ cái gì cũng dùng đến điện. Đánh máy lỡ sai lỗi này, lỗi kia v.v… chỉ cần bôi bôi xóa xóa là chúng ta có được chữ đúng. Ngày xưa không phải vậy, nếu một chữ viết hay khắc sai, xem như phải bỏ cả tấm gỗ ấy và phải khắc vào tấm gỗ khác. Cho nên việc làm của người xưa đòi hỏi ý chí kiên cường nhiều hơn. Còn ngày nay con người chỉ chọn cái gì dễ nhất, lợi nhuận nhiều nhất là họ bắt tay vào việc, chứ đa phần ít để ý về giá trị hay nội dung của việc làm kia.

Ví dụ, khi ông Nguyễn Bá Triệu nghiên cứu để viết quyển *"Truyện Kiều - chữ Nôm và khảo dị"* thì trong tay ông đã có được nhiều bản để so sánh và cuối cùng ông chọn bản Nôm của Lâm Nhu Phu làm bản chính cho việc khảo dị này. Bởi lẽ ông cho rằng: *"Bản này chữ viết rất cứng cỏi, viết rất chân phương rõ ràng. Cách sắp xếp cho hai trang chữ Nôm và Việt ngữ liền nhau với cách đánh số câu rất rõ ràng có thể đưa lại sự dễ dàng cho quý vị nào muốn truy cứu tìm hiểu và học hỏi chữ Nôm."* (Hết trích)

Những bản gỗ khắc để in như vậy nhiều lần trong 200 năm qua chắc hẳn không thể nào giống y như bản ban đầu được. Cho nên người xưa thường nói *"tam sao thất bổn"*, có nghĩa là, cứ 3 lần sao chép lại sẽ mất đi bản gốc. Người sau có thể không giỏi chữ Hán và chữ Nôm như người trước, nên sẽ viết sai. Khi viết sai, sẽ khắc vào gỗ sai và khi in ra dĩ nhiên là sẽ không đúng như câu thơ của Nguyễn Du đã viết lúc ban đầu. Điều này đã được ông Nguyễn Bá Triệu chứng minh qua những nguồn tư liệu khi khảo dị truyện Kiều và ông đã trình bày trong Lời Tựa khá rõ ràng, chi tiết.

Thế giới của thi ca, thế giới của ngôn ngữ, thế giới của con người, thế giới của động vật, thế giới của thực vật v.v… mỗi thế giới như vậy có một ngôn ngữ riêng, một sự nhận thức riêng. Chỉ có những bậc giác ngộ mới nghe được hết mọi thứ tiếng của mọi loài, còn con người bình thường chỉ nghe tiếng người còn chưa hiểu hết, làm sao hiểu được ngôn ngữ của những chủng loại khác. Thế nhưng thi nhân đôi khi là những người không bình thường thì làm thơ mới hay. Nhiều lúc thi nhân viết hay nói điều gì đó khiến người khác phải suy nghĩ, đó cũng là một cách phá lệ hay phá luật của một con người bình thường để người ta chú ý đến mình.

Từ khi Nguyễn Du ở Trung Hoa về lại Đại Việt vào năm 1790, chắc rằng ngôn ngữ tiếng Hoa của ông đã giỏi lắm rồi. Vì ông có cả 3 năm ở Trung Quốc. Ngoài tiếng Quảng Đông ra, ông còn có thể nói tiếng Phước Kiến, Triều Châu chăng? Nhờ vậy ông mới có thể đi khắp miền Nam sang tận miền Bắc xứ Trung Hoa, cả đi lẫn về đến 5.000 cây số. Nếu ngôn ngữ không thông thì ông đã chẳng thể thực hiện được điều đó. Ở tuổi 22 đã xa quê với cái tuổi đang trưởng thành và cái tuổi có thể dễ thâu nhận vào đầu óc thông minh như Nguyễn Du, nên việc học ngôn ngữ của ông dĩ nhiên là không khó mấy, so với những người bình thường.

Khi người ta học một ngôn ngữ khác, người ấy phải lấy tiếng mẹ đẻ của mình làm chuẩn. Lúc ấy Nguyễn Du lấy tiếng Việt và Hán cũng như Nôm làm chuẩn để học phát âm tiếng Hoa là một việc làm tự nhiên của người học ngoại ngữ. Ngày ấy chưa có một ngôn ngữ gọi là phổ thông cho nhiều người cùng nói cùng hiểu một ý như ngày nay, nên đi đến vùng nào là phải học nói theo người của vùng đó, thì mới có thể hội nhập vào xã hội ấy được. Ví dụ chữ "cảm ơn" của Việt Nam đọc theo lối Hán Việt thì chữ Trung Hoa cũng viết chữ 感恩 (cảm ân) nhưng đọc là "kanan". Trong khi đó tiếng Nhật cũng viết chữ 感恩 (cảm ân) và đọc âm là "kanon". Nhiều người phát âm không được thì dùng chữ viết để trao đổi với nhau nên gọi là bút đàm. Ngoài ra còn rất nhiều chữ viết bằng Hán văn mà các dân tộc như Đại Hàn, Nhật Bản và Việt Nam có thể hiểu một cách dễ dàng khi thấy mặt chữ. Ví dụ như chữ Hán viết là 社會 (xã hội) thì tiếng Nhật đọc là shakai, tiếng Hoa đọc là suewei, chữ Hán viết là 教育 (giáo dục) thì chữ Nhật đọc là kyoiku, tiếng Hoa đọc là cheoyu, chữ Hán viết 政治 (chính trị), tiếng Nhật đọc là seiji, chữ Hoa hiện tại phát âm là chanchi. Nếu là danh từ đơn thì mỗi ngôn ngữ đều thể hiện cách khác nhau của ngôn ngữ đó, nhưng nếu là danh từ kép giữa chữ Hán, chữ Đại Hàn, chữ Nhật và chữ Hán Việt thì cách viết hầu khư không khác, chỉ có khác nhau về cách phát âm mà thôi.

Để đi tìm cội nguồn của vấn đề, có nhiều người đã muốn quay nhìn, truy cứu lịch sử để tìm lại dấu vết của tiền nhân, và trong thời điểm cuối thế kỷ 20, đầu thế kỷ 21 có 2 vị như thế đều ở Pháp. Đó là Bác Sĩ Yên Tử Trần Đại Sỹ và Tiến sĩ Phạm Trọng Chánh. Khi đọc được bộ lịch sử của ông Cư sĩ Yên Tử Trần Đại Sỹ tôi rất vui, vì nhờ biết nhiều ngôn ngữ mà ông đã qua Đại Hàn, Trung Quốc tìm tòi lại những chứng tích cũng như dữ liệu, của thời Hoàng tử Lý Long Tường đến Triều Tiên từ năm 1226, cho đến những sự chứng minh xác thật nhất về dòng họ Lý này từ đó đến nay ở tại ngoại quốc. Xin niệm ân Bác sĩ Trần Đại Sỹ về việc này không ít.

Cũng ở Pháp, Tiến sĩ Phạm Trọng Chánh đã tìm ra được cách nhìn mới về tiểu sử của Nguyễn Du, nên ông phải đi tìm sử liệu cũ để chứng minh bằng cách đến chùa Hổ Pháo ở Hàng Châu, qua Kinh đô Tràng An, thăm mộ Nhạc Phi và đến Yên Kinh để thẩm định lại bước chân vân du của Nguyễn Du ngày ấy, cách nay hơn 200 năm về trước (1788-1790). Ông cũng thực hiện việc nghiên cứu của mình theo lối thực địa khảo sát ấy, nghĩa là đến tận nơi tận chỗ để dò tìm và cốt sao chứng minh cho sự phát hiện của mình là đúng, nên trong thời gian gần đây ông đã trở về Việt Nam, ra Hà Nội, tìm đến chùa Kim Liên rồi Cổ Nguyệt Đường của Hồ Xuân Hương (tức Hồ Phi Mai) cũng như Gác Tía nơi Nguyễn Du đã cư ngụ và sáng tác truyện Kiều. Nhờ vậy chúng ta có thể tin được rằng truyện Kim Vân Kiều của Thanh Tâm Tài Nhân mà Nguyễn Du có được ở vào thời điểm đi tỵ nạn Tây Sơn sang Trung Quốc từ năm 1789, 1790 tại Hàng Châu, chứ không phải là thời gian đi sứ sang Trung Hoa vào năm 1813 và 1814.

Như vậy chúng ta có thể xác nhận một cách chắc chắn rằng thời điểm Nguyễn Du viết truyện Kiều là từ năm 1790 đến 1794 tại Gác Tía ở Thăng Long, chứ không phải là thời Gia Long như lâu nay có nhiều người vẫn còn nghi ngờ, trong đó có cả cụ Hoàng Xuân Hãn và một số những nhà văn nhà thơ khác.

Lâu nay khi nghe nói đến nhà thơ Hồ Xuân Hương ai cũng dè chừng. Vì lẽ nữ sĩ này đã để lại những bài thơ quá sức gợi hình và sáng tác quá tự do của một thời mà so với bà Huyện Thanh Quan, bà Đoàn Thị Điểm đã không làm như vậy. Nhưng nay sau khi tham khảo những thơ văn mà Tiến sĩ Phạm Trọng Chánh đã phát hiện sự liên hệ giữa Hồ Xuân Hương và Nguyễn Du thì chúng ta thấy rằng nội dung của những bài thơ như đi hái sen 1 và 2 đều rất đứng đắn và hầu như không có ý lả lơi trong đó, khi trao đổi thơ văn với Nguyễn Du lúc đương thời. Vậy những bài thơ như: Vịnh Chiếc Quạt, Thăm Chùa v.v… là những bài thơ châm biếm, hận đời thì nên cho vào loại giai thoại văn chương. Biết đâu đó không phải là những bài do Hồ Xuân Hương làm, mà là của một người khác giấu tên chăng?

Theo Tự Điển Toàn Thơ Mở tiếng Việt thì cho rằng bà có 60 bài thơ tất cả, nhưng theo tập thơ của Hồ Xuân Hương thì bà sáng tác đến 153 hay 155 bài và gồm nhiều thể loại khác nhau. Con người luôn luôn có nhiều mặt, cả tốt lẫn xấu lâu nay vẫn là chuyện thường tình của nhân thế. Nếu ai thấy được cái xấu của chính mình và chỉ nói về cái tốt của người khác mới là người quân tử. Ngược lại nếu chỉ thấy cái xấu của người rồi làm thơ chế giễu, điều ấy cũng có nghĩa là người kia muốn nâng cái tự ngã của mình lên cao hơn người đối diện.

Đứng về phương diện ngôn ngữ để luận bàn thì Việt Nam chúng ta có 3 loại chữ viết chính. Đó là Hán văn kể từ thời lập quốc đến đầu thế kỷ 20. Nghĩa là trên dưới 2.000 năm dân tộc chúng ta không bị Hán hóa, quả là điều phước báu vô ngần.

Loại chữ viết thứ hai không kém phần quan trọng, trong đó có cả truyện Đoạn Trường Tân Thanh của Nguyễn Du. Đó là chữ Nôm. Chữ Nôm đã tồn tại sau thời Ngô Quyền đại thắng quân Nam Hán vào năm 938 cho đến đầu thế kỷ thứ 20. Như vậy chữ Nôm đã có mặt với dân tộc ta cũng trên dưới 1.000 năm lịch sử.

Loại chữ viết thứ ba là chữ Quốc Ngữ. Chữ này tương đối dễ học, dễ nhớ và bắt đầu từ năm 1617 do Giáo sĩ Francessco de Pina, người Bồ Đào Nha sáng lập tại làng Thanh Chiêm, Hội An, Quảng Nam cho đến nay mới trên 400 năm (2020-1617), thế nhưng loại chữ viết này đã có gần 100 triệu người sử dụng và hầu như không còn bị lệ thuộc vào chữ Hán của phương Bắc nữa. Quả là điều quý hóa thay!

Tuy nhiên tôi vẫn giữ quan điểm riêng của mình là nếu như người Việt vẫn dùng chữ Hán, như người Nhật hay người Đại Hàn trong hiện tại, thì quê hương mình vẫn có thể phát triển, chứ không nhất thiết phải dùng đến loại chữ La Tinh như hiện nay. Có thể chữ này dùng như chữ Romaji của Nhật dùng cho người ngoại quốc đọc tiếng Nhật. Người Việt không phải là không làm như thế được.

Nhưng ngôn ngữ cũng như phong tục, tập quán v.v... cái nào tồn tại mãi mãi với thời gian, năm tháng thì cái đó sẽ thành công. Tiếng Việt mới hơn 400 năm gắn liền với dân tộc Việt Nam thì cũng chưa thể đi đến kết luận. Có thể tiếng Việt trong tương lai còn biến đổi nữa. Chữ Hán đã có mặt tại quê hương Đại Việt trên 2.000 năm mà ở đầu thế kỷ thứ 20 Trần Tế Xương (1870-1907) đã phải than rằng:

Cái học nhà Nho đã hỏng rồi,
Mười người đi học, chín người thôi.

Còn chữ Nôm tồn tại gần 1.000 năm lịch sử với dân tộc Việt Nam (1918-938) và trong hiện tại chỉ dạy trong những Phân khoa Nghiên cứu về ngôn ngữ tại Đại Học, chứ không còn tồn tại bên ngoài dân gian như thời Nguyễn Du viết truyện Kiều nữa.

Chữ Quốc Ngữ hiện nay mới chỉ 400 năm có mặt trên quê hương đất Việt, tuy rất tiện dụng và dễ học, dễ nhớ, dễ diễn tả tình cảm qua chữ viết, nhưng biết đâu một ngày nào đó sẽ còn thay đổi nữa chăng? Để người sử dụng đỡ vất vả về dấu hỏi hay dấu ngã, chữ t hay c, tr hay ch v.v… Đây thuộc phạm trù của những nhà nghiên cứu về ngôn ngữ học. Tôi không thuộc phạm trù này nên xin chỉ nêu ra những ý kiến như vậy, còn đúng sai như thế nào thì còn phải chờ thời gian năm tháng chuyển biến sau này, người đời sau sẽ rõ.

Ngay từ đầu, tôi đã xác định là chỉ muốn làm rõ thêm những nét đặc biệt của Nguyễn Du mà lâu nay lịch sử bị che khuất, nên tôi cố thu thập tài liệu để viết nên quyển sách này, chỉ với mục đích duy nhất là: Cái gì thuộc về lịch sử thì phải trả về lại cho lịch sử, chứ không phải là một sự ước đoán. Vì ước đoán thì có cả đúng lẫn sai, mà lịch sử, ngay cả lịch sử văn học đi nữa, chúng ta cũng phải cần sự xác minh qua từng giai đoạn để làm sáng tỏ vấn đề, thì người đời sau nghiên cứu đến tác phẩm hay tác giả sẽ được dễ dàng hơn.

Tôi không đi vào từng câu thơ, ý tứ trong Truyện Kiều của Nguyễn Du, bởi vì việc này đã có quá nhiều người làm rồi, thiết tưởng không cần phải đào sâu hơn nữa. Do vậy quý độc giả sẽ không thấy hoặc ít thấy những câu thơ Kiều trong tác phẩm này. Tuy nhiên, đôi lúc cũng cần đề cập đến những câu thơ hay như:

Áo xanh đổi lấy cà-sa,
Pháp danh lại đổi tên ra Trạc Tuyền.

Ngày nay khi tôi giảng pháp, đôi khi có đề cập đến truyện Kiều và hỏi đại chúng áo xanh là áo thế nào? Hiếm có người biết. Đa phần là cười hay nói rằng: Thầy giảng giùm cho chúng con. Như chúng ta biết, ngày xưa áo vàng có thêu rồng, phượng thì chỉ có Vua và Hoàng hậu mặc. Màu nâu, màu đen và màu vàng chỉ có các đạo sĩ, tu sĩ mặc. Màu xanh là màu để cho người ăn kẻ ở mặc. Kiều lúc bấy giờ dưới mắt Hoạn Thư là một con ở (gia nô) nên phải mặc áo xanh. Từ áo xanh đổi sang áo cà sa thì phải nói là một giai đoạn thay đổi lạ kỳ của Thúy Kiều. Điều này cũng có thể ví thân phận của Nguyễn Du từ khi đi tỵ nạn Tây Sơn qua Trung Hoa từ năm 1788 đến 1790 sống đời lữ thứ, lang bạt giang hồ, làm nhà sư thay đổi tên họ là Chí Hiên, đội mũ vàng đi khất thực để độ nhựt qua ngày, thì đâu có khác gì cảnh ngộ của Thúy Kiều lúc ấy là bao?

Cũng chính nhờ chiếc áo nhà tu, đầu đội mũ vàng và tụng kinh Kim Cang hằng đêm mà Nguyễn Du đã thâm nhập được chữ "không" thâm áo của nhà Phật, khi đến dưới chân thạch đài nơi phân kinh của Thái Tử Lương Chiêu Minh, xây dựng vào thế kỷ 6 tại Kinh đô Tràng An vào một ngày đẹp trời khoảng năm 1789-1790. Quả là nhân duyên, quả là hành nghiệp.

Câu thơ Kiều hay và thâm thúy như vậy mà người Việt Nam không thuộc lòng, không hiểu nội dung câu chuyện của một thời thì uổng phí vô cùng.

Cuối thế kỷ 19, đầu thế kỷ 20, có những nhà văn nhà thơ xuất hiện như Nguyễn Khuyến (1835-1909), Tản Đà Nguyễn Khắc Hiếu (1889-1939), và sau đó là nhóm Tự Lực Văn Đoàn như: Nhất Linh, Khái Hưng, Thế Lữ, Hoàng Đạo, Thạch

Lam, Tú Mỡ v.v… đã mở ra một phong trào viết văn và thơ mới để thích hợp với nếp sống văn minh Âu Mỹ thuở bấy giờ. Nhưng nếu so với thời của Nguyễn Du hay Nguyễn Khuyến, thì cách hành văn hay việc tạo nên một câu chuyện thường không sâu sắc bằng.

Ở đây xin đơn cử một bài thơ của Nguyễn Khuyến viết cho Dương Khuê bằng chữ Hán nhan đề là *"Vãn đồng niên Vân Đình tiến sĩ Dương thượng thư"*. Tiếng Việt dịch ngắn gọn là *"Khóc Dương Khuê"*.

Bài này khi còn học Trung Học Đệ Nhất Cấp ở Việt Nam, cách đây hơn nửa thế kỷ, chúng tôi phải học thuộc lòng trong giờ Việt văn và bây giờ chép lại đây để quý độc giả cùng thưởng lãm tài nghệ làm thơ của người xưa.

Nguyễn Khuyến còn gọi là Tam Nguyên Yên Đổ, làm bài thơ tặng cho bạn mình là Tiến sĩ Dương Khuê. Dương Khuê là bạn thân và là quan đồng triều với Nguyễn Khuyến. Khi nghe Dương Khuê trở bịnh nặng và qua đời thì Nguyễn Khuyến đã làm bài thơ chữ Hán *"Vãn đồng niên Vân Đình Tiến sĩ Dương thượng thư"* (輓同年雲亭進士楊尚書) để khóc bạn, rồi cũng chính ông tự dịch bài thơ này sang chữ Nôm như sau:

KHÓC DƯƠNG KHUÊ

Bác Dương thôi đã thôi rồi,
Nước mây man mác ngậm ngùi lòng ta.
Nhớ từ thuở đăng khoa ngày trước,
Vẫn sớm hôm tôi bác cùng nhau,
Kính yêu từ trước đến sau,
Trong khi gặp gỡ khác đâu duyên trời?
Cũng có lúc chơi nơi dặm khách,
Tiếng suối nghe róc rách bên đèo.
Có khi từng gác cheo leo,
Thú vui con hát lựa chiều cầm xoang.

Cũng có lúc rượu ngon cùng nhắp,
Chén quỳnh tương ăm ắp bầu xuân.
Có khi bàn soạn câu văn,
Biết bao đông bích, điển phần trước sau.
Buổi dương cửu cùng nhau hoạn nạn,
Phận đấu thăng chẳng dám tham trời.
Bác già, tôi cũng già rồi,
Biết thôi, thôi thế thì thôi mới là!
Muốn đi lại tuổi già thêm nhác,
Trước ba năm gặp bác một lần,
Cầm tay hỏi hết xa gần,
Mừng rằng bác vẫn tinh thần chưa can.
Kể tuổi tôi còn hơn tuổi bác,
Tôi lại đau trước bác mấy ngày,
Làm sao bác vội về ngay,
Chợt nghe, tôi bỗng chân tay rụng rời.
Ai chẳng biết chán đời là phải,
Vội vàng sao đã mãi lên tiên.
Rượu ngon không có bạn hiền,
Không mua không phải không tiền không mua.
Câu thơ nghĩ đắn đo không viết,
Viết đưa ai, ai biết mà đưa?
Giường kia treo những hững hờ,
Đàn kia gảy cũng ngẩn ngơ tiếng đàn.
Bác chẳng ở, dẫu van chẳng ở,
Tôi tuy thương, lấy nhớ làm thương.
Tuổi già hạt lệ như sương,
Hơi đâu ép lấy hai hàng chứa chan!

Đọc xong bài thơ ta thấy hồn thơ của tác giả thật là lai láng, diễn tả tâm trạng khi một người bạn thân thiết đã ra đi không bao giờ trở lại và một người lớn tuổi hơn nhưng vẫn còn phải ở lại cõi đời này để chứng kiến những tang thương của thời thế.

Tác giả làm theo lối song thất lục bát, nghĩa là hai câu bảy chữ, một câu sáu chữ và kế tiếp là câu 8 chữ, nhưng lại mở đầu bằng cặp lục bát thay vì song thất như thông lệ. Kể ra cũng hơi lạ, nhưng chính điều này khiến cho độc giả phải chú ý ngay từ đoạn mở đầu bài thơ.

Thời của Nguyễn Khuyến đi sau Nguyễn Du nên tư tưởng phóng khoáng hơn, ít bị gò bó trong loại thơ Đường luật nữa, mà đây là loại thơ chữ Nôm, đọc lên người Việt hiểu rất nhanh và hiểu một cách rõ ràng ý tứ của câu văn. Bởi lẽ những bài thơ chữ Nôm như thế các nhà thơ thường ít dùng đến điển tích như thơ Đường luật, nên được nhiều người ưa chuộng hơn.

Tóm lại, chương thứ 4 này là chương tương đối quan trọng. Vì lẽ lâu nay chưa ai xác định được là Nguyễn Du đã viết Truyện Kiều trong giai đoạn nào. Qua những dẫn chứng của Tiến sĩ Phạm Trọng Chánh và sự suy luận từ lịch sử, mong rằng chúng ta sẽ có được một kết luận rõ ràng về tác phẩm văn học của Việt Nam chúng ta. Nó không phải chỉ có giá trị riêng cho người Việt mình mà nó chính là sự thành công của Nguyễn Du khi đem câu chuyện bình thường từ Trung Hoa về Việt Nam rồi diễn dịch ra 3.254 câu thơ lục bát tuyệt vời như vậy. Điều này là nhờ vào đầu óc thiên tài, lịch lãm của Nguyễn Du và từ đó thế giới đã đánh giá cao về tác giả và tác phẩm, nên tác phẩm này đã được dịch ra gần 30 ngôn ngữ đương đại như: Anh, Pháp, Đức, Nhật, Nga v.v… Đây là sự thành công của tác giả và tác phẩm, khiến cho thế giới phải quan tâm và hướng về Việt Nam của chúng ta để tìm hiểu văn hóa, lịch sử, thơ văn. Như thế là những điểm được tuyên dương tư tưởng này, nhằm tiếp tục giới thiệu với mọi người trên năm châu bốn biển.

Sau khi Quang Trung Nguyễn Huệ đại thắng mấy vạn quân Thanh sang xâm chiếm nước ta vào năm 1789, thì uy thế của Quang Trung hay nói đúng hơn là của anh em Tây

Sơn ngày càng vững mạnh, đối với trong nước và ngay cả với Trung Quốc, nên sau khi Quang Trung thắng trận đã cử Đoàn Nguyễn Tuấn, vốn là bạn văn chương của Nguyễn Du, dẫn Phái đoàn sang Yên Kinh gặp Vua Càn Long để nhận sắc phong làm An Nam Quốc Vương. Và chính trong thời điểm 1789-1790 đó Nguyễn Du đã gặp Phái đoàn này tại Hoàng Châu và họ đã tâm tình với nhau như là những tri nhân, tri kỷ lâu ngày mới gặp lại, và sau này Đoàn Nguyễn Tuấn trở thành anh vợ của Nguyễn Du.

Đến năm 1792, vua Quang Trung băng hà và cho đến nay cũng chưa có nguồn sử liệu nào cho biết lý do chính thức là gì cả, mà chỉ biết sơ sài là do Quang Trung bị nhồi máu cơ tim nên đột tử. Nguyễn Quang Toản là con thứ của Nguyễn Huệ lên thay cha, vì còn quá trẻ nên bị các đại thần khuynh loát. Trong thời gian này (1792-1802) chính là cơ hội tốt nhất để Nguyễn Ánh Gia Long và đoàn tùy tùng của ông từ Thái Lan trở về quê hương để khôi phục vai trò của Chúa Nguyễn đã bị đứt đoạn từ năm 1777.

Trong khi đó Nguyễn Du đã viết xong truyện Kiều có lẽ ông cũng phải nhờ bạn thơ của ông là Đoàn Nguyễn Tuấn và nhiều người đỗ đạt cao hơn ông lúc đương thời xem lại, cũng như góp ý câu văn hay cách gieo vần v.v… Có thể người anh là Nguyễn Nễ (Đề), người đang làm quan dưới triều Tây Sơn cũng không thể thiếu mặt trong đại tiệc văn chương này.

Từ những năm 1791, gia đình của ông cũng gặp cảnh không may như trong Tự Điển Toàn Thư Mở tiếng Việt đã ghi lại như sau:

"Tháng mười, năm Tân Hợi (1791) anh thứ tư cùng cha khác mẹ với Nguyễn Du là Nguyễn Quýnh do chống Tây Sơn nên bị bắt và bị giết. Dinh cơ, từ đường họ Nguyễn ở Tiên Điền, Hà Tĩnh bị tướng Tây Sơn Lê Văn Dụ đốt cháy, phá hủy, làng Tiên Điền bị làm cỏ vì cuộc khởi nghĩa của Nguyễn Quýnh.

Năm Quý Sửu (1793), Nguyễn Du về thăm quê Tiên Điền và đến cuối năm ông vào kinh đô Phú Xuân thăm anh là Nguyễn Đề, đang làm Thái Sử ở Viện Cơ Mật và anh vợ là Đoàn Nguyễn Tuấn.

Năm Giáp Dần (1794), Nguyễn Đề được thăng Tả Phụng Nghi Bộ Binh và vào Quy Nhơn giữ chức Hiệp Tán Nhung Vụ. Nguyễn Du và Nguyễn Ức được Nguyễn Đề giao cho việc về Hồng Lĩnh, xây dựng lại Từ Đường và làng Tiên Điền, vì ông bận việc quan không thể trực tiếp trông coi.

Năm 1795, Nguyễn Đề đi Sứ sang Yên Kinh dự lễ nhường ngôi của Vua Càn Long nhà Thanh, đến năm 1796 trở về được thăng chức Tả Đồng Nghị Trung Thư Sảnh.

Mùa Đông năm Bính Thìn (1796), Nguyễn Du trốn vào Gia Định theo Chúa Nguyễn Ánh nhưng bị Quận Công Nguyễn Thận bắt giam ba tháng ở Nghệ An. Sau khi được tha, ông về sống ở Tiên Điền. Trong thời gian bị giam ông có làm thơ "My trung mạn hứng" (Cảm hứng trong tù). Nguyễn Du ra Thăng Long thì Hồ Xuân Hương đã được mẹ gả cho một thầy lang xóm Tây làng Nghi Tàm.

Năm 1797, Nguyễn Đề thu xếp cùng Đoàn Nguyễn Tuấn cưới cô em út Đoàn Nguyễn Thị Huệ cho Nguyễn Du. Đoàn Nguyễn Tuấn giao cho Nguyễn Du gia trang tại Quỳnh Hải. Từ đây chấm dứt cuộc đời mười năm gió bụi.

Mùa Thu năm Nhâm Tuất (1802), Vua Gia Long diệt nhà Tây Sơn. Nguyễn Đề trốn tránh tại Phú Xuân được Gia Long gọi ra. Nguyễn Đề dâng số, Vua Gia Long tha chết, mến tài và kính trọng dòng dõi con Xuân Quận Công Nguyễn Nghiễm, nên cho đi theo ra Bắc Thành làm việc dưới quyền Tổng Trấn Nguyễn Văn Thành. Nguyễn Nễ

(Đề) cố vấn chỉ dẫn các kinh nghiệm nghi lễ đi Sứ, tiếp Sứ sang phong vương cho Vua Gia Long như trường hợp Phan Huy Ích. Đoàn Nguyễn Tuấn lúc này khoảng 50 tuổi, có lẽ về ẩn cư trong "Phong Nguyệt Sào" (Tổ Gió Trăng) là một cái chòi trong vườn hoa nhà mình, ngâm vịnh trong đó, tự hiệu là Sào Ông." (Hết trích)

Thân sinh ông là Nguyễn Nghiễm làm quan dưới thời Chúa Trịnh, có đến 8 bà vợ và 21 người con. Nguyễn Du là con của bà vợ thứ 3. Chế độ Nho gia không cấm người đàn ông có năm, bảy vợ, nhưng người đàn bà bắt buộc chỉ được lấy một chồng, nên xã hội mới dẫn đến sự bất công và nam nữ không có quyền bình đẳng với nhau. Đến đầu thế kỷ 20, phong trào phụ nữ đòi quyền sống và quyền chỉ một vợ một chồng, đã xảy ra khắp nơi trên thế giới để bênh vực cho người phụ nữ. Tuy nhiên cho đến thế kỷ 21 này, vẫn còn một số đạo cho phép người đàn ông có nhiều vợ như Hồi Giáo, hay những ông vua ở các bộ lạc tại Châu Phi vẫn còn chế độ đa thê. Tục lệ này muốn chấm dứt có lẽ phải chờ cho trình độ dân trí tại những nơi đó phát triển mạnh, thì chính người phụ nữ mới có thể thoát ra khỏi chế độ đa thê này được.

Người xưa thường nói: "Có phúc làm quan, có gan làm giàu". Việc quan vị phải do học vị mà thành, nhưng có người dẫu tài giỏi mà đi thi cả bốn năm lần, chỉ mảnh bằng Tú Tài cũng không đậu, như Trần Tế Xương, theo dân gian thì đó hẳn phải là do thiếu phúc. Nhưng cũng có những người đi thi đậu cả ba khoa gọi là "Tam Nguyên Yên Đỗ" như Nguyễn Khuyến. Có người thi đậu thật cao, mà cũng có lắm kẻ chỉ vừa đủ điểm để đậu.

Ngày xưa chắc là chưa có việc hối lộ để được đậu, hay đậu mà không có khả năng ra làm việc giúp nước, giúp đời, nên người ta gọi là "Tiến Sĩ giấy". Vì trong giấy chứng nhận có ghi tên người ấy đỗ Tiến Sĩ, chứ thực tế người ấy chưa đủ khả năng để đậu cái bằng ấy. Ngược lại cũng có lắm người không có bằng Tiến Sĩ, mà dạy học trò đậu nhiều Tiến Sĩ như ông Chu Văn An (1292-1370) chẳng hạn. Cả ông Nguyễn Trãi (1380-1442) và Nguyễn Du (1766-1820) đều chưa đậu Tiến Sĩ nhưng UNESCO đã vinh danh 3 vị này là "Danh nhân văn hóa thế giới".

Thật ra bằng cấp nó không có tội tình gì cả. Nếu có khả năng, cứ học và thi cho đỗ đạt. Nếu chẳng may thiếu phước, thiếu phần như Trần Tế Xương (1870-1907) thì người đời cũng trân quý, chứ đâu có ai chê trách gì. Qua những bài thơ như sau của ông để chúng ta biết thêm về cái giá của việc học và việc thi.

ĐI THI

Tấp tểnh người đi tớ cũng đi,
Cũng lều, cũng chõng, cũng đi thi.
Tiễn chân, cô mất ba đồng lẻ,
Sờ bụng, thầy không một chữ gì.
Lộc nước còn mong thêm giải ngạch,
Phúc nhà nay được sạch tràng quy.
Bốn kỳ trọn vẹn thêm kỳ nữa,
Ú, ớ, u, ơ ngọn bút chì.

HỄ MAI TỚ HỎNG

Hễ mai tớ hỏng, tớ đi ngay,
Giỗ Tết từ đây nhớ lấy ngày.
Học đã sôi cơm nhưng chửa chín,
Thi không ăn ớt thế mà cay.
Sách đèn phó mặc đàn con trẻ,
Thưng đấu nhờ tay một mẹ mày.
Cống hỉ, mét xì, đây thuộc cả,
Chẳng sang Tàu, cũng tếch sang Tây.

LỄ XƯỚNG DANH KHOA ĐINH DẬU (1897)

Nhà nước ba năm mở một khoa,
Trường Nam thi lẫn với trường Hà.
Lôi thôi sĩ tử vai đeo lọ,
Ậm oẹ quan trường miệng thét loa.
Cờ kéo rợp trời, quan sứ đến,
Váy lê phết đất, mụ đầm ra.
Sao không nghĩ đến điều tu sĩ?[1]
Ngoảnh cổ mà trông cảnh nước nhà.

Điểm lại những người đã sinh ra, lớn lên học hành, thi cử đỗ đạt ta thấy được kết quả như sau:

Ông Nguyễn Nghiễm (1708-1776) là thân phụ của Nguyễn Du. Năm 1724 đời Lê Dụ Tông, ông mới 17 tuổi đã đỗ thi Hương. Năm 1731 đời Lê Duệ Tông, ông đỗ Hoàng Giáp (Nhị giáp Tiến sĩ) lúc 24 tuổi. Ngoài ông ra, anh em họ Nguyễn Tiên Điền còn có Nguyễn Huệ đỗ Tiến sĩ và Nguyễn Trọng cũng đỗ Đệ nhị giáp Tiến sĩ như Nguyễn Nghiễm.

Nguyễn Nghiễm có 21 người con cả trai lẫn gái, nhưng trong đó có những người nổi bật như sau:

Nguyễn Khản (1734-1787), năm Canh Thìn (1760) thi đỗ Tiến sĩ Nho học, lúc đó mới 27 tuổi. Ông làm quan dưới thời Trịnh Sâm vì có công rất lớn trong việc giảng dạy cho Chúa khi còn là Thế Tử, nên ông đã được thăng lên Đại Học Sĩ kiêm Quốc Tử Giám Tế Tử.

Nguyễn Đề (Nễ) sinh năm 1761 và mất năm 1805. Tháng 10 năm 1783 ông đỗ Giải Nguyên lúc 23 tuổi, khoa thi Hương ở điện Phụng Thiên. Ông làm quan dưới thời vua Lê Hiển Tông. Năm 1790 (Quang Trung năm thứ 3) nhờ người quen đề cử, ông được nhà Tây Sơn mời ra giúp việc từ hàn, tiếp đến là Hàn Lâm Viện bị thư, rồi được cử làm Phó Sứ (do

---

[1] Có dị bản chép câu này là: Nhân tài đất Bắc nào ai tá?

Nguyễn Quang Hiển dẫn đầu) đi đến Yên Kinh để tuế cống triều Thanh.

Đoàn Nguyễn Tuấn sinh năm 1750 và ngày mất không rõ. Ông là con của Hoàng Giáp Đoàn Nguyễn Thục, Đại thần thời Lê Mạt, là con rể Tiến sĩ Nhữ Đình Toàn. Ông quen với Nguyễn Nghiễm (1708-1775) cha của Nguyễn Du và từ năm 1797 là anh vợ của Nguyễn Du. Năm 1787 ông cùng Phan Huy Ích, Ngô Thì Nhậm ra giúp nhà Tây Sơn, được cử giữ chức Hàn Lâm Trực Học Sĩ (1788).

Cháu của Nguyễn Du là Nguyễn Thiện (1763-1818) hiệu là Thích Hiên, là con của Nguyễn Điều, gọi Xuân Quận Công Nguyễn Nghiễm là ông nội, gọi Toản Quận Công Nguyễn Khản bằng bác và gọi Nguyễn Du bằng chú. Năm Cảnh Hưng thứ 45 (1784) Nguyễn Thiện thi Hương đỗ Tứ Trường, nhưng vì có loạn kiêu binh ở Kinh đô Thăng Long, thời cuộc lắm rối ren nên ông không ra làm quan. Ông là một nhà thơ nổi tiếng thời Lê Trung Hưng và thời Nguyễn.

Từ đời thân phụ của Nguyễn Nghiễm, rồi đến con, cháu cả ba bốn thế hệ như vậy đều đỗ đại khoa, từ Tú Tài đến Tiến Sĩ và làm quan lớn cả trong 4 triều đại Lê Trung Hưng, Trịnh Sâm, Nguyễn Tây Sơn và Gia Long. Nếu nhìn lui lại lịch sử Việt Nam và nhìn tới kể từ thời Nguyễn Du, nghĩa là hơn 200 năm về trước cho đến nay, cả nước Việt Nam mà cũng có thể là cả thế giới, chưa có một đại gia đình nào mà ra làm cả quan văn lẫn quan võ, qua nhiều triều đại trong nhiều hoàn cảnh thay ngôi đổi chủ như vậy. Có thể chỉ có đại gia tộc họ Nguyễn ở Tiên Điền chăng?

Người xưa cũng thường hay nói rằng: "Chẳng ai giàu 3 họ, chẳng ai khó 3 đời", trong khi đó gia đình của Nguyễn Du làm quan và hưởng sự vinh hoa phú quý đến 4 đời. Đúng là cái phước của tổ tiên đã để lại cho đại gia đình này vậy.

Ngoài ra người xưa cũng hay nói rằng: "Trung thần bất sự nhị quân", nghĩa là: "Tôi trung không thờ 2 chúa." Ở đây cả gia tộc họ Nguyễn đã thờ đến 2 vua và 2 chúa cùng một lúc thì sao?

Phần dưới đây tôi cố gắng phân tích từng giai đoạn của thời cuộc, dưới cái nhìn có giới hạn của mình và từ đó, chúng ta có thể thấy được tâm sự của Nguyễn Du đã ảnh hưởng đến quyển Đoạn Trường Tân Thanh như thế nào khi ông sáng tác, mà chủ yếu là dựa theo cốt truyện Kim Vân Kiều của Thanh Tâm Tài Nhân bên Trung Hoa.

Nhìn lại khoảng thời gian Nguyễn Du viết truyện Kiều ở Gác Tía tại Thăng Long (1790-1794) cũng không phải là thời gian yên ổn hoàn toàn đối với ông. Bởi vì *"vào năm 1791, người anh thứ tư cùng cha khác mẹ với ông là Nguyễn Quýnh do chống Tây Sơn nên bị bắt và bị giết. Dinh cơ, Từ đường họ Nguyễn ở Tiên Điền, Hà Tĩnh bị tướng Tây Sơn Lê Văn Dụ phá hủy, đốt cháy, làng Tiên Điền bị làm cỏ vì cuộc khởi nghĩa của Nguyễn Quýnh."*

Đọc đoạn văn trên đây chúng ta thấy có nhiều sự kiện lịch sử cần phải hiểu rõ thêm vào giai đoạn ấy và câu hỏi được đặt ra là tại sao Nguyễn Quýnh lại chống Tây Sơn? Nhất là sau việc đại thắng quân Thanh năm 1789, uy thế của Quang Trung Nguyễn Huệ vang lừng khắp nước và được xem là anh hùng của dân tộc. Như vậy dựa vào thế lực nào phía sau lưng mà Nguyễn Quýnh dám đứng ra đương đầu như vậy, trong khi Nguyễn Quýnh dĩ nhiên phải tự biết rằng hậu quả sẽ ra sao nếu bị thua? Và rồi mặc dầu Nguyễn Đề đang làm quan cho Tây Sơn nhưng cũng không xin được tội chết cho anh em ruột của mình, để đến nỗi Nguyễn Quýnh phải bị giết và đặc biệt là dinh cơ, từ đường họ Nguyễn ở Tiên Điền bị đốt cháy. Đây là sự đau đớn não nề cho cả gia tộc. Vì từ thời Nguyễn Nghiễm cho đến thời đại của Nguyễn Quýnh và Nguyễn Du tuy chưa cách biệt thời gian nhiều, nhưng nhờ làm quan trong triều Lê mạt, nên có lẽ Nguyễn Nghiễm cũng như Nguyễn Khản đã cho xây dựng Từ đường ở Tiên Điền to lớn đặc biệt lắm. Bởi vì Nguyễn Nghiễm làm đến chức Tể Tướng của triều đình Lê mạt, thì chỗ thờ tự phải tương xứng với tiền nhân đã có công sinh thành dưỡng dục ra mình. Thế nhưng bây giờ tất cả đều trở thành cả một đống tro tàn đổ nát, thử hỏi ai mà không đau lòng, không biết là Nguyễn Du có chạnh lòng chăng? Dĩ nhiên là phải có, nên mới mở đầu truyện Kiều, ông đã viết rằng:

"Những điều trông thấy mà đau đớn lòng."

Những điều trông thấy ấy có thể là những sự kiện của chiến tranh, sự tàn phá đổ nát của quê hương sau khi ông từ Trung Hoa trở lại Việt Nam từ năm 1790. Đây là nỗi đau thấu trời, nên chữ *"Đoạn Trường Tân Thanh"* có lẽ không phải ông chỉ viết cho nàng Kiều, mà ông còn muốn mô tả tâm trạng của ông trong lúc này nữa.

Sau khi Nguyễn Du viết xong Đoạn Trường Tân Thanh khoảng năm 1793-1794 thì ông về lại thăm quê Tiên Điền, có lẽ để tạ ơn tổ tiên đã gia hộ cho ông hoàn thành một đại tác phẩm như vậy. Nhưng chốn xưa bây giờ chỉ là cảnh điêu tàn đổ nát, chẳng còn cách nào hơn, ông phải vào kinh đô Phú Xuân để thăm anh Nguyễn Đề đang làm Thái Sử ở Viện Cơ Mật và Đoàn Nguyễn Tuấn (sau này là anh vợ), để tường trình lại việc về thăm quê Tiên Điền vừa rồi.

Nguyễn Đề, anh ruột của Nguyễn Du, lúc ấy đang làm trong Cơ Mật Viện của Quang Trung Nguyễn Huệ, nên nghĩ những lời trình tấu của mình cùng với Đoàn Nguyễn Tuấn, triều đình Tây Sơn phải tin và ban cho đặc ân nào đó. Nhất là sau khi Nguyễn Du đã về lại quê cha đất tổ tại Tiên Điền, thấy Từ đường họ Nguyễn bị trở thành bình địa, mà riêng khả năng của Nguyễn Du thì không thể nào làm gì được, nên phải đến Phú Xuân mục đích chính là trình bày lại sự việc đau lòng trên mà Nguyễn Du đã chứng kiến để anh mình tâu tiếp lên vua Quang Trung.

Nguyễn Đề là một người thông minh tài giỏi nên đã được Quang Trung tin dùng và mặc dù Quang Trung đã băng hà năm 1792, nhưng những năm tháng sau này Quang Toản và triều đình Tây Sơn vẫn trọng dụng Nguyễn Đề và Đoàn Nguyễn Tuấn, nên đây là cơ hội để họ xin tái xây dựng lại Từ đường họ Nguyễn ở Tiên Điền.

Năm 1794 nghĩa là sau khi Quang Trung băng hà 2 năm, Nguyễn Đề được thăng Tả Phụng Nghi Bộ Binh và vào Quy Nhơn giữ chức Hiệp Tán Nhung Vụ. Đây là một chức cai quản binh lính, thay vì ở Phú Xuân lâu nay, bây giờ lại được điều về Quy Nhơn để gần Nguyễn Nhạc và Quang Toản hơn. Càng đi xa vào Nam thì càng xa quê hơn nữa. Do đó việc về thăm lại quê xưa đối với Nguyễn Đề càng ngày càng khó khăn hơn, nên ông đã giao cho Nguyễn Du và Nguyễn Ức về Hồng Lĩnh xây dựng lại Từ Đường và làng Tiên Điền, vì ông bận việc quan không thể trực tiếp trông coi được.

Như vậy là nhiệm vụ của Nguyễn Du đã hoàn thành, như là một phần tạ ơn tổ tiên đã gia hộ cho ông viết xong quyển Đoạn Trường Tân Thanh. Và chắc hẳn vào Phú Xuân và Quy Nhơn lần này, Nguyễn Du đã mang theo tác phẩm để trình cho anh mình xem, đồng thời cho Đoàn Nguyễn Tuấn khảo duyệt lại. Bởi vì cả hai người đều là bạn tâm giao về văn chương với nhau và họ cũng đã gặp nhau tại Trung Hoa, khi Đoàn Nguyễn Tuấn dẫn phái bộ sang cầu phong An Nam Quốc Vương cho vua Quang Trung vào năm 1789 và chắc rằng họ cũng đã thảo luận với nhau về nội dung của chuyện này rồi.

Ngoài ra đến với Nguyễn Đề lần này chắc hẳn Nguyễn Du đã nhận được nguồn kinh phí tiền bạc hay vật liệu từ

Nguyễn Đề và ngay cả của Đoàn Nguyễn Tuấn hay triều đình Tây Sơn để mang về lại Hồng Lĩnh lo tu tạo xây dựng lại Từ đường. Đây là một việc làm có ý nghĩa mà những cận thần của Tây Sơn không thể nào làm ngơ được. Bởi lẽ tướng của Tây Sơn Lê Văn Dụ thời Quang Trung đã đập phá, thì bây giờ (1794) thời Quang Toản cho xây dựng lại để chiều lòng Nguyễn Đề cũng như của Đoàn Nguyễn Tuấn, là một chuyện nên làm. Đây cũng là cơ hội tốt nhất cho Nguyễn Du và Nguyễn Ức thừa hành công việc mà anh Nguyễn Đề của mình đã giao phó cho.

Hai người về lại Hồng Lĩnh cũng chỉ cốt mang theo tiền bạc và trông coi cũng như góp ý đồ án xây dựng từ đường như cũ, chứ cả hai đều là con quan, bạch diện thư sinh, chắc rằng họ đã chẳng thể mó tay vào việc xây dựng được. Thời gian này Nguyễn Du chắc rất vui, vì ước nguyện đã hoàn thành, vì lẽ có từ đường, đó chính là nơi để nương tựa tâm linh, thờ cúng ông bà cha mẹ tổ tiên. Vì chính nhờ họ mà Nguyễn Du mới dệt xong được tâm trạng của mình qua tác phẩm này.

Vào ngày 1 tháng 9 năm 1795, vua Càn Long, tức Cao Tông Thuần, Hoàng đế nhà Thanh, nhường ngôi cho con là Gia Khánh Nhân Tông, lên làm Thái Thượng Hoàng sau khi làm vua được 59 năm (1795 - 1736 = 59 năm) và đến năm 1799 thì vua Càn Long qua đời. Triều đình Việt Nam không thể không tham gia sự kiện quan trọng này, nên Quang Toản đã cử Nguyễn Đề đi Sứ sang Yên Kinh để dự lễ nhường ngôi của Càn Long. Khi Nguyễn Đề về lại Việt Nam được thăng chức Tả Đồng Nghị Trung Thư Sảnh. Đây là một ân huệ, mà từ đó cũng là một kinh nghiệm để Nguyễn Du học lại trực tiếp từ anh ruột Nguyễn Đề của mình cũng như của Đoàn Nguyễn Tuấn đi Sứ lần trước. Và đến thời Gia Long năm 1813, 1814 Nguyễn Du tự mình dẫn Phái đoàn sang Trung Hoa đi Sứ như anh ruột và anh vợ của mình đã làm vào năm 1789 và 1795, 1796.

Sau khi tái thiết Từ đường họ Nguyễn tại Tiên Điền xong, Nguyễn Du đi thẳng vào Gia Định năm 1796. Ông không đi vào Phú Xuân, không vào Quy Nhơn mà đã đi theo tiếng gọi lương tâm của mình hay lương tâm của thời cuộc thì đúng hơn. Bởi ông thấy rằng Vua Lê Chúa Trịnh đã không còn ở miền Bắc, còn Tây Sơn Quang Toản thì quá hèn kém, bọn gian thần điều khiển cả triều đình lúc vua còn nhỏ tuổi, nên ông hướng đến Nguyễn Ánh cũng là chuyện đương nhiên. Mặc dầu trong tâm ông vẫn biết ơn Tây Sơn, vì lẽ nếu không có Nguyễn Đề và Đoàn Nguyễn Tuấn làm quan dưới Triều Tây Sơn thì Từ đường họ Nguyễn ở Tiên Điền đã không được xây lại, và bản thân của Nguyễn Du cũng không yên vì đã từng chống lại Tây Sơn bị giam cầm, nên mới bỏ chạy sang tỵ nạn bên Trung Quốc từ những năm 1788 đến 1790. Ân ấy, nỗi niềm riêng này chắc rằng Nguyễn Du không quên, nhưng lý tưởng lại là việc khác. Do vậy mà Nguyễn Du đã âm thầm ủng hộ tinh thần phục quốc của nhà Nguyễn Trung Hưng, từ Thái Lan về muốn xây dựng lại quê hương qua miền Nam nước Việt.

Lúc ấy Nguyễn Ánh cùng quan quân được sự trợ giúp trực tiếp của Pháp, nên đã tấn công Gia Định thành và từ từ đánh chiếm ra đến Nha Trang rồi Bình Định tới Phú Xuân.

Khi Nguyễn Du có ý định trốn vào Gia Định để theo Chúa Nguyễn Ánh thì bị Quận Công Nguyễn Thận bắt giam 3 tháng ở Nghệ An. Trong thời gian Nguyễn Du bị giam giữ ở Nghệ An, chắc chắn đã được Nguyễn Đề và Đoàn Nguyễn Tuấn can thiệp, nên sau đó Nguyễn Du được trở về lại Tiên Điền để sống tại nhà Từ đường họ Nguyễn đã được xây cất tái thiết xong trước đó mấy năm. Trong thời gian bị giam ông có làm thơ *My Trung Mạn Hứng* (Cảm hứng khi bị giam cầm) như dưới đây.

縻 中 漫 興

鐘 子 援 琴 操 南 音，

莊錫病中猶越吟。
四海風塵家國淚，
十旬牢獄死生心。
平章遺恨何時了，
孤竹高風不可尋。
我有寸心無與語，
鴻山山下桂江深。

Mỵ trung mạn hứng

Chung Tử viên cầm tháo Nam âm,
Trang Tích bệnh chung do Việt ngâm.
Tứ hải phong trần gia quốc lệ,
Thập tuần lao ngục tử sinh tâm.
Bình Chương di hận hà thì liễu,
Cô Trúc cao phong bất khả tầm.
Ngã hữu thốn tâm vô ngữ dữ,
Hồng Sơn sơn hạ Quế Giang thâm.

Dịch nghĩa:

Chung Tử gảy đàn theo điệu Nam,
Trang Tích khi ốm ngâm nga bằng tiếng Việt.
Khắp bốn bể đầy gió bụi, nghĩ tình nhà việc nước mà rơi lệ,
Mười tuần nằm trong lao tù, lòng thấp thỏm chuyện sống chết.
Bao giờ mới hết hận Bình Chương?
Khó mà có phong cách cao thượng của người nước Cô Trúc.
Ta có một chút tâm sự này, không biết bày tỏ cùng ai,
Dưới chân núi Hồng, sông Quế Giang sâu thẳm.

Cảm hứng khi bị giam cầm

> *Gảy đàn Chung Tử sầu than,*
> *Bệnh kia Trang Tích do ngàn âm thanh.*
> *Bốn phương gió bụi lệ đành,*
> *Mười tuần sanh tử tử sanh ngục tù.*
> *Bình Chương hận ấy chưa nguôi,*
> *Cô Trúc người đó có xuôi lòng buồn?*
> *Tâm ta vò võ đợi trông,*
> *Ai người hiểu thấu núi Hồng, Quế Giang?*

(Thích Như Điển dịch theo thể thơ lục bát)

Đúng là tâm sự của người ở tù. Người xưa thường nói rằng: *"Nhất nhật tại tù thiên thu tại ngoại"*, nghĩa là: *Một ngày ở trong tù (dài như) ngàn năm ở bên ngoài.* Ở đây Nguyễn Du ở tù vào năm 1796 đến 10 tuần,[1] có nghĩa là 3 tháng mười ngày, nên những ngày ở trong tù cảm thấy dài lê thê, nhớ đến người xưa bên Trung Hoa cũng mang tâm sự như mình: Bây giờ chẳng biết ai có thể rõ được tâm sự của mình? Nên mới viết nên bài thơ này để ghi lại mấy tháng ở trong tù như vậy.

Rồi có lẽ nhờ có anh ruột là Nguyễn Đề đang làm quan cho Tây Sơn và là bạn của Quận Công Nguyễn Thận, nên Nguyễn Du được tha, đồng thời Nguyễn Thận thấy rằng Nguyễn Du là người có tài, nên đã cho trắng án. Sau đó chắc rằng Quận Công Nguyễn Thận đã bàn với hai ông quan bạn Nguyễn Đề và Đoàn Nguyễn Tuấn là nên chọn vợ cho Nguyễn Du là yên chuyện, chứ ở tuổi 30, 31 rồi mà chưa có gia đình thì khó mà buộc chân chàng lãng tử này được. Do vậy Nguyễn Đề đã thu xếp cùng Đoàn Nguyễn Tuấn cưới cô em út Đoàn Nguyễn Thị Huệ cho Nguyễn Du.

Tất cả gia đình những người xuất thân từ quan trường họ đều quen biết với nhau trong thời gian ứng thí hay sau

---

[1] Thời xưa dùng chữ tuần (旬) là quãng thời gian 10 ngày. Trong một tháng có thượng tuần (上旬), trung tuần (中旬) và hạ tuần (下旬), mỗi tuần 10 ngày.

171

khoa thi, lúc đỗ đạt ra làm quan, có vợ họ thường giao ước trước với nhau, sau này có con cái thì làm sui gia cưới gả với nhau. Do vậy ở dưới xã hội ngày xưa việc "môn đăng hộ đối" tự động hình thành do quan niệm đã sắp đặt sẵn này, chứ hai người nam nữ hầu như ít có quyền tự chọn mối lương duyên cho chính mình. Cũng vì thế mà Nguyễn Du với mối tình ba bốn năm với Hồ Xuân Hương qua thi ca cũng không thành, vì năm ấy Hồ Phi Mai nghe lời mẹ đã xuất giá, khiến cho Nguyễn Du phải ngẩn ngơ một thời gian. Nên Nguyễn Nễ cũng thấy rằng việc cưới vợ cho Nguyễn Du là kế sách hay để giữ chân người tài hoa ấy, chứ nếu Nguyễn Du không gia đình, đi lang thang đây đó lại mang họa vào thân.

Khi về lại làng Tiên Điền năm 1797 để kết hôn với người vợ là Đoàn Nguyễn Thị Huệ do Nguyễn Đề và Đoàn Nguyễn Tuấn sắp đặt cho yên bề gia thất, lại được Đoàn Nguyễn Tuấn giao cho gia trang ở làng Hải Yên, huyện Quỳnh Hải, Thái Bình để trông coi cũng như làm thơ chờ thời. Trong văn học gọi thời gian này là "chấm dứt 10 năm gió bụi".

Thật ra, nếu kể từ năm ông sang Vân Nam, bị bệnh 3 tháng tại đó, rồi sang Trung Quốc vào năm 1788 thì đúng là 10 năm và trong suốt 10 năm ấy Nguyễn Du đã là một người lang bạt rày đây mai đó, không vợ không con, không người thân bên cạnh. Ông sống với thơ văn, với lý tưởng của người không hoài cổ mà chọn mới, do vậy ông đã làm nhà sư Chí Hiên ở đến 3 năm tại Trung Quốc (1788-1790), rồi về nước viết Đoạn Trường Tân Thanh để giải bày tâm sự của mình hay tâm sự của nàng Kiều cũng chỉ là một cách nói khác mà thôi. Thành công ấy ngoài sự mong đợi của ông. Bởi lẽ ông là một người có tài, nên thời nào ông cũng được nhiều người mến chuộng, ưa thích. Lý tưởng cách mạng muốn thay đổi thời thế là một việc khác, mà hoàn cảnh chung quanh chưa thuận tiện thì có thể chỉ chờ thời mà thôi. Cho nên có câu:

貧居鬧市無人問，
富在深山有遠親 。

"Bần cư náo thị vô nhân vấn
Phú tại thâm sơn hữu viễn thân."

Nghĩa:

Người nghèo ở ngay giữa chợ chẳng ai hỏi thăm,
Người giàu ở trong núi sâu cũng có người từ xa đến viếng.

Hay như câu:

有麝自然香 。

"Hữu xạ tự nhiên hương"

Nghĩa:

"Thật có hương thơm thì sẽ tự nhiên lan tỏa ra."

Như vậy Nguyễn Du tự biết mình chưa đến thời, nên an phận và chờ cho quân của Gia Long tiến ra Bắc Hà, lúc ấy mới ra phụng sự. Bởi vì lúc ấy Nguyễn Du hãy còn trẻ và trong tay chưa có sự nghiệp gì đáng nói. Lúc trẻ thì sinh ra trong gia đình giàu có sung sướng, hưởng vinh hoa phú quý của cha ông. Lớn lên học hành thi đỗ, nhờ anh nhờ bạn. Đến tuổi thanh niên chưa tự lập được, ông lại nhờ ông anh vợ rộng rãi nên được kết hôn với Đoàn Nguyễn Thị Huệ và tại Quỳnh Hải, Nguyễn Du sống với vợ hiền, mộ tập lính tráng, lương thực để chờ thời.

Tôi cố gắng tra lục tìm tài liệu nói về cuộc đời của Nguyễn Du từ sau khi lấy Đoàn Nguyễn Thị Huệ (1797), nhưng hầu như không có sách vở nào đề cập đến mối tình phu phụ của họ ra sao, họ có bao nhiêu con và con cái của họ có ai học đỗ đạt ra làm quan lớn như cha ông họ hay không. Tại sao vậy? Từ Nguyễn Khản, Nguyễn Đề rồi Nguyễn Du là những người đại khoa bảng, đều là con ông Nguyễn Nghiễm. Không lẽ

173

thời thế chỉ tạo ra những nhà Nho, những anh hùng dân tộc, những nhà thơ, nhà cách mạng không quá ba đời chăng?

Có lẽ người xưa đã nói đúng, *"Không ai giàu ba họ, chẳng ai khó ba đời"*. Tất cả đều do nghiệp lực và nhân duyên tạo tác của mỗi người, mà kết quả chúng ta hưởng được ngày hôm nay là như vậy. Dẫu cho gia đình có quyền quý cao sang bao nhiêu đi chăng nữa, thì ai sinh ra rồi cũng phải già, phải bịnh và phải chết. Cũng bởi vì để giải quyết chuyện sinh tử này, nên Thái Tử Tất Đạt Đa mới xuất gia tầm đạo. Nếu không, Ngài đã ở lại chốn triều ca, tiếp nối ngai vàng từ vua Tịnh Phạn, chứ đâu cần phải đi vào rừng sâu để *tầm sư học đạo* làm gì?

Đọc lịch sử chúng ta cũng thấy, nếu ngai vàng là chỗ tranh bá đồ vương, là nơi quyền cao lộc cả, thì những danh lợi sắc tài này nó cũng chỉ giới hạn qua thời gian năm tháng, chứ không miên viễn với đời. Nếu Nguyễn Du chọn con đường công danh và quan lại, thì cũng chỉ một thời rồi người đời sẽ lãng quên. Còn thơ văn truyện Kiều cũng như Văn Tế Thập Loại Chúng Sanh vẫn luôn còn đó. Những áng văn chương đã một thời làm cho nhân loại phải quan tâm và có lẽ không phải chỉ 300 năm về trước, mà còn hơn thế nữa, người Việt Nam trải qua nhiều thế hệ trong tương lai sau này vẫn sẽ không làm ngơ trước 2 tuyệt tác phẩm này.

Dĩ nhiên là ông còn rất nhiều bài thơ hay trong khi đi Sứ sang Trung Hoa năm 1813, 1814, nhưng chủ đích của tôi không đi sâu vào những lĩnh vực văn chương này của Nguyễn Du, mà mục đích chính của tôi là tìm hiểu cho chính xác là Nguyễn Du đã viết truyện Kiều lúc nào? Cũng như tại sao hay cơ hội nào mà ông viết Văn Tế Thập Loại Chúng Sanh? Những điểm khác quý độc giả có thể tìm các tác phẩm phê bình về văn học và thơ văn của Nguyễn Du thì sẽ được đáp ứng tất cả.

Người xưa thường nói: *"Anh hùng tạo thời thế"*, nhưng nhiều khi anh hùng không tạo được thời thế mà cũng phải chờ thời thế đến mới nắm bắt được, như trường hợp của Nguyễn Du là một chăng? Dĩ nhiên đứng về phương diện lịch sử mấy ngàn năm dựng nước và giữ nước, thì những câu chuyện như thế không phải là đã không xảy ra, nhưng ở thời đại Nguyễn Du lại có những cách suy nghĩ cũng như ứng xử như vậy, khiến cho chúng ta cần tìm hiểu giai đoạn lịch sử này nhiều hơn nữa và thử đặt vị trí của chính mình như Nguyễn Du thời xưa thì phải xử sự ra sao?

CHƯƠNG V NGUYỄN DU - THỜI KỲ 1802-1820

Ngay từ đầu tôi không định viết về giai đoạn Nguyễn Du từ khi ra làm việc cho Gia Long, **nghĩa là** từ năm 1802 đến năm 1820, nhưng chủ yếu của tôi là muốn khảo sát về Văn Tế Thập Loại Chúng Sanh, ông viết từ năm nào? Thì quả nhiên trong thời gian từ năm 1786 lúc ông 20 tuổi đến năm 1800 không có sự kiện chết chóc nào nhiều xảy ra trong thời gian này bởi chiến tranh Trịnh-Nguyễn Tây Sơn, mà chờ cho đến sau khi Nguyễn Du đi Sứ sang Trung Hoa lần thứ nhất, đại diện cho Vua Gia Long vào năm 1813 và đến 1814 thì ông mới về lại nước, lúc đó Nguyễn Du đã chứng kiến một trận dịch quy mô đã có nhiều người chết, nên Nguyễn Du mới soạn ra bài Văn Tế này.

Theo tác giả Phạm Cao Long, nhà báo tự do Paris, Pháp, gởi tới BBC tiếng Việt từ Paris đã cho đăng trên báo Khánh Anh số 125 của tháng 7 năm 2020 trang 25 và 26 có đoạn như sau:

"Thời điểm đầu thế kỷ 19 có nhiều tai họa tương tự như hiện nay. Dịch bệnh bùng phát ra sao, ảnh hưởng gì trong quá khứ, tác động ra sao đến dòng lịch sử mà chúng ta đang kế thừa? Âu cũng là một dịp để nhìn lại.

Nước Việt của Vua Gia Long đã ghi nhận thiệt hại có tới 206.835 ca tử vong vì dịch bệnh. Để khắc phục hậu quả, triều đình Huế đã xuất công quỹ 730.000 quan tiền để phát chẩn, mai táng.

Dân số Việt Nam lúc đó có khoảng 10 triệu, tính ra tổng số thiệt hại nhân mạng là 2% (có nguồn sử liệu nói là 4%), một con số chóng mặt, ngay cả với dân số 90 triệu như bây giờ.

Song hiện tại chúng ta có rất ít tư liệu về dịch bệnh thế kỷ trước. Đại Nam thực lục chép sơ lược: "Giáp Tuất, Gia Long thứ 13 (1814), Quảng Đức có dịch, sai đình thần lập sở dưỡng tế ở Thế Lại (tên xã) cho người ốm ở, nhà nước cấp cho tiền gạo, thuốc thang. Người chết thì cho tiền và vải để chôn (tiền 1 quan, vải 10 thước).

Định lệ thuế bách công. Mỗi năm mỗi người nộp 1 quan 5 tiền, vải trắng 2 tấm. Người nào ứng dịch ở Kinh thì miễn.

Năm này (1814) vợ vua Gia Long là Hoàng Hậu Tống Thị Băng thọ 54 tuổi. Song sử không ghi rõ chết vì nguyên nhân gì.

Ất Hợi, Gia Long năm thứ 14 (1815) có hiện tượng người chết vô gia cư, người ốm bị xua đuổi. Hiện tượng này có phải tương tự như hiện nay (2020), dân các vùng dịch sợ hãi chạy khỏi các ổ dịch và bị dân các vùng khác xua đuổi."

Vua Gia Long đã ra Dụ rằng:

"Nuôi dân như nuôi con, là việc đầu của vương giả, phát chính thi nhân. Trẫm thường lấy lòng thương người mà làm chính sách thương người, mong xa gần đều thông đức hóa, phong tục trở nên thuần hậu. Gần đây nghe có người đau ốm giữa đường, dân sở tại đã không nhận nuôi lại còn ruồng đuổi, chẳng chút lòng thương xót giúp nhau, phong tục ấy rất là bạc bẽo. Từ nay quân dân đi đường có người đau ốm thì chủ quản ở làng xóm đều phải tùy tiện bảo dưỡng, không được ruồng đuổi, mỗi ngày nuôi dưỡng bao nhiêu, nhà nước trả tiền, chết thì cấp tiền chôn cất, để cho kẻ còn người mất đều được nhờ ơn, không một ai phải bơ vơ thất sở (cấp tiền nuôi dân và quân mỗi ngày 30 đồng, cấp tiền chôn quân 3 quan, dân 1 quan)." (Hết trích)

Đọc đoạn văn trên chúng ta thấy được điều gì? Rõ ràng là Việt Nam chúng ta vào năm 1814, 1815 và những năm sau nữa bị dịch từ Ấn Độ sang và cơn dịch ấy gọi là "Typhus Amaril". Cho nên từ năm 1814 cho đến 1820 dịch bệnh đã tràn lan cả quê hương Việt Nam khiến cho nhiều người chết, trong đó có Hoàng Hậu Tống Thị Băng cũng qua đời ở tuổi 54 và ngay cả Vua Gia Long cũng đã băng hà vào ngày 2 tháng 3 năm 1820 thọ 58 tuổi sau khi đã nhường ngôi cho Minh Mạng một năm trước đó. Thi hào Nguyễn Du cũng đã ra đi vào năm 1820 khi ông mới 54 tuổi. Đây là một sự thật của lịch sử và theo tôi nghĩ là Nguyễn Du một phần đã thấy những cảnh đau lòng qua chiến tranh thời Trịnh-Nguyễn rồi Tây Sơn và bây giờ mặc dầu ông đang làm quan dưới triều đình Gia Long, tương đối đã an ổn mọi bề, nhưng cơn dịch bệnh lúc ấy không chừa một ai, kể cả vua chúa, nên ông mới động mối từ tâm và đã soạn ra Văn Tế Thập Loại Chúng Sanh có thể là từ năm 1815, 1816 chăng?

Điều đặc biệt là chúng ta thấy chỉ Dụ của vua Gia Long qua Đại Nam Thực Lục đã chép thì nhà vua cũng là một bậc quân vương nhân từ, đâu có kém gì những vị vua thời Lý, Trần là mấy. Khi dân chúng đói khổ thì quan lại vua chúa cũng không thể ăn sung mặc sướng cho riêng mình, mà phải chia sẻ từ nhà nước cho những người nghèo khó. Cả Minh Mạng sau này cũng vậy. Khi vua này mới lên ngôi năm 1820, Đại Nam Thực Lục ghi lại Dụ như sau:

"Gần đây lệ khí lan tràn từ Gia Định trở ra đến Quảng Bình nhiều người ốm chết, Trẫm nghe thấy rất lấy làm thương. Phàm lính là để giữ nước, vẫn không thể thiếu được, mà đạo nuôi dân cũng nên rộng rãi. Vậy thông Dụ cho ở Kinh và các thành dinh trấn phàm việc suy điền binh đinh trốn và chết đều hoãn lại, đợi sau khi lệ khí yên rồi sẽ bắt cũng chưa muộn."

"Hữu Tham Tri Lễ Bộ là Nguyễn Du chết. Du là người Nghệ An rộng học, giỏi thơ, càng giỏi về quốc ngữ. Đến bây giờ có mệnh sai sang nước Thanh, chưa đi thì chết. Vua thương tiếc, cho 20 lạng bạc, 1 cây gấm Tống. Khi đưa tang về lại (quê) cho thêm 300 quan tiền." (Hết trích)

Cho đến bây giờ thì chúng ta có thể khẳng định được 2 sự kiện quan trọng trong cuộc đời văn học của Nguyễn Du. Đó là Đoạn Trường Tân Thanh là Kim Vân Kiều truyện, ông đã viết trong khoảng những năm 1790-1794 tại Gác Tía ở Thăng Long và Văn Tế Thập Loại Chúng Sanh ông đã soạn sau khi đi Sứ từ Trung Quốc về lại quê hương Đại Việt năm 1814 và chứng kiến đại dịch nhiều người chết, cảm mối từ tâm, nên ông đã soạn ra lời lẽ thống thiết như vậy.

Qua việc tra cứu nhiều phiên bản khác nhau về Văn Tế Thập Loại Chúng Sanh của Nguyễn Du soạn, cuối cùng chúng tôi chọn bản văn Phụ Lục I: Văn Tế Cô Hồn của Nguyễn Du từ trang 130 đến trang 139 của sách Mông Sơn Thí Thực Khoa Nghi.[1] Người biên soạn là Giáo sư Nguyễn Văn Thoa (giảng viên Hán-Nôm) và người hiệu đính là Nguyễn Minh Tiến. Bản này tương đối chính xác hơn cũng như có thêm nhiều chú thích rõ ràng để mọi người có thể tham khảo.

Những chú thích trong bản văn này là của Phật tử Nguyễn Minh Tiến. Nếu cần tra cứu cho rộng nghĩa hơn thì quý vị có thể vào trang Đại Tạng hay sử dụng thêm những Đại Tự Điển Phật Học.

Người xưa thường nói rằng: *"Một con én không làm nên mùa xuân"*, nhưng nếu mùa xuân ấy càng có nhiều cánh én bay liệng trên bầu trời ở khoảng không vô tận ấy thì đẹp biết dường bao!

---

[1] Mông Sơn Thí Thực Khoa Nghi - NXB Tôn giáo - Hà Nội, 2011.

VĂN TẾ CÔ HỒN [1]

Nguyễn Du

Tiết tháng bảy mưa dầm sùi sụt,
Toát hơi mây lạnh lẽo xương khô.
Não người thay buổi chiều thu,
Ngàn lau nhuộm bạc, lá ngô rụng vàng!

Đường bạch dương[2] bóng chiều man mác,
Dịp đường lê[3] lác đác sương sa.
Lòng nào lòng chẳng thiết tha,
Cõi dương còn thế nữa là cõi âm.

Trong trường dạ[4] tối tăm trời đất,
Có khôn thiêng phảng phất u minh.[5]
Thương thay, thập loại chúng sanh,[6]
Hồn đơn, phách chiếc lênh đênh quê người.

Hương lửa đã không nơi nương tựa,
Hồn mồ côi lần lữa mấy niên.

---

[1] Bài này được trích theo sách Tam bảo văn chương do Cố học giả Đoàn Trung Còn biên soạn, xuất bản năm 1946 tại Sài Gòn. Năm 2004 được NXB Tôn giáo tái bản với sự khảo đính và nhuận sắc của ông Nguyễn Minh Tiến.

[2] Bạch dương: tên một giống cây người thường trồng tại nơi mồ mả, lá tròn và lớn, bề mặt xanh, bề lưng trắng, cọng lá dài, hơi có gió thì liền lay động thành tiếng đìu hiu rầu rĩ.

[3] Đường lê: tên một giống cây thường trồng bên lề đường lấy bóng mát, tới mùa thu thì lá già, gặp sương thì rụng, thường gọi là cây cam đường, vì nhành cội cao dài như cây lê, cho nên có tên riêng là đường lê.

[4] Trường dạ: đêm dài.

[5] U minh: mù tối, cõi u u minh minh.

[6] Chúng sanh: mọi sanh linh trên thế giới, phàm có sanh mạng đều là chúng sanh. Theo Phật thuyết thì chúng sanh gồm cả thượng lưu, trung lưu và hạ lưu, cả người và vật, cả sống và chết, hết thảy có mười loại. Nhưng bài này gọi là Thập loại chúng sanh đối với Phật thuyết thì sai nghĩa, vì đây là bài văn cúng cô hồn thì chỉ là một loại ngạ quỷ (cô hồn) mà thôi.

Còn chi ai khá ai hèn,
Còn chi mà nói kẻ hiền, người ngu!

Tiết đầu thu lập đàn giải thoát,
Nước tịnh bình vẩy hạt dương chi.[1]
Muôn nhờ đức Phật từ bi,
Giải oan, cứu khổ, cùng về Tây phương.

Cũng có kẻ tính đường kiêu hãnh,[2]
Chí những lăm cất gánh non sông;
Nói chi đương buổi tranh hùng,
Tưởng khi thất thế vận cùng mà đau!

Bỗng phút đâu mưa sa ngói lở,
Khôn đem mình làm đứa thất phu.[3]
Giàu sang càng nặng oán thù,
Máu tươi lai láng, xương khô rụng rời

Đoàn vô tự[4] *lạc loài nheo nhóc,*
Quỷ không đầu đón khóc đêm mưa.
Cho hay thành, bại[5] *là cơ.*
Mà cô hồn biết bao giờ cho tan!

---

[1] Tịnh bình: bình nước trong sạch, do Tịnh thủy châu là thứ ngọc đã lược đi (luận Trí Độ); dương chi: nhành dương liễu. Theo sách Pháp Uyển Châu Lâm, Phật Đồ Trừng là một tăng sĩ pháp thuật cao siêu ở Ấn Độ. Bạch Lạc nghe danh, mời sang Trung quốc. Con trai của Lạc mắc bệnh nặng, Phật Đồ Trừng lấy nhành dương liễu nhúng vào bình nước mà vẩy cho, liền tỉnh lại.

[2] Kiêu hãnh: Cầu may, hy vọng những chuyện phi phận.

[3] Thất phu: người dân tầm thường, hèn kém. Hán thư: "Cần vi thất phu bất đắc" (Ông vua lúc sa cơ mất nước thì cần làm kẻ dân hèn cho yên thân cũng chẳng được.)

[4] Vô tự: không có con nối dõi.

[5] Thành: nên, bại: thua.

Cũng có kẻ màn lan, trướng huệ,
Những cậy mình cung quế, phòng hoa.
Một phen thay đổi san hà,[1]
Mảnh thân chiếc lá, biết là về đâu?

Trên lầu cao, dưới dòng nước chảy,
Phận đã đành trâm gãy, bình rơi.
Khi sao đông đúc vui cười,
Mà khi nhắm mắt không người nhặt xương?

Đau đớn nhẽ không hương, không khói,
Luống ngẩn ngơ trong cõi rừng sim.
Thương thay tay yếu chân mềm,
Càng năm càng héo, một đêm một dài!

Kìa những kẻ mũ cao áo rộng,
Ngọn bút son, sống, thác ở tay.
Kinh luân gom một túi đầy,
Đã đêm Quản, Nhạc,[2] lại ngày Y, Chu,[3]

Thịnh mãn lắm, oán thù càng lắm,
Trăm loài ma, mồ nấm chung quanh.
Ngàn vàng khôn đổi được mình,
Lầu cao viện hát tan tành còn đâu!

Kẻ thân thích vắng sau vắng trước,
Biết lấy ai bát nước chén nhang!
Cô hồn thất thểu dọc ngang,
Nặng oan khôn lẽ tìm đàng hóa sanh!

---

[1] San hà, hay sơn hà: núi sông, câu này ý nói các triều đại thay đổi.

[2] Quản Trọng nước Tề, Nhạc Nghị nước Yên đều là những quan tướng quốc có danh đời Đông Chu.

[3] Y Doãn nhà Thương, Chu Công nhà Chu đều được tôn xưng là bậc thánh.

183

Kìa những kẻ bày binh, bố trận,
Đổi mình vào lấy ấn nguyên nhung.
Gió mưa sấm sét đùng đùng,
Dãi thây trăm họ làm công một người.

Khi thất thế, tên rơi đạn lạc,
Bãi trường sa[1] thịt nát máu trôi.
Mênh mông góc bể, bên trời,
Nắm xương vô chủ[2] biết nơi chốn nào!

Trời xâm xẩm mưa gào, gió thét,
Khí âm huyền mờ mịt trước sau.
Ngàn mây nội cỏ rầu rầu,
Nào đâu điếu, tế,[3] nào đâu chưng, thường?[4]

Cũng có kẻ tính đường trí phú,[5]
Mình làm, mình nhịn ngủ, kém ăn.
Ruột rà không kẻ chí thân,[6]
Dẫu làm nên để dành phần cho ai?

Khi nằm xuống không ai nhắn nhủ,
Của phù vân[7] có cũng như không!
Sống thời tiền chảy bạc dòng,
Thác không đem được một đồng nào đi.

---

[1] Trường sa: bãi cát dài.

[2] Vô chủ: không có người làm chủ. Ý nói không người thân thích, không biết của ai.

[3] Điếu: viếng thăm, tế: cúng tế.

[4] Lễ tế về mùa đông gọi là chưng, lễ tế về mùa thu gọi là thường.

[5] Trí phú: làm nên giàu có.

[6] Chí thân: rất thân.

[7] Phù vân: đám mây nổi, tỷ với sự sang giàu ở đời như đám mây nổi, tụ rồi sẽ tan. (Luận ngữ)

Khóc ma mướn thương gì hàng xóm?
Hòm gỗ da bó đóm đưa đêm!
Ngẩn ngơ trong quãng đồng chiêm.
Tàn hương, giọt nước biết tìm vào đâu.

Cũng có kẻ rắp cầu chữ quí,
Dấn mình vào thành thị lân la.
Mấy thu lìa cửa, lìa nhà,
Văn chương đã chắc đâu mà trí thân.[1]

Dọc hàng quán phải tuân mưa nắng,
Vợ con nào nuôi nấng kiêng khem.
Vội vàng liệm sấp, chôn nghiêng,
Anh em: thiên hạ; láng giềng: người dưng.

Bóng phần tử[2] *xa chừng hương khúc,*[3]
Bãi tha ma kẻ dọc người ngang.
Cô hồn nhờ gởi tha hương,[4]
Gió trăng hiu hắt, lửa hương lạnh lùng!

Cũng có kẻ vào sông ra bể,
Cánh buồm mây chạy xế gió đông.
Gặp cơn giông tố giữa dòng,
Đem thân chôn rấp vào lòng kình, nghê.[5]

Cũng có kẻ đi về buôn bán,
Đòn gánh tre chín rạn hai vai.

---

[1] Cổ thi: Văn chương khả trí thân. (Văn chương có thể giúp nên người.)

[2] Phần: cây phần, tử: cây tử, chỉ là làng nhà quê, vì chánh khu vực đời xưa về các làng thường trồng hai thứ cây ấy làm cõi.

[3] Hương khúc: làng khác.

[4] Tha hương: làng khác, ý nói đi phương khác không còn được ở nơi quê quán.

[5] Kình, nghê: hai giống cá lớn hung dữ ở biển, hay làm chìm thuyền bè để ăn thịt người.

Gặp cơn mưa nắng khí trời,
Hồn đường, phách xá lạc loài nơi nao?

Cũng có kẻ mắc vào khóa lính,
Bỏ cửa nhà, gồng gánh việc quan.
Nước khe, cơm vắt gian nan,
Dãi dầu ngàn dặm, lầm than một đời!

Buổi chiến trận mạng người như rác,[1]
Phận đã đành đạn lạc tên rơi.
Lập lòe ngọn lửa ma trơi,
Tiếng oan văng vẳng tối trời càng thương.

Cũng có kẻ lỡ làng một kiếp,
Liều tuổi xanh buôn nguyệt bán hoa.
Ngẩn ngơ khi trở về già,
Ai chồng con tá, biết là cậy ai?

Sống đã chịu một đời phiền não,
Thác lại nhờ hớp cháo lá đa.[2]
Đau đớn thay phận đàn bà,
Kiếp sanh ra thế biết là tại đâu!

Cũng có kẻ nằm cầu, gối đất,
Dõi tháng ngày hành khất[3] *ngược xuôi.*
Thương thay cũng một kiếp người,
Sống nhờ hàng xứ, chết vùi đường quan!

Cũng có kẻ mắc đoàn tù giặc,
Gởi mình vào chiếu rách một manh.

---

[1] Thơ Chinh phụ: Cổ lai chinh chiến nhân, tánh mạng khinh như thảo. (Người trong trường chiến thuở nay, tánh mạng nhẹ như cỏ rác).

[2] Người miền Bắc cúng cô hồn thường chắp những lá đa làm cái đài, múc cháo vào đó mà cắm tại các lề đường, có ý bố thí cho những hồn con nít và những hồn tàn tật.

[3] Hành khất: đi ăn xin.

Nắm xương chôn rấp góc thành,
Kiếp nào cởi được oan tình ấy đi?

Kìa những đứa tiểu nhi tấm bé,
Lỗi giờ sanh, lìa mẹ, lìa cha.
Lấy ai bồng bế xót xa,
U ơ tiếng khóc thiết tha nỗi lòng.

Cũng có kẻ chìm sông, lạc suối;
Cũng có người sẩy cội, sa cây;
Có người leo giếng đứt dây,
Người trôi nước lũ, kẻ lây lửa thành.

Người thì mắc sơn tinh, quỷ quái,
Người thì xuông nanh hổ, ngà voi.
Có người hay đẻ không nuôi,
Có người sa sẩy, có người khốn thương.

Gặp phải lúc đi đường lỡ bước,
Cầu Nại Hà[1] *kẻ trước người sau.*
Mỗi người một nghiệp khác nhau,
Hồn xiêu, phách lạc biết đâu bây giờ!

Hoặc là ẩn ngang bờ, dọc bụi,
Hoặc là nương ngọn suối, chân mây.
Hoặc là điếm cỏ, bóng cây,
Hoặc là quán nọ, cầu này bơ vơ.

Hoặc là nương thần từ[2] *Phật tự,*[3]

---

[1] Nại hà: Theo Tuyên thất chí, Đổng Quán chết, hồn đi đến một dòng nước bề rộng chỉ lối vài thước, nguồn tự địa phủ lại, chảy qua phía tây nam, nước đều là máu và hôi tanh không chịu nổi, tục gọi tên là Nại hà (Sông Nại). Lại sách Cô Lục chép: Sông Nại ở phía tả núi Cao Lý, trên có nhịp cầu, đời truyền rằng: người ta chết đi mà hồn nhiều tội lỗi thì không qua được cầu ấy cho nên gọi là Nại hà kiều (Cầu không thể sang được).

[2] Thần từ: đền thờ thần.

[3] Phật tự: chùa thờ Phật.

Hoặc là nhờ đầu chợ, cuối sông.
Hoặc là trong quãng đồng không,
Hoặc là gò đống, hoặc vùng lau tre.

Sống đã chịu một bề thảm thiết,
Ruột héo khô, da rét căm căm;
Dãi dầu trong mấy muôn năm,
Thở than dưới đất, ăn nằm trên sương.

Nghe gà gáy, tìm đường lánh ẩn,
Lặn mặt trời, lẩn thẩn tìm ra.
Lôi thôi, bồng trẻ, dắt già,
Có khôn thiêng hãy lại mà nghe Kinh.

Nhờ phép Phật siêu sinh Tịnh độ,[1]
Phóng hào quang[2] cứu khổ[3] độ u.[4]
Rắp hòa tứ hải[5] quần chu,[6]
Não phiền trút sạch, oan thù rửa không.

Nhờ đức Phật thần thông quảng đại,
Chuyển Pháp luân[7] tam giới[8] thập phương.[9]

---

[1] Siêu sinh Tịnh độ: thoát qua cõi trần mà sanh vào đất trong sạch, là cảnh giới của Phật và Bồ Tát. Chữ thổ (土), tục quen đọc là độ. Tịnh độ cũng thường chỉ cõi Cực Lạc của Phật A-di-đà theo kinh A-di-đà.

[2] Hào quang: tia sáng chiếu ra chung quanh, là biểu hiệu quang minh của Phật.

[3] Cứu khổ: cứu sự khổ não.

[4] Độ u: dẫn qua khỏi chỗ tăm tối.

[5] Tứ hải: bốn biển.

[6] Quần chu: các châu.

[7] Pháp luân: bánh xe pháp. Phật thuyết pháp độ sinh giống như làm xoay chuyển bánh xe pháp.

[8] Tam giới: Ba cõi là: 1. Cõi dục, nơi các thiên, nhân đều có tình dục; 2. Cõi sắc, nơi các thiên, nhân chỉ có hình sắc mà không còn có tình dục. 3. Cõi vô sắc, nơi các thiên, nhân sắc tướng đều không còn gì nữa, được cảnh vui vô cùng.

[9] Thập phương: mười phương, gồm bốn phương chính (đông, tây, nam, bắc), bốn phương giáp và trên trời, dưới đất (tứ duy, thượng, hạ) là mười phương.

Nhơn nhơn Tiêu Diện Đại vương,[1]
Linh kỳ[2] *một lá dẫn đường chúng sanh.*

Nhờ phép Phật uy linh dõng mãnh,
Trong giấc mê khua tỉnh chiêm bao.
Mười loài bất kể loài nào.
Gái, trai, già, trẻ đều vào nghe kinh.

Kiếp phù sanh như hình, như ảnh,
Có chữ rằng: Vạn cảnh giai không.[3]
Ai ơi lấy Phật làm lòng,
Tự nhiên siêu thoát khỏi trong luân hồi.[4]

Đàn chẩn tế vâng lời Phật giáo,[5]
Của có chi, bát cháo, nén nhang,
Gọi là manh áo, thoi vàng,
Giúp cho làm của ăn đường thăng thiên.

Ai đến đó, dưới trên ngồi lại,
Của làm duyên, chớ ngại bao nhiêu.
Phép thiêng biến ít thành nhiều,
Trên nhờ Tôn giả[6] *chia đều chúng sanh.*

Phật hữu tình từ bi phổ độ,
Chớ ngại rằng có có chăng chăng.
Nam mô Đà Phật, Pháp, Tăng,
Độ cho nhất thiết siêu thăng linh hồn.

---

[1] Tiêu Diện Đại Vương: là vị thần chẩn tế chúng sanh.

[2] Linh kỳ: lá cờ thiêng.

[3] Vạn cảnh giai không: muôn cảnh đều thành không.

[4] Luân hồi: vòng xoay chuyển không bao giờ ngừng, sách Phật nói: Chúng sanh trên thế giới từ xưa đến nay cứ sống thác lần hồi ở trong Lục đạo, như bánh xe quay tròn không bao giờ ngừng, duy có người thành đạo là dứt được nỗi khổ ấy.

[5] Phật giáo: lời dạy của Phật.

[6] Tôn giả: bậc tu hành chân chánh, cứu độ, bố thí cho chúng sanh.

Nam mô Bồ Tát, Thế Tôn,
Tiếp dẫn cô hồn Tịnh độ siêu sanh.

Kệ rằng:
Hàn lâm sở lý dạ trầm trầm,
Ái ngại cô hồn khổ não thâm!
Tịch diệt phong trần vô lượng cúng;
Hy hâm hưởng thọ hữu thường lâm.

Kim triêu hạnh ngộ Bồ-đề quả;
Chúng đẳng đương thi hoan hỷ tâm.
Chỉ chí thiên đàng phi huyễn lộ,
Quân mông giải thoát xuất hàn lâm.

Nam mô Sanh Tịnh độ Bồ Tát Ma-ha-tát!

Xem qua hết 186 câu Văn Tế Thập Loại Chúng Sanh của Nguyễn Du đã viết, nếu chúng ta tính rõ ra từng loại thì có nhiều loài hơn nữa, chứ không phải chỉ có 10 loài chúng sanh mà thôi. Phần cuối của bài Văn Tế chứng tỏ Nguyễn Du đã thâm nhập Phật lý rất nhiều, kể từ khi tụng hơn 1.000 biến Kinh Kim Cang bên Trung Hoa trong những năm 1788-1790, rồi sau đó về lại Thăng Long soạn truyện Đoạn Trường Tân Thanh trong thời gian 4 năm ròng rã (1790-1794), tâm sự của ông đã gởi gắm rất nhiều vào tác phẩm này. Rồi một thời gian ở tù, sau đó lập gia đình, rồi ra làm quan dưới triều Gia Long (1803-1820). Suốt trong hơn 17 năm đó, với công việc quan, ông chứng kiến không biết bao nhiêu cảnh oái oăm như trong văn tế ông đã diễn tả.

Kế tiếp là đi Sứ sang Trung Hoa từ năm 1813 đến 1814, khi về lại nước gặp dịch bịnh tràn lan khiến cho tâm can ông đau nhói, nên năm 1815 ông đã bắt đầu viết nên tác phẩm văn Nôm thứ hai, có liên hệ với Phật Giáo rất nhiều và điều này cũng đã cho chúng ta thấy rằng, Nguyễn Du cũng đã tham dự những trai đàn chẩn tế tại những nơi ông coi sóc, cho nên ông mới biết Tiêu Diện Đại Sĩ cầm cờ hiệu để tiếp dẫn hồn oan v.v… Đây là những chứng cứ để cho chúng ta thấy rằng một thời giang hồ ở Trung Quốc, đã giúp cho Nguyễn Du có một cái nhìn sâu thẳm về triết lý của Phật Giáo, trong khi Nho và Lão giáo dường như ông chưa hề quan tâm nhiều như Đạo Phật.

Lâu nay chúng ta vẫn nghe và tham dự những đại lễ trai đàn chẩn tế, nhưng đa phần quý Thầy hay dùng Hán văn để tụng đọc cả 4 đến 5 tiếng đồng hồ, ít có người hiểu rõ nội dung là cúng những loại chúng sanh nào, nhất là trước hay sau Đại Lễ Vu Lan các chùa thường hay cử hành những pháp sự khoa nghi này. Tôi muốn nhân cơ hội này để chính mình và mọi người cùng hiểu thêm về văn bản tiếng Việt, nên đã vào trang nhà quangduc.com để tra thì tìm thấy Mông Sơn Thí Thực Khoa Nghi, do Hòa Thượng Bích Liên (1876-1950) soạn cả Hán văn và Việt văn rất hay. Người biên soạn là Nguyễn Văn Thoa (giảng viên Hán-Nôm) và người hiệu đính là Nguyễn Minh Tiến. Do vậy tôi xin được trích lại chỉ phần Việt ngữ và chú thích, không dùng bản Hán văn và phần âm Hán-Việt đi kèm. Nếu vị nào cần tham khảo đọc hết cả chữ Hán lẫn Hán-Việt thì có thể vào trang nhà quangduc.com hay liên hệ để thỉnh sách đọc tụng thì rõ hơn.

Vì khi hiệu đính cần cả bản chữ Hán bên trái cũng như bản phiên âm Hán-Việt bên phải phía trên để đối chiếu, nên chắc rằng người hiệu đính phải nhọc công lắm. Ở đây giảng lược lại quý vị chỉ cần xem bản Việt văn của Ngài Bích Liên soạn và xem thêm những chú thích của người hiệu đính có ghi ở phía sau sách thì sẽ rõ hơn.

Hòa Thượng BÍCH LIÊN – THÍCH TRÍ HẢI (1876 – 1950)

Hòa Thượng Bích Liên, thế danh là Nguyễn Trọng Khải, hiệu Mai Đình (Thận Thần Thị), sinh ngày 16 tháng 3 năm BínhTý (1876), tại làng Háo Đức, phủ An Nhơn, nay là ấp Háo Đức, xã Nhơn An, huyện An Nhơn, tỉnh Bình Định.

Ngài sinh trưởng trong một gia đình Nho học, được theo nghiệp bút nghiên từ nhỏ. Cha là Tú Tài Nguyễn Tự, mẹ là bà Lâm Thị Hòa Nghị. Năm 20 tuổi, Ngài lập gia đình với cô Lê Thị Hồng Kiều, người làng An Hòa (nay thuộc xã Nhơn Khánh cùng huyện). Năm 31 tuổi, Ngài lều chõng vào trường thi Hương Bình Định và đỗ Tú Tài. Ba năm sau, Ngài lại đỗ Tú Tài lần nữa. Từ đó, biết mình long đong trên bước đường khoa bảng, Ngài giã từ lều chõng, ở nhà mở trường dạy học, mượn trăng thanh gió mát di dưỡng tính tình, lấy chén rượu câu thơ vui cùng tuế nguyệt.

Nhưng rồi đột nhiên bà Lê Thị Hồng Kiều từ trần vào tuổi 40, để lại cho Ngài một trai hai gái. Sống trong cảnh đau buồn vì thiếu vắng người thân, Ngài càng thêm thấm thía lẽ "sinh tử vô thường" nên ý định xuất gia nảy mầm từ đó.

Năm Ngài 41 tuổi (Đinh Tỵ - 1917) tình cờ một hôm có người đánh cá đem cho Ngài một tượng Phật bằng sứ trắng, nhưng chỉ có từ cổ xuống tòa sen. Vài tháng sau lại có ngư phủ khác chài được cái đầu tượng Phật bằng sứ, đem tặng Ngài. Ngài ráp hai phần lại thì khít với nhau, vì nguyên đó là một pho tượng Quán Thế Âm. Qua năm sau (1918) lại có một nhà sư đem cho Ngài hai quyển "Long Thư Tịnh Độ Văn" là bộ sách thuyết minh pháp môn niệm Phật để cầu sanh về cõi Tây Phương Cực Lạc.

Càng ngẫm nghĩ những việc trùng hợp này, Ngài càng tin rằng cơ duyên xuất gia đầu Phật đã đến. Cho nên, sau khi thu xếp xong việc nhà, năm 1919 (năm 43 tuổi), Ngài đến chùa Thạch Sơn ở Quảng Ngãi quy y thọ giới với Hòa Thượng

Hoằng Thạc. Ngài được ban Pháp danh Chơn Giám, tự là Đạo Quang, Pháp hiệu là Trí Hải.

Nhờ tinh thông Hán học, lại gặp thiện duyên, sau vài năm tham học và đắc pháp với Hòa Thượng Hoằng Thạc (năm 1921), Ngài đã diệu nhập Phật tạng, thông suốt yếu lý giải thoát. Tuy mới xuất gia, nhưng Ngài đã sớm trở thành một tăng sĩ quảng kiến đa văn, đạo cao đức trọng.

Năm 1928, Hòa Thượng Khánh Hòa, Pháp danh Như Trí, Trụ trì Chùa Tuyên Linh ở Bến Tre, ra làm Pháp sư tại trường hương Chùa Long Khánh ở Qui Nhơn, gặp và mến phục tài đức Ngài, bèn cùng nhau kết làm pháp hữu, rồi mời Ngài vào Nam hoạt động cho phong trào chấn hưng Phật giáo. Chính do sự đóng góp công đức của Ngài mà Hội Nam Kỳ Nghiên Cứu Phật Học, đã tặng Ngài danh hiệu Tán trợ hội viên (vì Ngài không thuộc Sơn môn Nam Kỳ).

Năm 1931, Hòa Thượng Khánh Hòa cùng các pháp hữu thành lập Hội Nam Kỳ Nghiên Cứu Phật Học và xuất bản tờ báo Từ Bi Âm để làm công cụ hoằng dương chánh pháp, phục hưng phong trào chấn hưng Phật giáo. Hòa Thượng Khánh Hòa không có nhiều thời giờ chăm sóc tờ báo, nên Ngài phó thác cả cho người cộng sự đắc lực là Hòa Thượng Bích Liên giữ chức Chủ bút.

Tờ Từ Bi Âm ra mắt ngày 01.3.1932, do Ngài phụ trách về nội dung trong sáu năm, tuy chưa làm nên ý thức văn hóa dân tộc, nhưng cũng đã làm được việc phổ thông hóa Phật học bằng Quốc ngữ, giữ vai trò hoằng pháp đáng kể trong giai đoạn chấn hưng.

Năm 1934, Ngài về quê một thời gian ngắn để khai sơn chùa Bích Liên tại sinh quán (Bình Định). Xong việc, Ngài lại vào Nam tiếp tục điều khiển tòa soạn báo Từ Bi Âm. Từ công đức đó, để tỏ lòng kính trọng, trong tòng lâm ít người gọi đạo hiệu của Ngài, mà thường tôn xưng Ngài là Hòa Thượng Bích Liên (tên ngôi chùa do Ngài khai sơn).

Năm 1937, Ngài trở về chùa Bích Liên, nhằm lúc Hội Đà Thành Phật Học xuất bản tạp chí Tam Bảo, mời Ngài làm Chủ bút. Tạp chí này thường đề cập đến nhu cầu thống nhất các đoàn thể Phật giáo trong xứ thành một hội "Phật Giáo Liên Hiệp". Nửa năm sau (1938) tạp chí Tam Bảo bị đình bản. Từ đó Ngài dành thì giờ cho công tác Phật sự tại tỉnh nhà. Năm 1939, Ngài phụ giảng tại Phật Học Đường Long Khánh, do Hòa Thượng Chánh Nhơn thành lập. Ngài giảng dạy tại đây trong hai năm, tuy thời gian ngắn ngủi, nhưng phần lớn tăng sinh ở đây thọ ơn pháp vũ của Ngài, tinh tấn tu học, sau này trở thành nhiều vị cao tăng trong Giáo Hội.

Hóa duyên đã mãn, ngày mồng 3 tháng 6 năm Canh Dần (1950) Ngài viên tịch tại chùa Bích Liên, thọ 74 tuổi, xuất gia 31 năm. Ngài có kệ truyền thừa:

Chân ngọc hồng sơn chiếu
Trừng châu bích hải viên
Lý minh tri tánh diệu
Trí mật ngộ tâm huyền
Tịch duyên hoài túy liễu
Lạc quốc ngự kim liên
Thánh cảnh quy lai nhật
Tông phong chấn cổ truyền.

Về công việc trước tác và phiên dịch, ngoài những bài đăng trên báo Từ Bi Âm, Ngài còn viết các sách bằng chữ Hán:

- Liên Tông Thập Niệm Yếu Lãm

- Tịnh Độ Huyền Cảnh

- Tây Song Ký

- Tích Lạc Văn

Văn phong chữ Nôm của Ngài rất chỉnh. Ngài đã sáng tác nhiều áng văn hay cùng nhiều bài sám nghĩa lưu truyền. "Qui Sơn Cảnh Sách" và "Mông Sơn Thí Thực Khoa Nghi" là hai tác phẩm dịch Nôm nổi tiếng hơn cả, tiêu biểu sự nghiệp văn chương của Ngài.

(Bản Tiểu sử này do Đại Đức Thích Như Tịnh cung cấp)

CHÁNH VĂN

MÔNG SƠN THÍ THỰC KHOA NGHI

[1a][1] Dấu người thập loại biết là đâu?
Hồn phách mơ màng trải mấy thâu.
Độn[2] biển nghênh ngang bầu thế giới,
Những mồ vô chủ thấy mà đau!

Úm, bộ bộ đế rị, già rị đa rị đát đa nga đa da.[3]

[1b] Nhất tâm triệu thỉnh.
Ác vàng tên ruổi,
Thỏ bạc thoa giong.[4]
Ôm lòng đau cốt nhục nỗi xa trông;
Sắn mắt nhắm anh hùng còn đâu đó?
Lò bảo đỉnh màu hương[5] nhen mới tỏ,
Giọng Thiền lưu rày ngỏ với vong linh.

---

[1] Các số trong ngoặc vuông này để chỉ rõ vị trí bắt đầu đúng theo nguyên bản chữ Hán, mỗi trang gồm 2 tờ a và b, trong nguyên bản đánh số nhất, nhị.

[2] Độn: cái gò, đồi nhỏ.

[3] Đây là câu chú triệu thỉnh cô hồn (Triệu thỉnh chân ngôn).

[4] Ác vàng, thỏ bạc: dịch từ những chữ kim ô, ngọc thố, dùng chỉ mặt trời, mặt trăng, tượng trưng cho thời gian, ngày tháng. Tên ruổi, thoa giong là những hình tượng mô tả sự thoáng qua nhanh chóng, vùn vụt.

[5] Đúng ra là mùi hương, cách dùng xưa hay lẫn lộn giữa màu và mùi.

Ơi vong linh ơi!

Nghe lời triệu thỉnh rành rành,
Hồn chơi trong cõi u minh xin về!

[2a] Nhất tâm triệu thỉnh:

Màu non lờ lạt;
Giọng suối thầm thì.
Xuân đi rồi, hoa hãy còn đây;
Người tới đó, chim rày đã dạn.
Vài lượt thắp, hơi trầm bay tứ tán;
Đôi phen mời, linh sảng ở đâu đây.

Ơi vong linh ơi!

Vong linh hồn nhẽ có hay,
Nghe lời triệu thỉnh, kíp day[1] cõi trần!

Nhất tâm triệu thỉnh:

Biển trần lênh láng;
Sóng nghiệp lao xao.
Người mê man trong giấc chiêm bao,
Mới tỉnh đặng phân hào trong lẽ diệu.
Sống chẳng niệm Di [2b] Đà Phật hiệu,
Uổng một vòng chơi cõi nhân gian!
Ba phen hương thắp bảo đàn...

Ơi vong linh ơi!

Ba lần triệu thỉnh suối vàng hồn linh.
Xin vâng Tam bảo phép lành,
Nương lời bí mật[2] đêm thanh trở về.

---

[1] Day: trở lại.

[2] Lời bí mật: tức mật chú, còn gọi chân ngôn, chân thuyên, tức thần chú. Theo Mật tông, chuyên niệm thần chú sẽ có uy lực siêu việt, lợi mình lợi người.

Về đây hưởng thọ hương hoa,
Cam lồ pháp thực[1] ê hề thiếu chi!
Trước thỉnh kẻ hoàng vương đế bá,
Triều đại xưa trải quá biết bao!
Đền đài chín lớp ở cao,
Non sông muôn dặm, chiếm vào một tay.

[3a] Thuyền chiến phút đổi dời vương khí,
Xe loan còn rủ rỉ oan thanh.

Ôi thôi!

Đỗ quyên kêu suốt tàn canh,[2]
Máu hờn nhuốm mãi trên cành đào hoa!
Trước sau vương bá những là,
Hồn hương xin chứng tiệc hoa sẵn sàng.[3]

Lại thỉnh kẻ đăng đàn bái tướng,
Dựng ngọn cờ bao thưởng hầu quan.
Ngàn cân lực cử đỉnh vàng,
Thân trường thành, dáng trăm ngàn dặm khơi.

---

[1] Dịch từ cụm từ Vô già cam lộ pháp thực, Phạm âm là Bát già vu sắc hội. Trai đàn thí thực lớn, thường được tổ chức 5 năm một lần không phân biệt giàu nghèo sang hèn, không bị hạn chế, cản trở, nên gọi là Vô già. Mọi người đều được đối xử bình đẳng để nhận pháp thí, tài thí. Đại lễ này có ở Ấn Độ đã lâu đời, từ thời vua A-dục, truyền sang Trung Quốc, Việt Nam và Nhật Bản, thường do vua chúa tổ chức, vì phí tổn rất nhiều.

[2] Tương truyền khi xưa Thục đế mất nước, chết hóa làm chim đỗ quyên (chim quốc), đêm đêm kêu rả rích, khóc than, luyến tiếc nước nhà.

[3] Tiếp theo câu này, chủ nhân bản văn trước đây có viết thêm vào một câu chữ Hán, thay cho hai chữ "vân vân" trong phần Hán văn ở trên, có lẽ để khi tụng bản văn được dễ dàng hơn, vì dụng ý hai chữ "vân vân" trong phần Hán văn là để khỏi khắc in lặp lại câu này: "Duy nguyện thừa Tam bảo lực, trượng bí mật ngôn, thử nhật kim thời lai thọ vô già cam lồ pháp thực."

Trướng hùm[1] lạnh, uổng đời hãn mã;[2]
Khói lang[3] tàn, nào gã phan long?[4]

Ôi thôi!

[3b] Ngựa già, chiến tướng vắng không,
Hoa hèn cỏ nội mấy vùng buồn thiu!
Anh hùng tướng súy bao nhiêu,
Pháp diên hãy chứng ít nhiều phải chăng.[5]

Lại thỉnh kẻ ngũ lăng[6] tài tuấn,
Phẩm hiền lương bách quận danh thần.
Ba năm quan tiết trong ngần,
Lòng son một tấm trung quân rõ ràng.
Nhà châu huyện xa làng phụ mẫu;
Điểm nước trời, theo dấu thần tiên

Ôi thôi!

Chênh chênh biển hoạn[7] sóng nghiêng;

---

[1] Chỗ ngồi của tướng chỉ huy ngày xưa trải da báo (da hùm), biểu lộ lòng dũng mãnh. Bây giờ là bộ chỉ huy quân sự.

[2] Hãn mã: (hãn: mồ hôi) ngựa chiến chạy đổ mồ hôi, chỉ công trạng.

[3] Khói lang: (lang: chó sói) dọc theo biên giới ngày xưa, người ta dựng các đài cao, trên đựng cỏ khô trộn với phân chó sói. Khi có giặc đến, đốt phân cho khói bốc thẳng lên. Nhờ thế, nơi khác mới biết mà đến chi viện.

[4] Do chữ "phan long phụ phụng" hay "phan long phụ ký", vin vào rồng phượng, biểu tượng của vua, sẽ được vinh hiển; cũng như dựa vào ngựa ký, sẽ được đi xa ngàn dặm. Ý nói các bầy tôi xưa giúp vua chúa, sẽ được lộc quyền to lớn.

[5] Sau câu này có viết thêm câu chữ Hán để vị trai chủ lặp lại: "Duy nguyện thừa Tam bảo lực... ... cam lồ pháp thực."

[6] Các vua đời Tiền Hán, khi xây lăng thường dời dân đến lập một huyện để lo cung phụng cho lăng; 5 lăng các vua Cao tổ, Huệ đế, Cảnh đế, Vũ đế và Chiêu đế đều ở phía bắc kinh đô Trường An, di dân phần đông giàu có, sinh hoạt xa xỉ. Vì thế có từ ngũ lăng tài tuấn, chỉ con cháu các nhà giàu có.

[7] Biển hoạn: chỉ quan trường, chính trường.

198

Mờ mờ hồn bướm[1] lìa miền dương quan![2]

[4a] Văn thần xiết kể muôn vàn
Chốn này xin chứng pháp đàn cho xong.
Lại thỉnh kẻ tao ông, mặc khách,[3]
Lối cửa huỳnh,[4] nhà bạc vào ra.
Rừng văn nhẹ bước thám hoa,
Ngang cung bút chiến, chơi tòa cúc vi.[5]
Tàn lửa đóm,[6] tiếc dày công học,
Mòn dĩa nghiên, uổng nhọc chí bền.

Ôi thôi!

Lụa hồng bảy thước đề tên,[7]
Đất vàng một cụm lấp nền văn chương!
Văn nhân biết mấy nhiêu lường,
Hồn hoa xin chứng tiệc hương mấy phần.

[4b] Lại thỉnh kẻ xuất trần phi tích,[8]
Thượng sĩ kia với khách cao tăng.

---

[1] Trang Tử nằm mơ hóa thành bướm. Tỉnh ra, không biết mình là bướm hay bướm là mình. Hồn bướm chỉ cuộc đời như giấc mơ ngắn ngủi.

[2] Dương quan: quan là cửa, dương quan là cửa về dương gian, cõi trần.

[3] Tao ông mặc khách: chữ "tao" chỉ văn chương, chữ "mặc" chỉ sách vở; 4 chữ này chỉ giới văn nhân, nghệ sĩ. Cũng thường nói "tao nhân mặc khách".

[4] Cửa huỳnh (huỳnh môn), chỉ trường học.

[5] Cúc vi: rào gai, trường thi xưa chung quanh trồng gai để khó xâm nhập. Câu này nói cảnh sĩ tử thi tài ở đó.

[6] Lửa đóm, tức đèn đom đóm (huỳnh đăng). Huỳnh là con đom đóm. Xưa, Xa Dận nghèo, bắt đom đóm cho vào túi làm đèn để học, gọi là huỳnh song, học bên song cửa bằng đèn đom đóm.

[7] Chỉ sự chết, vì khi ấy tên tuổi được viết trên mảnh lụa hồng, gọi là minh tinh, ta hay gọi là lá triệu.

[8] Phi tích: cũng như tích trượng, cây gậy của tăng sĩ, dùng chỉ giới tu hành thoát tục.

Trai tinh ngũ giới đạo hằng,
Gái tỳ khưu lại đủ ngần nết tu.
Làng hoa trúc,[1] nào câu mật đế;
Nhà cổ nô, vắng kệ khổ không.[2]

Ôi thôi!

Kinh song trăng thấm lạnh lùng,
Nhà Thiền leo lét đèn chong canh dài!
Thiền lưu này những ai ai,
Chân hồn xin hãy chứng lai pháp đàn.

Lại thỉnh kẻ hoàng quan dã khách,
Dòng vũ y phong cách nhà tiên.[3]
[5a] Tu thân trong động Đào nguyên,[4]
Trước châu Lãng uyển khi rèn tính ta.
Trời nêu tiếng tam hoa[5] chưa toại;
Đất chôn hờn tứ đại[6] thêm thương.

Ôi thôi!
Lò đan, lâm quán[7] lạnh sương,

---

[1] Tức "hoàng hoa thúy trúc": chỉ Phật pháp, nhất là Thiền tông. Do câu "Thúy trúc hoàng hoa phi ngoại cảnh" để chỉ tất cả các pháp đều là Phật pháp.

[2] Cổ nô: là loài trâu bạc và chồn cáo, chỉ chung súc vật hạ đẳng, chỉ những người căn cơ thấp kém, khó giác ngộ. Chữ dùng lấy ở Cảnh Đức truyền đăng lục, lời của ngài Nam Tuyền nói với hành giả Cam Chí. Hai câu nguyên văn ý nói các nam nữ tu sĩ căn cơ thấp kém, dù đàm luận Phật pháp, đọc tụng thần chú cũng không ngộ đạo.

[3] Hai câu này dùng các từ hoàng quan, vũ phục để chỉ mũ của ẩn sĩ và áo của đạo sĩ.

[4] Cũng như Đào Nguyên, chỉ nơi thần tiên ở.

[5] Tam hoa: lấy từ chữ tam hoa tụ đỉnh. Đạo giáo tu luyện chân khí đến mức thành tựu, tinh hoa dồn về nơi cao nhất.

[6] Quan niệm ngày xưa cho rằng thân người gồm 4 yếu tố họp lại: đất, nước, lửa và gió, gọi chung là tứ đại.

[7] Chỉ nơi tu luyện của đạo sĩ và lò luyện thuốc tiên.

Tiếu đàn[1] gió thảm thổi tàn hạnh hoa!
Bao nhiêu đạo sĩ những là,
Mùi hương u cảm thấu nhà hư vô.

Lại thỉnh kẻ giang hồ ky lữ,[2]
Đường bắc nam trải thứ hành thương.[3]
Lợi quyền muôn dặm toan đương,
Ngàn vàng trữ lại trong hàng hóa buôn.
[5b] Thân sương gió, thịt chôn bụng cá;
Bước đá mây, xương rã đường dê.[4]

Ôi thôi!

Phách theo mây bắc sè sè,
Hồn theo ngọn nước xuôi về biển đông!
Thương nhân sau trước một dòng,
Buổi nay xin chứng vào trong tiệc đồng.

Lại thỉnh kẻ lướt xông chiến trận,
Sức phương cường,[5] mình bận áo binh,
Cờ điều phút bỗng tương tranh,
Trong chòm mũi bạc,[6] đem mình chống đương.[7]
Gan ruột nát theo trường kim cổ,
Da thịt rơi đầy chỗ can qua.

Ôi thôi!

[6a] Cát vàng văng vẳng tiếng ma,

---

[1] Chỉ đàn cúng tế.

[2] Người ở trọ.

[3] Những người làm nghề buôn bán ngược xuôi.

[4] Đường dê, hay đường ruột dê, chỉ đường quanh co khúc khuỷu.

[5] Sức lực đang mạnh mẽ; sung sức.

6 Giữa rừng gươm đao, chỉ nơi chiến trường đầy hiểm nguy chết chóc.

7 Liều mình, đem tính mạng ra so tài cho đến chết.

Mờ mờ xương trắng, ai mà thấu cho!
Xưa nay mấy kẻ tốt đồ,[1]
Đêm nay xin hưởng cam lồ tiệc chay.

Lại thỉnh kẻ kén thai mười tháng,
Lót chiếu rơm ngồi mãn ba ngày.[2]
Trước mừng loan phượng hợp bầy,[3]
Sau thời trông giấc hùng bi cho tường.[4]
Vần cung phụng phút chường hung cát;
Tuồng ngõa chương[5] rơi nát mẹ con.[6]

Ôi thôi!

Cành hoa nở, trận sương tuôn,
Đương khi trăng tỏ, gặp luồng mây xâm!
[6b] Những người sản nạn quy âm,[7]
Nghe lời triệu thỉnh, lai lâm pháp đàn.

Lại thỉnh kẻ bốn phương mọi rợ,
Với những người ú ớ, điếc đui.
Chết mình tôi tớ lui thui,
Liều thân hầu hạ, bởi người ghen tuông.[8]

---

[1] Tốt đồ: binh sĩ, lính trơn.

[2] Người sản phụ ngày xưa phải lót chiếu rơm nằm, ngồi chờ sinh con rất tội nghiệp.

[3] Chỉ niềm vui, hạnh phúc vợ chồng sum họp.

[4] Chữ dùng theo Kinh Thi, nói điểm sinh con trai.

[5] Chữ dùng theo Kinh Thi, sinh con trai cho chơi ngọc chương, sinh con gái cho chơi đồ kéo sợi bằng đất nung. Ý nói việc sinh con trai hay gái chưa thể biết.

[6] Ý nói đã chết. Nguyên tác dùng "quy trường dạ", chỉ về cảnh âm phủ, quanh năm không thấy mặt trời.

[7] Chỉ những trường hợp chết khi sinh nở do bị băng huyết không cầm được.

[8] Đây nói về hình thức nô lệ thời xưa, con cái nhà nghèo bị bán làm tôi tớ, phải làm lụng cực nhọc đến chết; hoặc bị bán làm nàng hầu, ganh tị nhau đến mất mạng.

Khinh Tam bảo, tội dường cát bãi,
Nghịch song thân, ác dẫy cõi người.

Ôi thôi!
Đêm trường thăm thẳm bóng mai,
Cửa mù[1] thiu thỉu như trời thu đông!
Những người bội nghịch ngoan hung,
Pháp diên xin chứng vào trong cho tày.

[7a] Lại thỉnh kẻ cung khuê thuở trước,
Gái má đào sắc nước kém đâu!
Bức tranh chi phấn đua nhau,
Áo huân long xạ, kiêng màu thiên hương.[2]
Hồn vân vũ[3] tan vườn Kim Cốc;[4]
Ruột trăng hoa héo rộc[5] Mã Ngôi.[6]

Ôi thôi!
Phong lưu ngày trước đâu rồi,
Xương khô[7] lạnh lẽo trong chồi cỏ cây!
Những trang xanh tốt xưa nay,
Lửa hương xin chứng tiệc chay bỉ bàng.[8]

[1] Cửa mù (u quan): chỉ âm phủ, đối lại với dương quan chỉ dương trần.

[2] Lấy phấn son vẽ mặt, lấy xạ hương ướp xông áo quần. Toàn câu nghĩa là các cung phi, giai nhân vẽ mặt bằng son phấn, xông ướp xạ hương vào áo quần, cốt tranh đua đẹp hơn nhau để được nhà vua sủng ái, được chồng yêu vì.

[3] Chỉ thú vui ân ái.

[4] Thạch Sùng đời Tấn giàu nổi tiếng, lập trang trại ở khe Kim Cốc tại huyện Hà Nam. Sùng có con hát Lục Châu đẹp, thổi sáo hay. Gian thần Tôn Tú muốn chiếm đoạt, Sùng không chịu. Tú làm chiếu giả, sai vệ sĩ đem đến bắt Sùng. Sùng cho Lục Châu biết rõ. Lục Châu nhảy lầu tự tử để đáp tạ Sùng. Thơ ca đời sau hay nhắc đến chuyện này.

[5] Héo rộc: rất héo, héo queo.

[6] Địa danh nay thuộc huyện Hưng Bình, tỉnh Thiểm Tây (Trung quốc), nơi Dương Quý Phi bị thắt cổ chết.

[7] Xương khô: dịch thoát ý chữ "khô lâu", đúng ra là cái sọ người.

[8] Bỉ bàng: sẵn sàng, tươm tất.

Lại thỉnh kẻ cơ hàn khất cái,[1]
Cùng tù nhân mang phải trọng hình.[2]
[7b] Gặp tai nước, lửa hại mình,
Hoặc xuông[3] hùm sói, tan tành thịt xương.
Khí oan mãi dây rường, thuốc độc,[4]
Hồn kinh vì sấm xốc, bờ xiêu.[5]

Ôi thôi!

Mưa chiều khói lạnh, thước reo,[6]
Lá thu gió thổi, dập dìu nha bay![7]
Những người hoạnh tử xưa nay,
Cam lồ rày đã sẵn bày tiệc hương.

Lại thỉnh kẻ sáu đường[8] pháp giới,
Những cô hồn mười loại đâu đây.
Diện Nhiên[9] sở thống một tay,
Nòi kia bệ lệ,[10] giống này trần sa.
[8a] Nương cây cỏ, bóng ma mường tượng;
Ly mị hòa võng lượng[11] quỷ ranh.

---

[1] Chỉ những người ăn mày nghèo đói.

[2] Tù nhân bị thi hành án tử hình; tử tội.

[3] Xuông: vướng vào, gặp phải.

[4] Những oan hồn chết vì treo cổ, uống thuốc độc còn vương vấn, lưu luyến, không được giải thoát.

[5] Những oan hồn chết vì sét đánh, bờ đất lở vùi lấp.

[6] Thước reo: loài chim khách kêu, báo tin.

[7] Nha bay: loài quạ bay tứ tung.

[8] Sáu đường (lục đạo, cũng gọi là lục thú): chỉ 6 cõi mà chúng sinh tùy theo nghiệp phải chịu đầu thai vào: địa ngục, ngạ quỷ, súc sinh là ba đường ác; trời, người và a-tu-la là ba đường lành.

[9] Diện Nhiên, hay Diệm Khẩu, tên ngạ quỷ ghi trong kinh điển.

[10] Ngạ quỷ.

[11] Li, mị, võng, lượng: 4 loài yêu quái ở gỗ, đá sinh ra, hay phá phách người. Có nơi nói là thần đầm ao, thần núi. Đây dùng với ý chỉ chung tất cả các loài yêu ma quỷ thần...

Hồn cô phách trệ lênh đênh,
Tiên vong với kẻ thân tình gần xa.[1]

Bao nhiêu triệu thỉnh những là,
Ai ai xin cũng chứng qua tiệc này.[2]

*

* *

Khi soạn Văn Tế Thập Loại Chúng Sanh, tôi đã liên lạc với Thầy Như Tịnh, Trụ trì Tổ Đình Viên Giác tại Hội An, Quảng Nam, ngoài hai bản văn của Nguyễn Du và của Hòa Thượng Bích Liên ra, Thầy ấy còn gởi thêm bản Văn Tế Cô Hồn của Tổ Viên Thành Chùa Trà Am ở Huế soạn theo thể thơ lục bát cũng rất hay. Tiện đây chúng tôi cho thêm vào sách này để có thêm tài liệu tra cứu về sau.

Hòa Thượng Lệ Trang, một vị Chủ Sám, gia trì trong các Đàn tràng Chẩn tế rất trang nghiêm tại miền Nam Việt Nam và trong những bài trích dẫn này chắc hẳn cũng có thêm sự tham khảo những bài Văn Tế nơi sách vở của Hòa Thượng nữa.

---

[1] Nghĩa câu này nói kể luôn tổ tiên, thân thích của các oan hồn và các chúng sinh khác bị chết, đày đọa trong cảnh khổ.

[2] Câu này nói tóm lại, lược dịch cả 4 câu trong bản chữ Hán: Thượng lai triệu thỉnh dĩ phân minh, Duy nguyện lai lâm giám hạ tình. Tam tước cẩn hành sơ kiến lễ, Hoa đàn tĩnh tọa thính kinh thanh.

VĂN TẾ CÔ HỒN

TRÀ AM VIÊN THÀNH

Tượng nghe đại địa sơn hà,
Luống trong sinh tử cửa nhà vốn không.
Cô hồn hoạnh tử yểu vong,
Nương thuyền Bát-nhã thoát vòng mê luân.

Trên thì tướng tướng, vương công,
Dưới thì công, cổ, sĩ, nông chư vì.
Gái trai những kẻ tôn ti,
Hoặc là tử trận, có khi oan tình.

Hoặc là vương pháp gia hình,
Uống trúng độc dược hại mình tự nhiên.
Sa cơ sóng gió chìm thuyền,
Lỡ làng lời hẹn, cưu phiền mang chung.
Xà thương hổ đả hãi hùng,
Huyết hồ sản nạn[1] phút trông sẩy rồi!

Hoặc là mắc phải thiên lôi,
Vong thân chú trớ bồi hồi mạng chung.
Hoặc là đường sá lỡ làng,
Mắc phải dịch lệ ôn hoàng chẳng dung.

Hà sa phẩm loại khôn cùng,
Lòng thành tín chủ mời chung các loài.
Từ rằng theo bóng Như Lai,
Đã không cứu vớt lấy ai nương nhờ.

Từ đường đâu có phụng thờ,
Cô đơn độc lập, bơ phờ cỏ cây.
Thảm thương mặt nước cung mây,
Rã rời xương thịt, hồn bay lạc loài.

---

[1] Câu này thỉnh kẻ cô hồn hoạnh tử khi lâm sản hoặc bị sẩy thai, sút thai.

Chẳng hay thử vãng hàn lai,
Bốn mùa cốt nhục không ai kiếm tìm.
Thân bằng ít kẻ tri âm,
Lấy ai cứu vớt mà hòng thoát ly!

Thảm thương về chốn thổ ty,
Luôn trong diểu diểu lấy gì mà ra!
Nương nhờ tín chủ toàn gia,
Thọ tài hưởng thực mà qua Liên trì.

Từ rằng vâng phép từ bi,
Siêu phàm nhập thánh liễu kỳ oan thân.
Sớm khuya cửa Phật ân cần.
Phù trì gia chủ thừa ân những ngày.

Đừng còn theo thói mê say,
Tham lam quyết đoạn, từ rày lánh xa.
Nam mô đức Phật Di Đà,
Phóng quang tiếp dẫn hà sa cô hồn.

Trước triệu thỉnh lũy triều đế chủ,
Trên ngai vàng trải nối hầu vương.
Chín tầng điện các đài gương,
Nước non muôn dặm, mười phương cầm quyền.

Nghìn năm vương khí danh truyền.
Xe loan để tiếng oán phiền chưa thôi!
Tiếng quyên kêu nguyệt bồi hồi,
Gành đầu huyết nhiễm, hận thôi chín trường.

Tiền vương hậu bá khôn lường,
Nghe lời triệu thỉnh đáo đường lai lâm.
Lại thỉnh kẻ ngũ lăng tài tuấn,
Đấng hiền lương trí dũng khôn ngoan.

Giá trong tiết trắng làm quan,
Một lòng báo quốc nên trang đan thành.
Nam châu bắc huyện thơm danh,
Theo nơi tang thác bỏ đành quê hương.

Thiên nhai hải giác khôn lường,
Sa cơ tạo hóa theo đường Bồng lai.
Than ôi! Những đấng anh tài,
Theo dòng thệ thủy cách đài dương quan.

Lại thỉnh kẻ đăng đàn bái tướng,
Chức phong hầu đứng trước muôn dân.
Sức dời bảo đỉnh nghìn cân,
Trường thành muôn dặm vinh thân tháng ngày.

Trướng hùm sương nhiễm, ghê thay!
Sa cơ một phút đổi thay công hầu.
Thương ôi người ngựa ở đâu,
Xui nên họa cả thảm sầu khôn dung.

Xiết bao tướng súy anh hùng,
Lánh nơi vinh hiển theo cùng âm ty.
Những người sa trụy bất kỳ,
Nghe lời triệu thỉnh đồng thì đến đây.

Lại thỉnh kẻ văn nhân tài tử,
Chốn thư phòng cửa Khổng vào ra,
Bút nghiên kinh sử ngâm nga,
Văn chương tu luyện đợi khoa nương mình.

Mơ màng lấp lóa đèn huỳnh,
Công phu khổ dụng đăng trình gặp khi.
Mười năm tân khổ mong thi,
Nào hay một phút xa kỳ công danh!

Hồng lô tính tự rành rành,
Đất vàng một nấm lấp thành văn chương.
Văn nhân tài tử khôn lường,
Nghe lời triệu thỉnh đáo đường lai lâm.

Lại thỉnh kẻ xuất trần thượng sĩ,
Nương rừng Thiền lánh chỗ phàm phu.
Cao tăng quyết chí tinh tu,
Trăm năm giới luật công phu dùi mài.

Giữ gìn phạm hạnh hôm mai,
Tỳ-kheo Ni chúng khác người thế gian.
Hoàng hoa, thúy trúc luận bàn,
Không đàm bí mật nên mang thế tình.

Bóng đèn lấp lóa hư minh,
Than ôi! Một phút dứt tình Thiền lâm.
Nghe lời Bát-nhã, Phạm âm,
Truy y Thích tử lai lâm đáo đàn.

Lại thỉnh kẻ hoàng quan dã cảnh,
Chốn Bồng lai sớm luyện đan tiên.
Nương theo thạch động Đào nguyên,
Tu tâm luyện tính chu truyền thảnh thơi.

Danh thơm chưa nức trong đời.
Vô thường khi đã đổi dời công phu.
Thương ôi! Sương tuyết dãi dầu,
Tiêu điều gió thảm hoa sầu hơi sương.

Huyền môn đạo sĩ khôn lường,
Nghe lời triệu thỉnh đáo đường lai lâm.
Lại thỉnh kẻ nhung y chiến sĩ,
Với những kẻ lâm trận kiện nhi.

Cầm bạch tiết, vác hồng kỳ,
Tức gan quyết chí trận kỳ hơn thua.
Trung thành hết sức phò vua,
Nào hay một phút xa đưa dặm trường.
Thương ôi! Huyết lụy sa trường,
Thà ôm xương trắng để đường cho ai!
Trận vong binh sĩ an tài,
Nghe lời triệu thỉnh đáo đài lai lâm.

Lại thỉnh kẻ cung phi mỹ nữ,
Chốn lâu đài khuê các vào ra.
Ướp xông hương xạ diềm dà,
Phấn thoa sáp đánh màu da khác người.

Mặt hoa mày liễu tốt tươi,
Hình dung yểu điệu, miệng cười như hoa,
Hồn tiên kim ốc vào ra,
Hoa tàn nguyệt khuyết phút đà thấy đâu!

Thương ôi! Ngọn gió thổi sầu,
Đống xương khô héo dãi dầu cỏ sương.
Quần thoa phụ nữ khôn lường,
Nghe lời triệu thỉnh đáo đường lai lâm.

Lại thỉnh kẻ giang hồ ky lữ,
Trải tháng ngày mua bán tranh đua.
Đổi dời lừa tráo hơn thua,
Đào công nối nghiệp bán mua so lường.

Chẳng ngờ nổi trận phong sương,
Mình vào ngư phúc dương trường, khốn thay!
Hồn dời bể bắc dặm dài,
Phách về Đông hải ngàn ngày thảnh thơi.

Tha hương lữ khách lỡ thời,
Nghe lời triệu thỉnh lại nơi Pháp đàn.
Lại thỉnh kẻ hoài thai thập nguyệt,
Chịu đắng cay tọa thảo tam triêu,

Bằng khi loan phụng hòa yêu,
Hùng bi hiệp mộng xiết bao tháng ngày.
Gái trai còn hãy chưa hay,
Đêm trường mẫu tử, phút này giai quy.

Thương ôi! Hoa nở chính kỳ,
Nào hay một phút gặp khi mưa dầm.

Huyết hồ sản nạn lỗi lầm,
Nghe lời triệu thỉnh lai lâm pháp đàn.

Lại thỉnh kẻ nhung di man địch,
Tiếng chẳng thuần ngọng lịu như câm.
Lại còn trong dạ hiểm thâm,
Cưu điều hung dữ lưu tâm hại người.

Khinh khi Tam Bảo chê cười,
Tội khiên chất để bằng mười hà sa.
Ngỗ ngang mắng mẹ khinh cha,
Ác cao như núi chết mà không tha.

Chẳng may hồn phách la đà,
Mịt mờ vũ trụ bao là đớn đau!
Thương ôi! Ẩn ẩn phương nào,
Ngày xuân chẳng thấy ra vào u quan!
Hỡi người bội nghịch si ngoan,
Nghe lời triệu thỉnh lai quang pháp đàn.

Lại thỉnh kẻ cơ hàn cái giả,
Bị lao tù mắc phải gia hình.
Gặp cơn thủy hỏa bất bình,
Một đời bỗng chốc vô tình mệnh vong.

Nghìn năm oan khí chưa xong,
Linh hồn nhất điểm nhạn mong mơ màng.
Trời xanh tiếng hạc rộn ràng,
Gió lay hoa rụng lỡ làng, thương thay!

Mấy người hoạnh tử xưa nay,
Nghe lời triệu thỉnh đến ngay pháp đàn.

- Trích Trà Am và Sư Viên Thành, Nguyễn Văn Thoa,
Trà Am ấn hành. Nha Trang, 1972.

CHƯƠNG VI. NGƯỜI NHẬT VIẾT VỀ TRUYỆN KIỀU

Kể từ khi Hội An là một thương cảng tự do bắt đầu từ thời Chúa Nguyễn Hoàng (1525-1613) thì người ngoại quốc như Nhật, Hoa, Ấn, Tây Ban Nha, Bồ Đào Nha, Ý, Pháp v.v... đã đến đây làm ăn buôn bán, trao đổi hàng hóa v.v... Do vậy, việc tìm hiểu về ngôn ngữ, phong tục, tập quán, văn hóa tại xứ sở tại là đương nhiên. Thuở ấy, Việt Nam chúng ta đang dùng cùng một lúc 2 loại chữ viết. Đó là chữ Hán và chữ Nôm. Khi viết chữ Hán thì cả người Đại Hàn, Nhật Bản, Việt Nam và Trung Quốc đều có thể hiểu nhau, nhưng cách giao tiếp này chỉ dành cho những người có học, còn dân mua thúng bán bưng thì làm sao viết được loại chữ tượng hình ấy. Do vậy, những nhà truyền giáo Tây Ban Nha, Bồ Đào Nha, Pháp, Ý cảm thấy cần thiết phải tìm ra một loại văn tự khác để thay thế chữ Hán vốn rất khó nhớ và khó viết đối với họ.

Trong phần trước chúng tôi đã trình bày là đầu tiên Giáo sĩ Francisco de Pina người Bồ Đào Nha đã đến cửa biển Hội An vào năm 1617 và ở tại làng Thanh Chiêm cho đến năm 1624, rồi từ đó ông làm quen với ngôn ngữ này và sau đó Giáo sĩ Alexandre de Rhodes tiếp tục công trình nghiên cứu của thầy mình để tạo thành chữ quốc ngữ, là hình thức chữ viết được tiếp tục phát triển cho đến như hôm nay.

Năm 1640, nhà Thanh cướp ngôi nhà Minh bên Trung Hoa, có nhiều người Hoa không thích nhà Thanh nên đã chạy sang Đàng Trong của Chúa Nguyễn để xin ty nạn tại Hội An và Phố Hội An chính thức thành lập có 5 Bang là từ năm 1640. Họ liên hệ với người Nhật và người Việt, làm ăn buôn bán với người Tây Phương. Nếu ai đó đã có lần đến Hội An thăm viếng thì chắc hẳn phải biết đến Chùa Cầu. Đó là một chiếc cầu gỗ được bắt qua một nhánh sông nhỏ của sông Hoài và ở hai đầu cầu người ta thờ 2 con chó và 2 con khỉ. Khi được hỏi tại sao thì người ta bảo đó là vì người Nhật đến đây làm ăn buôn bán và xây dựng cầu này từ năm con Khỉ (Thân) cho đến năm con Chó (Tuất) thì xong. Và vì cầu do người Nhật Bản xây nên nhiều người cũng gọi là cầu Nhật Bản.

Rồi từ thế kỷ 17 đến nay đã có không biết bao nhiêu người Nhật và người Việt đã giao lưu qua lại giữa hai nước. Do vậy ngoài việc thương mại ra họ phải giới thiệu với nhau về văn hóa, thơ văn, ngôn ngữ v.v... Dĩ nhiên, trong đó có Truyện Kiều. Truyện Kiều dựa theo một tác phẩm của Trung Quốc, được Nguyễn Du viết thành thơ lục bát từ những năm 1790-1794, và mãi cho đến thời Tự Đức (1829-1883) thì Truyện Kiều mới được phổ biến nhiều trong tầng lớp quan lại cũng như quần chúng bình dân ít học. Và ngày nay, sau hơn 200 năm có mặt với đời, hầu như không có người Việt Nam nào mà không biết vài ba câu Kiều. Ngay cả những cụ già không biết chữ cũng thuộc một số câu Kiều, vì thơ lục bát rất dễ nhớ, dễ học. Đây chính là sự thành công lớn nhất của Nguyễn Du.

Tại Nhật Bản cũng có một người giống như trường hợp của Nguyễn Du tên là Kyokutei Bakin (1767-1848), nghĩa là cũng cùng thời với Nguyễn Du (1766-1820). Ông đã sáng tác một tác phẩm mang tên là Kim Ngư truyện (truyện Con Cá Vàng) vào năm 1828-1829 và truyện này nội dung cũng như nhân vật hầu như đều dựa theo truyện Kim Vân Kiều của Thanh Tâm Tài Nhân, nhưng nhân vật và địa danh thì Bakin đã thay thế hoàn toàn bằng tên người Nhật cũng như các địa phương của Nhật Bản. Khi sáng tác có lẽ Bakin nghĩ rằng việc Nhật Bản hóa cả cốt truyện cũng như nhân vật sẽ giúp người Nhật khỏi bỡ ngỡ khi đọc truyện, nhưng so với cách viết Đoạn Trường Tân Thanh của Nguyễn Du thì không thay đổi nhiều nhân vật và địa phương nhưng tác phẩm vẫn được Việt hóa một cách tự nhiên, không gượng ép như Kim Ngư truyện của Bakin.

Nguyễn Du đã thành công ngoài dự đoán trên văn đàn của thế giới. Còn Bakin với Kim Ngư truyện chỉ bị giới hạn bởi khung cảnh của nước Nhật.

Theo Phó Giáo Sư Tiến Sĩ Đoàn Lê Giang trong bài khảo cứu về: *"Bước đầu so sánh Kim Ngư truyện của K. Bakin và Truyện Kiều của Nguyễn Du"* thì nội dung của Kim Ngư truyện được tóm lược như sau:

"Ở làng Namba xứ Tsu có người võ sĩ vô chủ tên là Thuyền Vĩ Lân Tàng/Funao Rinzo làm nghề bán cá vàng. Vợ là Thủy Thảo/Mikusa/, hai vợ chồng sinh ra ba người con: Con gái đầu lòng là Ngư Tử/Uwoko, 18 tuổi xinh đẹp, đàn hay, viết chữ đẹp, lại có tài văn thơ, kế đến là cậu con trai tên là Kỳ Nhị Lang/Hirejio, 17 tuổi, chăm học văn luyện võ, cô út là Ất Ngư/Otowo, 15 tuổi, dung mạo xinh đẹp, tính tình hiền hậu, lại khéo tay mọi việc. Ông Lân Tàng nuôi nhiều cá nhưng ông thích nhất là con cá Lan Đào. Có một người khách thích con cá vàng này, nằng nặc đòi mua cho bằng được, dù đắt đến giá nào. Ông Lân Tàng bán đi rồi mà cứ tiếc mãi, ông có linh cảm là sẽ mất đứa con đầu mà ông nhất mực yêu quý.

Vào mùa xuân, chùa Tennoji mở hộp tượng Phật cho mọi người đến chiêm bái. Ba chị em đi lễ chùa trở về thì nhìn thấy mộ một người kỹ nữ nổi tiếng xinh đẹp nhưng bất hạnh là Địa Ngục Thái Phu/Jigoku Tayu. Vừa lúc ấy có một chàng thanh niên chừng 20 tuổi đi lại, đó chính là Đình Tỉnh Kim Trọng Lang/Kinjuro, bạn của Kỳ Nhị Lang. Kim Trọng Lang và Ngư Tử, hai người mới gặp nhau đã nảy lòng vương vấn, tương tư. Trên đường về ba chị em gặp hồn ma nàng Địa Ngục Thái Phu hiển linh. Tối đến nàng Địa Ngục báo mộng cho Ngư Tử biết cuộc đời sẽ đau khổ vì quả báo kiếp trước.

Kim Trọng Lang tìm cách thuê nhà gần nhà Ngư Tử và gặp được nàng nhờ cái thoa cài đầu của nàng bỏ quên. Hai bên trao kỷ vật làm tin. Sau đó có một buổi tối hai người có dịp gặp nhau tâm tình.

Gặp cảnh gia biến, Ngư Tử quyết bán mình cho Hồi Tứ Lang/ Mawashiro để lấy vàng cứu chuộc cha và em. Ngư Tử đêm đến trần trọc không ngủ được, nàng trao duyên lại cho em. Không ngờ Ngư Tử bị vợ chồng Hồi Tứ Lang lừa vào lầu xanh, nàng quyết liệt chống lại Phủ Ngưu/Nadeushi không chịu tiếp khách. Phủ Ngưu đành phải hoãn binh, cho nàng ra gần chùa Diệu Quang tĩnh dưỡng và đợi tìm người tử tế mà gả cho. Nhưng sau đó Ngư Tử đã mắc vào kế của Thử Tứ Lang/ Konoshiro, đi trốn cùng hắn, bị Hồi Tứ Lang cùng gia nhân đuổi theo bắt được. Mụ Phủ Ngưu đánh Ngư Tử thừa sống thiếu chết, cuối cùng Ngư Tử đành chấp nhận làm kỹ nữ.

Một thời gian sau Ngư Tử gặp Thúc Thái Lang/Tsukataro là con trai của một hào thương, quê ở Ako, nhưng mở cửa hàng bán đồ tơ lụa Trung Quốc ở Akama. Hào thương có công hiến tiền của giúp lãnh chúa nên được phép đổi họ và mang kiếm. Vợ của Thúc Thái Lang là Đề Kiều/Unohashi con gái lãnh chúa xứ Ako, trước kia đem lòng yêu Thúc Thái Lang nên được cha mẹ hai bên tác hợp cho. Thúc Thái Lang say mê Ngư Tử nên đã tìm cách chuộc nàng ra, chung sống với nhau một thời gian. Đề Kiều biết chuyện, sai người lừa bắt Ngư Tử về làm hầu nữ và hành hạ nàng đủ điều. Thúc Thái Lang trở về, kinh ngạc gặp lại Ngư Tử. Đề Kiều bắt Ngư Tử hầu rượu vợ chồng mình. Ngư Tử vô cùng đau khổ nói muốn đi tu, Đề Kiều đồng ý, cho ra Trì Phật Đường chép kinh. Ngư Tử trốn khỏi Trì Phật Đường, đến ẩn thân ở am của Ni sư Giác Duyên/Kakuen. Sau lại bị bà già Gia Thế Mộc/Kasegi -người mà sư Giác Duyên gửi gắm nuôi Ngư Tử, cùng với cháu lừa bán vào lầu xanh ở gần Kamakura.

Trong lầu xanh ở Kamakura, Ngư Tử gặp một võ sĩ lang thang là Hạ Dã Thái Lang/Shomonotaro. Hạ Dã Thái Lang đem lòng yêu quý Ngư Tử ngay từ đầu, đã hứa chuộc Ngư Tử ra làm vợ. Chàng vừa ra khỏi lầu xanh thì gặp ngay một đám du thủ du thực đòi đánh để bắt chàng phải hủy bỏ việc chuộc Ngư Tử ra. Chàng đánh tan bọn vô lại. Nào ngờ đó là kế của Ngư Tử thử lòng chàng. Ngư Tử nhân đó kể hết gian nan, đau khổ của cuộc đời mình. Được ít lâu Hạ Dã Thái Lang lên đường. Ba năm sau chàng chiến thắng trở lại đón Ngư Tử. Chàng cho người bắt hết tất cả những kẻ gây khổ đau cho Ngư Tử, cũng như đưa những người đã giúp nàng về báo oán báo ân. Ngư Tử ngồi sau cánh cửa để cùng Hạ Dã Thái Lang xét xử. Hạ Dã Thái Lang quyết định hình phạt như bọn chúng đã thề. Ngư Tử can ngăn không nên gây điều ác, hãy tha tính mạng cho chúng. Nhưng Hạ Dã Thái Lang quyết không nghe vì chàng cho rằng thưởng phạt là chuyện lớn của quốc gia. Mụ Phủ Ngưu (Tú Bà), Hồi Tứ Lang (Mã Giám Sinh), Thử Tứ Lang (Sở Khanh), bà mối (em gái Gia Thế Mộc/Bạc Hà), Thế Gia Mộc (Bạc Hà), Quyết Bát (Bạc Hạnh), Ưng, Khuyển… bị giết chết bằng những hình phạt tàn khốc. Hạ Dã Thái Lang cho đánh Kế Tỉnh (Hoạn Bà), và định cho đánh Đề Kiều (Hoạn Thư) đến chết, thì Ngư Tử ngăn lại vì dẫu sao Đề Kiều cũng là vợ của chồng cũ, hay ghen cũng là bình thường, đồng thời thuộc dòng dõi cao sang nên xin tha. Mụ quản gia cũng xin chịu hình phạt thay chủ nên Hạ Dã Thái Lang cũng nguôi. Hạ Dã Thái Lang trách mắng Thúc Thái Lang (Thúc Sinh), nhưng cũng thưởng công cho chàng này 100 lượng vàng. Kế Tỉnh (Hoạn Bà) trở về nhà, đau đớn và chết ngay trên thuyền. Đề Kiều đau khổ, một năm sau thì chết. Thúc Thái Lang sau lấy vợ khác sống yên ổn. Mụ quản gia mang vàng được tặng đi mua đất làm nhà, nhận con nuôi, sống hạnh phúc tuổi già. Ngư Tử khuyên Hạ Dã Thái Lang bãi binh đầu hàng để cùng nàng về quê với gia đình.

Phiến Cốc Triều Hưng/Tomoogi cử Bố Lưu Biện Di/Furuno Benya làm quan thuyết hàng, cho mang lễ vật cùng với hai thể nữ. Ngư Tử nhiều lần khuyên Hạ Dã Thái Lang ra hàng nhưng chàng không chịu. Chàng bắt hai thể nữ đàn hát và hầu rượu. Ngư Tử khuyên can, chàng phải hòa để giữ lấy lãnh thổ, chứ đam mê tửu sắc thế này thì có ngày mất mạng. Hạ Dã Thái Lang nghĩ Ngư Tử ghen với hai thể nữ, nên lời nói không đáng tin. Hạ Dã Thái Lang và quân lính tiệc tùng say sưa suốt ngày, việc canh phòng trễ nải. Phiến Cốc Triều Hưng quyết định tấn công Kamakura. Đêm đến ông ta cho mấy nghìn quân lính bất ngờ đánh vào. Quan quân của Hạ Dã Thái Lang chen nhau bỏ chạy. Hạ Dã Thái Lang say quá không biết gì. Ngư Tử lay mãi không dậy, bèn phải lấy bát nước hắt vào mặt chồng mới khiến chàng tỉnh. Ngư Tử mang giáp trụ đến cho chồng. Hạ Dã Thái Lang một mình nghênh địch, nhưng bị bao vây bốn phía, bị trúng rất nhiều mũi tên mà chết đứng. Ngư Tử ra nhận xác chồng, khóc lóc kể lể một hồi thì cái xác ngã xuống. Bố Lưu Biện Di chặt lấy thủ cấp Hạ Dã Thái Lang, bắt trói Ngư Tử trình cho Triều Hưng. Triều Hưng đánh giá cao công trạng của Bố Lưu Biện Di nên phong thưởng đất đai và cho cưới Ngư Tử. Triều Hưng sau đó bị hồn Hạ Dã Thái Lang ám mà bị bệnh, mấy năm sau thì chết. Ngư Tử theo Bố Lưu Biện Di về nơi đất mới, nàng lấy cớ bệnh nên không chăn gối với hắn. Bố Lưu Biện Di đến an ủi vợ, hai người uống rượu. Bất ngờ Ngư Tử rút kiếm của Bố Lưu Biện Di chém đứt đầu hắn để trả thù cho chồng, rồi nhảy xuống sông Hitachi Tonegawa trầm mình.

Xác trôi đến chỗ ông chài, được ni Giác Duyên vớt lên, nhấn bụng cho ộc nước ra, rồi đổ thuốc cứu sống. Giác Duyên nói hết tiền thân hậu vận của nàng cho nàng nghe. Ông chài có công cứu Ngư Tử được Giác Duyên ban thưởng chữ, sau đó chuyên niệm Phật mà có cuộc sống như ý. Ngư Tử xin theo Giác Duyên để học đạo, được cho pháp danh là Diệu Long/ Myotyu. Có đêm nằm mơ gặp được nàng Địa Ngục, được nàng báo mộng cho biết nghiệp báo đã được trả xong.

Trở lại chuyện Kim Trọng Lang, chàng theo lời trao duyên của Ngư Tử mà cưới Ất Ngư. Đám cưới do vị cha nuôi của Ngư Tử đứng ra làm chủ hôn. Kim Trọng Lang và Kỳ Nhị Lang có công cứu được con trai tướng quân Ashikaga Yoshiharu khỏi bị nhóm tàn quân của Hạ Dã Thái Lang giả làm gấu và sói đến hại, nhờ thế mà được Tướng quân phong thưởng hậu hĩnh và cho làm gia thần, thị vệ cho con trai tướng quân. Hai người được Tướng quân phái đến làm lễ tham bái tổ tiên ở Itako, gặp trời mưa phải vào am trú ẩn, nhờ thế mà tình cờ gặp lại Ngư Tử đang tu ở đây. Cả nhà đoàn tụ. Sau Kỳ Nhị Lang cưới con gái ông quan thanh liêm là bố nuôi của Ngư Tử, sinh đủ cả trai gái. Kim Trọng Lang cũng có 2 trai 2 gái với Ất Ngư. Kim Trọng Lang và Kỳ Nhị Lang lên Kyoto làm việc, họ xây một thảo am đón Ngư Tử về tu. Ban đêm Ngư Tử được Ni Giác Duyên hiện về báo cho hay kiếp trước nàng là một con cá vàng lớn phạm tội ăn rất nhiều cá con, nên bị nghiệp báo. Nói xong Giác Duyên hiện nguyên hình là Quan Âm Bồ Tát cưỡi một con cá vàng lớn bay đi. Sau Ngư Tử trở thành một Ni sư danh tiếng, và nàng chỉ giao thiệp với nữ nhân mà thôi. (Hết trích)

Nếu đem 3 câu chuyện Kim Vân Kiều, Đoạn Trường Tân Thanh và Kim Ngư truyện để so sánh với nhau, thì nội dung của cả 3 đều gần giống nhau, chỉ có điều là tác giả Kim Ngư truyện đã thêm vào phần sau truyện cũng như cái kết hơi khác với nguyên bản một chút. Cái kết của Kim Ngư truyện nặng về nghiệp báo hơn. Trong khi đó Đoạn Trường Tân Thanh của Nguyễn Du thì nêu lên được tinh thần của Phật, Nho, Lão vào cuối câu truyện.

Hiện nay thì người Nhật trẻ ít ai biết câu chuyện này, nên có nhiều người Nhật đến Việt Nam học tiếng Việt và chính những người này tự dịch ra tiếng Nhật từ bản Đoạn Trường Tân Thanh của Nguyễn Du.

Từ năm 1972 đến 1977 tôi đã ở Nhật và lúc bấy giờ chỉ lo học lo thi, nên không mấy quan tâm về những câu chuyện như thế này. Ngày ấy tôi có quen biết với Giáo Sư Nguyễn Khắc Kham, ông là một vị Thầy người Việt có nhiều nghiên cứu về văn hóa và ngôn ngữ, nên từ năm 1967 đến 1975 ông đã làm Giáo Sư biệt thỉnh tại Đại Học ngoại ngữ Tokyo, Nhật Bản. Đầu năm 1971 được vinh thăng Giáo Sư thực thụ (Kyakuin Kyòju) Đại Học ngoại ngữ Tokyo. Từ năm 1968 đến năm 1975 ông là nghiên cứu viên của Trung Tâm Nghiên Cứu Văn Hóa Đông Nam Á (The Centre for East Asian Cultural Studies) thuộc Đông Dương Văn Khố (Tokyo Bunko) Tokyo.

Ông sinh năm 1908 tại Hà Nội và vào ngày 8 tháng 3 năm 2007 ông đã ra đi vĩnh viễn tại San Jose, Hoa Kỳ, hưởng đại thọ 100 tuổi. Năm 1975 khi ông di cư sang Hoa Kỳ có gởi lại cho tôi một số sách nghiên cứu rất quý và tôi để lại Chùa Honryuji tại Hachioji ở Nhật Bản, nhưng sau này chùa ấy cho xây dựng lại, nên những sách vở kia không còn nữa. Từ năm 1972 đến 1975 tôi đã có nhiều lần gặp gỡ Giáo Sư Nguyễn Khắc Kham tại Tòa Đại Sứ Việt Nam ở Nhật Bản hay tại Chùa Honryuji ở Hachioji, luôn đề cập đến văn hóa Việt Nam, kể cả Truyện Kiều. Giáo Sư rất tâm đắc, nhưng phần tôi không đặt nặng lắm việc này, cho mãi đến bây giờ, sau 43 năm xa Nhật Bản (2020-1977) mới có cơ hội nhắc lại, nên mới đi tìm nguồn tài liệu để tra cứu nhân viết tác phẩm thứ 68 này.

Theo sự nghiên cứu của Phó Giáo Sư Tiến Sĩ Đoàn Lê Giang trong "Các bản dịch Truyện Kiều ở Nhật Bản: Đa dạng người dịch, đa dạng phong cách" thì kết quả có thể tóm lược như sau:

1) Bản đầu tiên Kim Vân Kiều do Komatsu Kiyoshi dịch năm 1942.

2) Hai bản Kim Vân Kiều do Takeuchi Yonosuke dịch năm 1975 và năm 1985.

3) Hai bản truyện Kiều gần đây: Bản Akiyama Tokio dịch năm 1996 và bản Sato Seiji Kuroda Yoshiko dịch năm 2005.

Trong những tác giả dịch Truyện Kiều ra Nhật ngữ có ông Takeuchi Yonouke rất đặc biệt. Ông là một học giả về Việt Nam học. Vào năm 1988, ông đã soạn ra tự điển chữ Nôm, có lẽ là do sau khi dịch truyện Đoạn Trường Tân Thanh có cả chữ Nôm lẫn tiếng Việt, nên ông quyết định cho ra quyển tự điển này. Trong 3.254 câu Kiều đó, ít nhất cũng có vài chục ngàn chữ Nôm lấy từ chữ Hán. Điều này cũng giống như người Nhật dùng chữ Hán, nhưng đọc và viết theo âm của chữ Hiragana vậy. Nói như ông Nguyễn Bá Triệu tác giả quyển *"Truyện Kiều - Chữ Nôm và khảo dị"* trong phần lời tựa đã kết luận rằng: *"Chỉ cần biết hết được chữ Nôm trong truyện Kiều, quý vị có thể có được một căn bản chữ Nôm rất đáng kể."*

Trong khi người Nhật quan tâm về loại chữ này thì Việt Nam chúng ta đã để chữ Nôm trôi vào quên lãng. Thật là đáng tiếc vậy. Trong phần giới thiệu quyển tự điển chữ Nôm này trên mạng, tôi đọc thấy phần tiếng Nhật ông Takeuchi Yonosuke chú rằng:

"Quyển Tự Điển chữ Nôm này lần lượt được tuyển chọn ra từ các sách vở và việc sưu lục cũng như giải thích để xem thử. Sách chữ Nôm trong hiện tại (chữ Quốc ngữ ở dạng tiếng La Tinh là Việt ngữ) thì có thể đọc được, nhưng nếu đọc được sách chữ Nôm và nắm bắt được ý nghĩa thì có thể nói là không."

Một Giáo sư người Nhật đang ở vào thời điểm của chúng ta đang sống, sau khi soạn dịch truyện Kiều xong vào năm 1975, rồi từ năm 1985 đến năm 1988 đã soạn ra bộ tự điển chữ Nôm này và kết luận như trên, thì quả là người Việt Nam của chúng ta ở trong cũng như ngoài nước chịu thiệt thời nhiều quá. Trong khi người Nhật hiểu về văn hóa và cội nguồn của dân tộc mình còn hơn cả người mình nữa, thì đó là điều đáng quý, nhưng đáng quý hơn nữa nếu thế hệ trẻ Việt Nam hiện nay có ai tìm đến học chữ Nôm, cũng là một điều đáng khích lệ biết bao.

Điểm qua một vài trang về người Nhật đã quan tâm đến truyện Kiều và văn hóa của người Việt Nam chúng ta, để từ đó khi giao lưu giữa hai nước, chúng ta có được những nền móng căn bản về văn hóa cũng như học thuật mà giới thiệu với người đối diện. Quý vị nào cần nghiên cứu sâu hơn thì xin tìm đến những tác giả nêu trên để đọc và trao đổi. Có như vậy chúng ta mới có tầm hiểu biết sâu rộng hơn.

Thật ra ngày nay truyện Kiều không phải chỉ được dịch ra tiếng Nhật, mà còn có tiếng Pháp, Anh, Đức, Nga, Tây Ban Nha v.v… Hình như gần 30 ngôn ngữ như vậy đã có mặt bản dịch truyện Kiều. Như vậy, giá trị văn học, lịch sử, văn hóa, văn chương của Truyện Kiều đã vượt ra khỏi không gian Việt Nam, được tỏa sáng qua tài nghệ của Đại Thi Hào Nguyễn Du, hoàn toàn vượt hơn hẳn tầm vóc bình thường của nguyên bản Kim Vân Kiều tại Trung quốc.

Trải qua thời gian 200 năm Truyện Kiều có mặt tại Việt Nam, ngày nay Kiều đã trở thành câu chuyện của thế giới chứ không còn là riêng của người Việt Nam.

Riêng tôi, như ở lời nói đầu đã trình thưa là chỉ muốn làm sáng tỏ những điểm chính mà lâu nay lịch sử dường như bỏ sót là Nguyễn Du đã ngộ Kinh Kim Cang và viết truyện Kiều như thế nào? Điểm thứ hai là ý nghĩa viết Văn Tế Thập Loại Chúng Sanh? Trong các chùa viện, chư Tăng vẫn hay đăng đàn Chẩn tế nhân các lễ Vu Lan báo hiếu hay cúng giỗ tại tư gia, nhưng tại sao Nguyễn Du phải làm công việc này là vì lý do gì và động cơ chính từ đâu? Có phải ông là người Phật Tử thấy những cảnh đau lòng của thế thái nhân tình, nên mới viết ra Văn Tế này? Phần này bên trên đã trình bày rồi, nên ở đây không đi vào chi tiết nữa.

Do từ xưa nay hơn 200 năm lịch sử đã có không biết bao nhiêu học giả, văn nhân thi sĩ viết về Truyện Kiều, phê bình cốt chuyện, bói Kiều, lẩy Kiều, kịch Kiều và ngay cả bộ phận cải lương cũng đã diễn tuồng Kim Vân Kiều nữa. Thiết tưởng tôi không nên xen thêm vào lãnh vực này làm gì. Cho nên ngay từ đầu tôi chỉ muốn quý vị cần biết thêm một số điểm có thể là chưa biết, để góp vào lối suy nghĩ của mình cho đúng với giai đoạn lịch sử mà những gì đã trải qua cuộc đời của Nguyễn Du.

Có thể là nhiều người đã không hiểu hết nỗi lòng của Nguyễn Du và ngay cả tôi cũng chỉ là người viết thêm và tô đậm lên vài nét sắc không trong cuộc đời của ông thôi, chứ thực tế thì ông đã ngộ được chữ *Không* thâm diệu của Phật pháp rồi khi đến thăm phân kinh thạch đài của Lương Chiêu Minh Thái Tử.

> *"Ngã độc Kim Cang thiên biến linh*
> *Kỳ trung áo chỉ đa bất minh*
> *Cập đáo phân kinh thạch đài hạ*
> *Tài tri vô tự thị chơn kinh."*

LỜI CUỐI SÁCH

Hôm nay ngày 20 tháng 8 năm 2020 nhằm ngày Mùng 2 tháng Bảy âm lịch năm Canh Tý, tại thư phòng của Tổ Đình Viên Giác tại Hannover - **Đức** quốc, tôi đặt bút viết lời cuối của quyển sách thứ 68 này. Như vậy đúng 20 ngày là viết xong gần 300 trang giấy khổ A4, nhưng trong vòng 20 ngày đó có 3 ngày chủ nhật tôi không viết trang nào cả. Nhiều người hỏi tôi rằng: Tại sao Thầy viết nhanh và viết được nhiều như vậy? Tôi trả lời rằng:

- Người muốn viết bài hay viết sách, điều trước tiên là phải đọc nhiều. Đọc bất cứ loại sách hay báo chí nào mình ưa thích, ngoại trừ những loại sách hay báo chí làm cho mình tốn thời giờ vô ích thì khỏi đọc. Nhìn vào tựa đề của quyển sách hay tạp chí là mình biết sơ qua về nội dung của quyển sách ấy rồi, nên khỏi cần đọc.

- Đầu tiên là phải chọn đề tài mình muốn viết và kể từ đó phải đi tìm tài liệu để đọc. Tài liệu ngày nay nhiều vô kể và độ chính xác tương đối cao. Ví dụ như những sách vở được bảo lưu trong các thư viện. Nguồn cung ứng dồi dào nhất hiện nay là trên các mạng thông tin hay Tự Điển Bách Khoa Toàn Thư Mở (Wikipedia) bằng nhiều ngôn ngữ khác nhau. Sau khi tập trung tài liệu rồi mình sẽ phân loại ra và bắt đầu đọc hết tất cả những tài liệu mà chính mình đã chọn. Cái nào đọc thấy ngoài đề thì bỏ ra, chỉ chọn những tài liệu nào cần để tham cứu mà thôi.

- Tất cả xong xuôi đâu đó thì bắt đầu soạn một dàn bài hay một mục lục mà mình muốn viết. Bây giờ người ta không có thời gian nhiều, nên viết càng ngắn gọn càng tốt. Do vậy tác giả phải chọn điều nào nên giới thiệu với độc giả và điều nào chưa hay không nên đưa vào sách của mình.

- Thật ra thời gian tìm tài liệu và đọc những tài liệu cho cuốn sách của mình muốn viết nhiều khi tốn cả năm trời và sau đó đọc lại tài liệu ấy để bắt đầu ngồi lại bàn giấy để viết. Bây giờ có nhiều người viết thẳng lên computer, nhưng tôi thì không, cả 68 tác phẩm dày mỏng khác nhau, tôi đều viết tay hết. Những quyển viết theo lối cảo bản này sẽ để lại bằng chứng cho đời sau là ngày đó tháng đó có một người như thế, viết ra như thế v.v…

- Với tôi, khi đã đặt bút xuống là viết. Viết từ sáng đến trưa, từ trưa đến chiều tối, mỗi ngày có khi viết đến 7 hay 8 tiếng đồng hồ như vậy, nhưng rất an lạc sau khi rời khỏi bàn giấy. Điều đặc biệt của tôi là khi viết không bao giờ tôi phải ngậm bút để suy nghĩ một điều gì và viết xong sách một hơi dài như thế, cuối cùng mới dò lại từng chữ, từng câu văn để chỉnh sửa. Thời gian này tốn độ cũng một tuần lễ nữa. Như vậy tác phẩm này có thể đến ngày 30.8.2020, ngày ra hạ tự tứ của Tăng Ni trong mùa An Cư Kiết Hạ năm nay thì tôi mới hoàn thành trọn vẹn được.

- Có nhiều người tự cho phép và dễ dãi với mình là tìm tài liệu không có, nên để khi nào tìm ra sẽ viết tiếp. Sẽ có ít người thành công với lối suy nghĩ này. Tôi thì khác một chút và tôi quan niệm rằng: Cái gì làm được ngày hôm nay thì cứ nên làm, đừng chờ đợi ngày mai. Vì trong kinh Nhất Dạ Hiền Giả, Phật đã dạy rằng:

Quá khứ không truy tìm
Tương lai không ước vọng
Quá khứ đã đoạn tận
Tương lai thì chưa đến
Chỉ có pháp hiện tại
Tuệ giác chính là đây

Không động không rung chuyển
Biết vậy nên tu tập
Hôm nay nhiệt tâm làm
Ai biết chết ngày mai
Không ai điều đình được
Với đại quân thần chết
Trú như vậy nhiệt tâm
Đêm ngày không mỏi mệt
Xứng gọi nhất dạ hiền
Bậc yên tịnh trầm lặng.

(Hòa Thượng Thích Minh Châu dịch)

Năm 2020, thế giới bước vào một cơn đại dịch lịch sử gọi là Covid-19, kể từ đầu năm cho đến nay. Trải qua 8 tháng như vậy, thế giới có gần 20 triệu người nhiễm bệnh và người chết vì bệnh này đã lên đến con số một triệu người. Ai ai cũng lo lắng vì không biết ngày nào chính mình sẽ bị lây nhiễm và bệnh này kéo dài đến bao lâu. Vì trong hiện tại chưa tìm ra được thuốc để chống lại bịnh này. Không biết những nhà bác học, những nhà vi trùng học, những người lãnh giải Nobel Y Khoa họ đã đi đâu hết rồi? Thấy người chết nhiều quá, ai cũng thương tâm. Nhưng câu trả lời là: Hãy chờ kết quả thử nghiệm.

Tình hình thế giới đã xảy ra như vậy thì một người xuất gia phải làm gì? Với tôi, câu trả lời không khó. Đó là nên nhập thất, tụng kinh, trì giới, đọc sách v.v… Có khối chuyện để làm. Do vậy bắt đầu từ tháng 3 năm 2020 đến cuối tháng 8 năm này tôi đã chẳng đi đâu, chỉ ở chùa, xem như năm nay có một mùa An Cư Kiết Hạ dài 6 tháng và từ tháng 9 trở đi thì vẫn chưa biết, vì dịch bệnh có còn lan rộng nữa hay không? Hoặc giả việc cách ly xã hội do chính phủ quy định, chúng ta phải tuân hành. Do vậy mà hai Đại Lễ Phật Đản và Vu Lan năm 2020 này chùa Viên Giác cũng không tổ chức.

Hiện nay chính phủ chỉ cho phép tụ họp được chỗ công cộng từ 500 đến 1.000 người, nhưng Đại Lễ của Chùa Viên Giác tổ chức thì số người tham dự thường từ 5.000 đến 6.000 người trong 3 ngày cuối tuần. Do đó chúng tôi quyết định không tổ chức. Bởi lẽ nếu có một người bị lây lan thì làm khổ cho nhiều người khác nữa, mà khoảng cách bắt buộc là phải cách nhau giữa mỗi người ít nhất 1m50 thì Viên Giác không đủ chỗ. Chỉ có Tu Viện Viên Đức với diện tích khu vườn 17.000m2 thì có thể thực hiện được việc này. Cuối cùng tôi đã quyết định là nên đọc Đại Tạng Kinh là giải pháp hay nhất trong giai đoạn này.

Đầu tiên tôi đọc quyển thứ 16 và quyển thứ 17 thuộc bộ Bản Sanh của Linh Sơn Pháp Bảo Đại Tạng Kinh do Hòa Thượng Thích Tịnh Hạnh chủ trương phiên dịch và xuất bản. Phần đầu từ quyển 1 đến quyển thứ 15 tôi đã đọc xong gồm: Trường A Hàm, Trung A Hàm, Tạp A Hàm, Tăng Nhất A Hàm và một phần của bộ Bản Sanh. Nay nhân dịch Corona này tôi đã đọc xong tất cả phần căn bản lời Phật dạy qua hướng Bắc truyền này. Phần Nam truyền cũng có tất cả 13 quyển của 5 bộ như sau: Trường Bộ Kinh, Trung Bộ Kinh, Tương Ưng Bộ Kinh và Tiểu Bộ Kinh. Cách đây mấy năm tôi đã nghe trọn vẹn bộ Đại Tạng Kinh Nam Truyền này qua máy thâu âm trong vòng 3 tháng ròng rã như vậy.

Bây giờ ngẫm ra mới đúng lời dạy của Tổ Khánh Anh qua một vế của câu đối tại chùa Phước Hậu ở Trà Ôn là:

讀兵書懼戰，讀律書懼刑，讀佛書戰刑無懼。

Độc binh thư cụ chiến, độc luật thư cụ hình, độc Phật thư chiến hình vô cụ.

Nghĩa:

"Đọc binh thư sợ chiến tranh, đọc sách luật sợ hình phạt, đọc kinh Phật không sợ chiến tranh cũng chẳng sợ hình phạt."

Đây là cách tốt nhất để thực hiện lời dạy của Tổ, nên tôi đã liên lạc với Phật Tử Minh Đăng ở Pháp, người đang lo cho Đại Tạng Kinh của Linh Sơn để được xuất bản tiếp phần còn lại trong nay mai và Phật Tử Minh Đăng nhờ tôi xem từ quyển 195 đến quyển 202 kể luôn việc sửa lại lỗi chính tả. Tôi đồng ý ngay và đây cũng là cơ hội để cho mình đi sâu vào Đại Tạng. Thế là tôi bắt đầu đọc từ giữa tháng 3 năm 2020, sau khi đi Phật sự tại Thụy Điển về cho đến hết tháng 7 năm 2020, nghĩa là trong vòng 5 tháng và mỗi ngày tôi đọc chừng 6 đến 8 tiếng đồng hồ trên computer như sau:

1) Tập 195 - Tập 1 Bộ Sự Vựng có 1.962 trang

2) Tập 196 - Tập 2 Bộ Sự Vựng có 1.761 trang

3) Tập 197 - Tập 3 Bộ Sự Vựng có 1.730 trang

4) Tập 198 - Tập 4 Bộ Sự Vựng có 1.472 trang

5) Tập 199 - Tập 5 Bộ Sự Vựng có 1.447 trang

6) Tập 200 - Tập 6 Bộ Sự Vựng có 1.433 trang

7) Tập 201 - Tập 7 Bộ Sự Vựng có 3.094 trang

8) Tập 202 - Tập 8 Bộ Sự Vựng có 2.882 trang

Cộng tất cả 8 quyển trên là 15.781 trang dịch ra tiếng Việt. Trong khi đó chữ Hán có 2 quyển, gồm quyển thứ 53 của Đại Chánh Tân Tu Đại Tạng Kinh có 1.030 trang và quyển thứ 54 có 1.230 trang. Tổng cộng chữ Hán là 2.260 trang và dịch ra tiếng Việt thành 15.781 trang. Như vậy trung bình 1 trang chữ Hán gồm 3 cột dịch sang tiếng Việt thành 7 trang.

Kinh mang số thứ tự 2131, là chấm dứt việc dịch sang tiếng Việt của Linh Sơn Pháp Bảo Đại Tạng Kinh. Nhưng quyển thứ 54 này chấm dứt ở kinh số 2144, nghĩa là còn 13 Kinh trong tập 54 này vẫn chưa dịch sang Việt ngữ.

Trên thực tế bên Hán văn cho đến quyển thứ 85 mới hết và kinh văn cuối cùng là số 2920. Những bản còn lại là đồ hình cũng như mục lục của Đại Tạng. Phần Kinh văn từ số 2144 đến số 2929 đa phần là những chuyện xảy ra tại Trung Quốc và Nhật Bản. Có lẽ vì thế mà Hòa Thượng Thích Tịnh Hạnh đã không cho dịch sang Việt ngữ. Phần tôi chỉ đóng góp một phần nhỏ của mình vào Đại Tạng Kinh tiếng Việt như thế. Hy vọng phải có nhiều lần nhuận lại nữa thì mới mong có một Đại Tạng Kinh hoàn hảo cho những thế hệ sau này.

Sau khi đọc xong 8 tập trên, tôi bắt đầu đọc tài liệu và viết quyển sách này. Đó là cơ duyên xin trình bày với quý vị như thế để được tỏ tường. Riêng phần tôi thì phải nói rằng phải niệm ân Đại Chúng Chùa Viên Giác rất nhiều. Vì nếu không có quý Thầy, Cô trợ duyên cho tôi để tôi được yên ổn ngồi nơi thư phòng mỗi ngày 7 hay 8 tiếng đồng hồ để viết lách như thế thì chắc rằng tác phẩm này sẽ không hình thành được. Công việc của tôi giống như con tằm nhả tơ đều đặn, không gián đoạn một buổi nào cả. Đây là chương trình làm việc của tôi từ lâu nay vẫn như vậy.

Đúng 4 giờ 30 sáng mỗi ngày tôi đều khởi dậy từ giường ngủ của mình, sau đó làm vệ sinh cá nhân, đoạn ngồi vào bàn để xem một số email đã gởi đến vào tối hôm qua. Cái nào cần thì trả lời liền, nếu để lâu sẽ quên, còn cái nào không thích nghi thì cho vào spam. Thế là yên chuyện.

Đúng 5:45 phút sáng Thầy trò chúng tôi có mặt ở bàn Tổ, xá Tổ và lên Chánh Điện ngồi Thiền 15 phút.

Đúng 6 giờ trì tụng Thần Chú Thủ Lăng Nghiêm. Mấy mươi năm nay Chùa Viên Giác tại Hannover chưa bỏ một thời Kinh Lăng Nghiêm nào hết.

Đến 7:10 xong thời khóa tụng kinh buổi sáng, ai nấy trở về phòng.

Tôi tập thể dục 7 động tác theo lối Tây Tạng độ 15 phút và sau đó chuẩn bị chương trình cho một ngày làm việc.

Đúng 8 giờ sáng có mặt tại trai đường để dùng cơm với Đại Chúng. Sau khi dùng cơm có việc gì của chùa thì quý Thầy trình bày cho cả Đại Chúng biết. Đoạn phần ai trở về lại phòng của mình.

Từ 9 đến 10 giờ sáng là giờ đi bách bộ của tôi. Mặc dầu Đông sang tuyết giá hay Xuân đến, Thu tới, Hạ về, mỗi ngày tôi cũng đều như thế, nếu tôi ở Hannover. Khi trời lạnh thì vào Cốc Vô Học đốt sưởi lên, ngồi nói chuyện với mấy người đi dạo cùng vài đề tài, sau đó về lại chùa. Nếu mùa Hè thì ở bên ngoài quan sát, xem xét cây trái, rau quả v.v… ngày này qua ngày khác, tháng này qua tháng nọ, năm này qua năm kia tôi đều giữ nguyên tắc giờ giấc như thế, ít thay đổi.

Từ 10 giờ 30 sáng đến 11 giờ 30 là giờ viết sách,

11:30 y áo lên trai đường để quá đường cùng Đại Chúng. Nếu mùa khác thì chùa 12 giờ mới dùng trưa. Sau khi quá đường thì đi kinh hành nhiễu Phật và về lại Chánh điện để tụng Bát Nhã, Vãng Sanh và Hồi Hướng.

Tôi nghỉ trưa đến 14:00, sau đó bắt đầu ngồi vào bàn làm việc để đọc sách hay viết lách. Độ chừng hơn 1 tiếng, đứng dậy nghỉ giải lao. Một buổi chiều như vậy có đến 2 hay 3 lần giải lao.

18:30 là giờ dược thực. Bây giờ ở Chùa Viên Giác nhiều khi chỉ còn vài ba Thầy trò dùng chiều, những vị khác chỉ dùng một ngày 2 buổi sáng và trưa mà thôi.

Tôi đi dạo vườn chùa sau khi dùng tối chừng 10 đến 15 phút, sau đó trở lại phòng để chuẩn bị cho thời khóa Tịnh Độ trong mỗi mùa An Cư Kiết Hạ. Từ năm 1984 đến 2019, suốt trong 35 năm như vậy Thầy trò chúng tôi vào mỗi tối đều lạy kinh mỗi chữ mỗi lạy và mỗi đêm ít nhất từ 250 đến 350 lạy, tùy theo người đánh khánh nhanh hay chậm. Những bộ kinh mà Thầy trò chúng tôi đã lạy qua là: Kinh Ngũ Bách Danh,

Kinh Tam Thiên Phật Danh, Kinh Vạn Phật, Kinh Pháp Hoa và hai quyển Kinh Đại Bát Niết Bàn.

Nguyện đã viên mãn ở tuổi 70, nên bắt đầu từ năm rồi, cả Chùa Viên Giác đều trì tụng kinh Đại Bảo Tích do Hòa Thượng Thích Trí Tịnh dịch ra Việt ngữ gồm 9 quyển và mỗi quyển dày độ 700 trang. Mỗi đêm chúng tôi trì tụng chừng 50 trang như thế, sau đó ngồi thiền 15 phút, đến 21:30 là chấm dứt một ngày tu học và làm việc trong mùa Hè.

Trong mùa Đông thì thời khóa ít hơn và quý Thầy, Cô sẽ có nhiều thời gian hơn để tự hành trì riêng tại phòng của mình.

Khi trì tụng đến hết quyển 9 kinh Đại Bảo Tích, chúng tôi cảm động nhất là đọc lời cuối của Hòa Thượng dịch giả Thích Trí Tịnh. Ngài viết rằng: "Tôi chưa bao giờ nghĩ rằng mình là một chân tỳ-kheo, không dám nhìn thẳng lên trời, mà chỉ luôn nghĩ như cỏ che đất." Đây là những lời nhắn gởi lại cho hậu thế của một bậc Đại Tăng ở đầu thế kỷ 21 như vậy. Công đức Pháp sư là một công đức không nhỏ như trong kinh Diệu Pháp Liên Hoa có trình bày. Riêng Hòa Thượng Thích Trí Tịnh, Ngài đã dịch không biết bao nhiêu bộ kinh Đại Thừa như Hoa Nghiêm, Đại Bát Niết Bàn, Đại Bảo Tích v.v… mà Ngài còn khiêm cung như vậy. Thử nhìn lại hàng hậu học ngày nay, chưa làm được điều gì mà đã khen chê nhiều lối, khiến cho nhân thế phải ngán ngẫm vô cùng.

Tụng đến ngày 12 tháng 8 năm 2020 thì kinh Đại Bảo Tích đã xong, chúng tôi khai kinh Đại Bát Nhã 24 cuốn và sẽ trì tụng trong những mùa An Cư Kiết Hạ sắp tới. Kinh này do Cố Hòa Thượng Thích Trí Nghiêm dịch ra Việt ngữ và mỗi đêm chúng tôi chỉ tụng 40 trang, trong vòng 1 tiếng đồng hồ. Vì kinh Bát Nhã in loại chữ nhỏ hơn kinh Đại Bảo Tích. Năm 2019 vừa qua, kỷ niệm 70 năm tôi có mặt trong cuộc đời, Thầy Hạnh Tấn đã cùng với quý Thầy, Cô và 100 Phật Tử khác khắp nơi về Chùa Viên Giác trì tụng mỗi ngày 8 tiếng đồng hồ trong 10 ngày nhưng vẫn chưa hết. Bây giờ chúng tôi lại bắt đầu cho một chuyến đi dài vô tận như vậy tiếp theo.

Ngoài ra mỗi tháng có hai lần tụng giới tỳ-kheo, tỳ-kheo ni, Bồ Tát xuất gia, Bồ Tát tại gia. Nếu có sa-di, sa-di ni và cư sĩ nam nữ tham dự thì cũng có những lần giáo giới vào sáng ngày Mồng Một và ngày Rằm, mỗi lần độ hơn 1 tiếng đồng hồ. Người xưa thường nói rằng: "Văn ôn võ luyện." Nếu văn không ôn và võ không luyện thì sẽ quên mất. Nên nhớ một điều là suốt cuộc đời của Đức Phật, Ngài chỉ để lại Pháp và giới luật là quan trọng hơn cả. Ngài đã không trao truyền lại cho đệ tử xuất gia hay tại gia bất cứ gì có giá trị về vật chất. Do vậy chúng ta là những người được truyền thừa, nên nhớ đến Pháp này để tu và nhớ đến giới luật để hành trì, là những điều đáng trân quý biết bao!

Những ngày sám hối vào chiều 14 và 30 (nếu tháng thiếu thì 29), Tăng Ni và Phật tử quanh Hannover vẫn thường hành trì miên mật mấy mươi năm nay như vậy. Những ngày lễ vía của chư vị Bồ Tát, chư Phật, chư Thánh Tăng, các vị Đại Sư v.v... Chùa Viên Giác vẫn không quên, mà mỗi năm đều có một ngày Kỵ Tổ Chức Thánh vào ngày 25 tháng 12 Dương lịch cũng như lễ Hiệp Kỵ chư Hương linh thờ tại chùa. Đến ngày 1 tháng 7 mỗi năm, chùa đều cúng Hiệp Kỵ chư Tăng Ni tại chùa đã quá vãng.

Tôi nhắc lại kỹ những việc trên đây không phải để khoe khoang mà việc chính là để cho đời sau, khi nghiên cứu về Chùa Viên Giác tại Hannover Đức Quốc, khỏi mất công tìm kiếm, mà nhiều khi lại thiếu chính xác nữa. Do vậy, tự mình phải giới thiệu những gì mình làm và khi viết tôi đã dùng chữ "tôi" hơi nhiều, mà cái "tôi" bao giờ cũng đáng ghét cả. Ngã và ngã sở là những danh từ và sở hữu từ làm cho con người lâu nay phải gian truân dâu bể. Chúng ta làm sao để được không còn thương, không còn giận, không còn hờn, không còn buồn, không còn tủi, không còn danh, sắc, tài, không còn "ta và người" như ý nghĩa Kinh Kim Cang mà Nguyễn Du đã ngộ được khi đến thăm phân kinh thạch đài của Thái tử Lương Chiêu Minh ở Tràng An thuở nào. Được như vậy là điều đáng quý vô cùng.

Nếu chia cuộc đời con người ra làm 3 giai đoạn là tiền vận, trung vận và hậu vận và trong mỗi giai đoạn cứ 10 năm ta luận sự thành bại một lần, thì cuộc đời của Nguyễn Du chúng ta cũng có thể phân tích được như sau:

Giai đoạn đầu 18 năm kể từ khi Nguyễn Du sinh ra năm 1766 đến năm 1784. Giai đoạn 18 năm của trung vận là từ năm 1784 đến năm 1802 và giai đoạn hậu vận 18 năm từ 1802 đến 1820. Như vậy thì sẽ thấy được rằng:

Từ lúc nhỏ Nguyễn Du là con quan, sinh ra trong nhung lụa, gia đình có của ăn của để, cho nên thời gian này Nguyễn Du chỉ lo học tập đèn sách, thi cử, nhờ vậy đã đỗ Tam Trường một cách dễ dàng. Vì cái gương của cha và anh mình đã đỗ đạt, đã ra làm quan. Đây là kết quả đương nhiên do cha và anh là những tấm gương sáng để cho Nguyễn Du noi theo.

Giai đoạn trung vận 18 năm này, gồm cả "mười năm gió bụi", phải nói rằng Nguyễn Du lận đận không ít. Ban đầu cũng giúp anh cai quản quân lính, nhưng có lẽ vì là một thư sinh mới ra trường nên chưa có kinh nghiệm nhiều, vả lại do không thích quân Tây Sơn nên Nguyễn Du đã bị ở tù một thời gian ngắn rồi tìm cách sang Vân Nam, rồi bị bịnh 3 tháng tại đó. Để rồi cuối cùng quyết định theo sự hướng dẫn của người anh nuôi Nguyễn Đại Lang đi chu du Trung Quốc suốt 3 năm và trên đường đi đã cải dạng thành nhà sư để khỏi bị lộ diện, đồng thời để đỡ phải lo về tài chánh của việc ăn ở. Nhưng điều may mắn là tác phẩm Kim Vân Kiều đã được vào tay Nguyễn Du tại chùa Hổ Pháo, Hàng Châu, nơi Từ Hải đã từng đi tu một thời.

Trên đường trở lại quê hương cũng đã nhờ Đoàn Nguyễn Tuấn hỗ trợ, nếu không thì Nguyễn Du cũng khó mà về lại quê hương khi uy tín của Quang Trung Nguyễn Huệ đã lên cao, nhất là sau khi Quang Trung đại phá mấy chục vạn quân Thanh vào năm 1789.

Về lại Thăng Long, ông an tâm viết truyện Đoạn Trường Tân Thanh theo ý mình. Biết đâu tâm trạng của nàng Kiều cũng là tâm trạng của ông, bởi lẽ cuộc đời của ông trong giai đoạn trung vận này không phải là không có sóng gió. Thông thường khi viết một tác phẩm, tác giả hay gởi tâm sự của mình vào nhân vật chính của câu chuyện. Giả sử chính mình sinh ra trong thời tao loạn như Nguyễn Du thì sao? Thoát được 2 lần chết như Kiều hay Nguyễn Du cũng đã là một sự may mắn lắm rồi, còn chuyện khen chê lâu nay vẫn là chuyện thường tình thôi.

Trong "Lời giới thiệu – Vài hàng góp ý về cuốn Truyện Kiều chữ Nôm và Khảo Dị của ông Nguyễn Bá Triệu" do nhà giáo Đỗ Danh Tầm viết vào ngày đầu Xuân năm Kỷ Mão (1999) tại Canada có đưa ra những khuynh hướng chê và khen truyện Kiều như sau:

A. Phe chê truyện Kiều:

Những nhà Nho chê truyện Kiều từ xưa tới nay kể cũng nhiều, nhưng tựu chung chỉ có hai ông Ngô Đức Kế và Huỳnh Thúc Kháng là lý luận tiêu biểu và đanh thép hơn cả. Cái nguyên cớ kích thích hai nhà Nho chí sĩ này lên tiếng về truyện Kiều là sự ca tụng về tác phẩm này một cách thái quá do phái Nam Phong chủ xướng (1919-1925). Đại ý ông Ngô Đức Kế cho rằng truyện Kiều là một văn phẩm "Ai, dâm, sầu, oán, đạo, dục, tăng, bi", thanh niên đọc phải sẽ quên hết phận sự giúp đời, cứu nước, nhụt hết khí phách nam nhi mà sẽ mê đắm vào con đường *"liễu ngõ hoa tường"*.

Ý kiến đó sau lại được ông Huỳnh Thúc Kháng phô diễn rất minh bạch trong một bài đăng trên báo Tiếng Đàn ngày 24.1.1934 là: "Mê người trong tiểu thuyết cùng là mê người trong tuồng hát" ông Huỳnh viết, "Tôi hay ông Ngô Bá Kiều là bác cái truyện tiểu thuyết hối dâm kia không đáng làm sách dạy gieo cái nọc gió giăng, hoa liễu trong não thiếu niên nam nữ ta (gió giăng hoa liễu là điều bất chánh, bất chánh tức là có hại).

Ông Huỳnh lại viết tiếp:

"Nếu xã hội ta một ngày kia mà trong bao nữ giới ai cũng nhận sự theo trai, làm đĩ là tốt, là đẹp, là hành vi chánh đáng thì Vương Thúy Kiều là tuyệt phẩm thánh rồi, ai có dư thì giờ mà công kích để rước lấy tiếng tàn nhẫn. Nhưng, xã hội ta chưa đến cái trình độ (tối cao tuyệt mới) ấy, dầu cho văn hay đến đâu cũng không thể làm cho cái nết xấu kia tiêu tan đi được."

Cứ đọc qua những dòng đó cũng đủ thấy hai ông Ngô, Huỳnh đặc biệt chú ý, vạch rõ cái tính cách dâm tà của truyện Kiều và căn cứ vào đấy để công kích là một áng văn chương "lá gió cành chim, hoa tường liễu ngõ" cho người đời, nhất là cho nam nữ thiếu niên.

B. Phe khen truyện Kiều:

Đại diện cho phe khen truyện Kiều thì nhiều lắm, song chỉ kể ra đây mấy vị điển hình nhất:

Ông Đào Duy Anh trong cuốn Khảo Luận về Kim Vân Kiều có đoạn viết:

"Nhà Nho nghiêm nghị chân chính, ai bằng Minh Mạng và Hà Tôn Quyền mà khi Đoạn Trường Tân Thanh mới ra đời, Vua tôi đã cùng nhau đem ra làm đề tài ngâm vịnh. Ở triều Tự Đức, vua tôi cũng đều là nhà Nho uyên bác và cố chấp, thế mà giữa triều đình, ta cũng thấy truyện Kiều được đem ra bàn làm đầu đề bình luận mà chính Vua Tự Đức đã mê sách ấy đến nói rằng: 'Mê ngựa Hậu Bổ, mê Nôm Thúy Kiều.' Ta xem thế thì đối với những nhà Nho chính thống, truyện Kiều không phải là một dâm thư." (trang 195, 196)

"Ông Phạm Quỳnh một nhà tân học, vừa đồng hóa được các tư tưởng phóng khoáng của Tây Phương, vừa giữ được cái nền nếp, tinh thần đào luyện trong Nho giáo của Đông Phương, trong lễ kỷ niệm Nguyễn Du vào tháng 9 năm 1924 tại Hội quán Khai Trí Tiến Đức ở Hà Nội, đã hai lần hô lên một cách say sưa câu nói bất hủ của ông: 'Truyện Kiều còn, tiếng ta còn; tiếng ta còn, nước ta còn.' Ông lại cho rằng: Truyện Kiều là một cuốn Phúc Âm của người Việt Nam. Phàm đã là người Việt Nam thì phải học, phải thưởng thức, phải lấy sự có nó làm vinh dự."

Học giả Trần Trọng Kim thì viết:

"Có nhiều người chê truyện Kiều là tà dâm, nhảm nhí. Những người ấy, một hạng là tính nông nổi, không chịu mất công mà nghĩ ngợi cho ra lẽ phải trái, một là bọn giả đạo đức, chỉ ưa luân lý ở cửa miệng. Hạng này có lẽ nhiều lắm, lại ưa chê bai hơn cả."

"Nàng Kiều có nặng về đường tình ái thật nhưng cái tình ái mà trong sạch thì có điều gì là dở? Và làm người, trừ những kẻ trơ như mộc thạch chỉ biết ăn, biết ngủ thì ai là người đã khỏi cái nợ tình ái? Tình ái mà như nàng Kiều, trước sau biết nặng lời non nước, biết 'lấy hiếu làm trinh', biết nhân, biết nghĩa thì sao lại cho là không có luân lý được? Nay ta cứ xem truyện Kiều không phải chỉ là vì văn hay, ý sâu mà thôi, nhưng lại vì những điều nhân, nghĩa, lễ, trí, tín nữa. Thật là quyển sách rất có luân lý, rất thanh nhã vậy." (Trần Trọng Kim - Tựa truyện Thúy Kiều).

Nhà văn Dương Quảng Hàm thì viết:

"Xét cả thân thế nàng Kiều dù có vượt ra ngoài lễ tục, ấy là một điều lỗi, thì việc nàng bán mình chuộc tội cho cha, hy sinh chữ Tình để theo trọn chữ Hiếu cũng đủ chuộc được những điều lỗi của nàng. Vì sự hy sinh ấy mà trong mười lăm năm, nàng phải chịu biết bao nỗi khổ sở, khổ vì cảnh ngộ đã đành, mà thứ nhất là khổ vì mối chung tình với Kim Trọng. Thế thì ta chỉ nên thương hại thay cho nàng, chứ không nên trách nàng đã yêu vụng dấu thầm chàng Kim.

"... ...Nay nếu xét cả cuốn truyện thì ta nhận thấy ở trong ấy có nhiều bài học luân lý rất hay. Về đường cá nhân luân lý thì Thúy Kiều treo cho ta cái gương một người biết trọng phẩm giá: 'Đến điều sống đục sao bằng thác trong', biết giữ thủy chung, vì tuy bị lưu lạc, lúc ở thanh lâu, lúc lấy Thúc Sinh, lúc lấy Từ Hải, mà bao giờ nàng cũng nhớ đến Kim Trọng là người đã gắn bó với nàng từ trước." (Hết trích).

Phần tôi thì không chủ trương đứng về phía khen hay chê như trong lời nói đầu đã trình thưa, mà điều cốt yếu của tôi là làm sao tìm cho ra được manh mối của việc Nguyễn Du đã đi xuất gia tại Trung Hoa ra sao và ông đã bắt đầu viết truyện Kiều từ lúc nào, cũng như tư tưởng Phật giáo đã ảnh hưởng đến thi ca của ông như thế nào là đủ rồi. Bởi lẽ bấy lâu nay chúng ta nghe Nguyễn Du đã tụng Kinh Kim Cang và tụng ở đâu thì ít có người mách bảo. Nay nhờ Tiến sĩ Phạm Trọng Chánh viết: "Tiểu sử Nguyễn Du qua những phát hiện mới" và Nguyên Giác viết "Từ nhà Sư Chí Hiên tới nhà thơ Nguyễn Du", qua những chứng minh bằng thơ văn và lịch sử, tôi tin tưởng rằng những lập luận của hai vị này vững vàng hơn là cho rằng Nguyễn Du đã có được quyển Kim Vân Kiều sau khi đi Sứ từ Trung Hoa về Việt Nam năm 1814. Ngay cả ông Hoàng Xuân Hãn cũng nghĩ rằng Nguyễn Du phải có quyển truyện Kiều trong tay trước lúc ra làm quan (1803). Bởi lẽ khi ra làm quan bận rộn thì không thể có thời gian để viết đến 3.254 câu thơ lục bát như vậy được.

Điều tiếp theo là tôi tâm đắc về việc Nguyễn Du soạn ra Văn Tế Thập Loại Chúng Sanh, một bản văn hoàn toàn xây dựng trên chất liệu tư tưởng Phật giáo. Dĩ nhiên là phải có duyên cớ tác giả mới ra tập sách này. Như tôi đã đã đề cập trong phần trước là sau khi đi sứ về vào năm 1814, thì bắt đầu năm 1815 đến năm 1820 Việt Nam chúng ta bị đại dịch lớn, chết cả 206.835 người, trong khi toàn quốc lúc ấy chỉ có hơn 10 triệu người. Do vậy mà Nguyễn Du đã kết hợp với sự kinh qua trong thời kỳ trung vận từ 1784 đến 1802 mà soạn ra Văn Tế này.

Mùa Hạ năm 1995, tôi đến Paris thăm chùa Khánh Anh ở Bagneux, nơi Hòa Thượng Thích Minh Tâm trụ trì, lúc ấy gặp được Đạo hữu An Tiêm Mai Lý Cang ký tặng cho quyển "Văn Tế Thập Loại Chúng Sinh" của Nguyễn Du, do ông Hoàng Xuân Hãn chú thích và hiệu đính, đã được An Tiêm xuất bản vào năm Giáp Tuất 1995. Quý vị nào muốn tham khảo sách này thì có thể lên mạng để tra. Trong phần "Giá trị và tác giả bài văn tế", ông Hoàng Xuân Hãn sau khi khảo sát ba bản khắc gỗ A, B, C thì chọn ra bản B và cho rằng tác giả là Nguyễn Du. Tuy nhiên ông Hoàng Xuân Hãn cũng cho biết rằng tìm lại trong gia phả họ Nguyễn ở Nghệ An, thì ít thấy Nguyễn Du có liên hệ gì với Phật Giáo. Bên dưới bài khảo cứu này đề: "Hà Nội và Paris 1950-1970, Hoàng Xuân Hãn."

Phần nội dung ông Hoàng Xuân Hãn chia ra 10 loại chúng sanh trong Văn Tế Thập Loại như sau:

1. Vua Chúa bị giết, từ câu 1 đến câu 32.
2. Quí nữ liều thân, từ câu 33 đến câu 44.
3. Tể thần thất thế, từ câu 45 đến câu 56.
4. Đại Tướng bại trận, từ câu 57 đến câu 68.
5. Ham giàu chết đường, từ câu 69 đến câu 80.
6. Ham danh chết quán, từ câu 81 đến câu 92.
7. Buôn bán chết xa, từ câu 93 đến câu 100.

8. Binh lính chết trận, từ câu 101 đến câu 108.

9. Kỹ nữ cô đơn, từ câu 109 đến câu 116.

10. Chết bởi nghèo nàn tai họa, từ câu 117 đến câu 136.

Phần tiếp theo là cảnh lang thang cực khổ của cô hồn, từ câu 137 đến câu 156.

Phần tiếp nữa là cầu Phật giải thoát cô hồn, từ câu 157 đến câu 172.

Phần sau cùng là từ câu 173 đến câu 184.

Nhưng so ra bản của Nguyễn Minh Tiến hiệu đính bên trên, có đến 186 câu và bản này không sắp xếp rõ ràng 10 loại cô hồn như ông Hoàng Xuân Hãn đã chia ra.

Trong sách của ông Hoàng Xuân Hãn, chú thích hiệu đính chỉ có 184 câu và trong khi đó sách của Nguyễn Minh Tiến chú thích có thêm 2 câu này:

Nam Mô Bồ Tát Thế Tôn,
Tiếp dẫn cô hồn Tịnh độ siêu sanh.

Cả bài kệ tiếp theo gồm có 9 câu tất cả, bên sách của ông Hoàng Xuân Hãn thấy không có chép vào. Vả chăng đây là do bản chính của 2 nơi sưu tập khác nhau nên mới vậy. Theo tôi nghĩ rằng: Các độc giả nên tham khảo cả 2 quyển sách chú thích và hiệu đính quý giá của hai tác giả này thì hay hơn và hữu ích vô cùng.

Sở dĩ tôi cho thêm 2 bản văn Chẩn Tế Cô Hồn của Hòa Thượng Bích Liên và Hòa Thượng Viên Thành soạn vào chung trong tác phẩm này, vì lẽ để quý vị độc giả có thêm tài liệu để tra cứu và đối chiếu với Văn Tế Thập Loại Chúng Sanh của Nguyễn Du để được lợi lạc hơn.

Ngay cả ông Hoàng Xuân Hãn cũng xác định là trong gia phả của họ Nguyễn tại Nghệ An, không thấy đề cập việc Nguyễn Du liên hệ với Phật Giáo, nhưng sau 3 bản khảo sát về Văn Tế Thập Loại Chúng Sanh, thì ông chọn bản B và ông đoan chắc rằng: Đó là những ngôn ngữ của người xuất thân từ Nghệ An, chứ không phải ngôn ngữ Quảng Bình hay những nơi khác được. Đồng thời ông Hoàng Xuân Hãn cũng nghĩ rằng, bản văn này Nguyễn Du soạn sau khi đi Sứ Trung Hoa về lại Việt Nam sau năm 1814.

Như vậy là mục đích thứ hai của tôi viết về Nguyễn Du cũng đã toại ý.

Hậu vận của Nguyễn Du từ năm 1802 đến 1820 là một trang sử oai hùng của người đã chọn đúng minh quân mà phò. Do vậy, Gia Long Nguyễn Ánh mới cử ông đi Sứ Trung Hoa vào năm 1813, đến năm 1814 thì về lại Việt Nam và được thăng chức Lễ Bộ Hữu Tham Tri (tòng Nhị Phẩm). Trong triều đình vua chúa ngày xưa, các quan từ thấp lên cao được phong từ cửu phẩm lên nhất phẩm. Lúc này Nguyễn Du đã được phong chức Lễ Bộ Hữu Tham Tri gần giống như là một Bộ Trưởng bây giờ. Danh vọng cao ngất trời. Nhưng ông bà chúng ta ngày xưa thường hay nói là: *"Phước bất trùng lai, họa vô đơn chí."* (Phước đức không lặp lại lần thứ hai và cái họa không phải chỉ đơn lẻ một mình.)

Nguyễn Du đang được Vua Gia Long tin cậy như vậy thì vào năm 1816 anh rể của Nguyễn Du là Vũ Trinh vì liên quan đến vụ án cha con Tổng Trấn Nguyễn Văn Thành nên bị đày vào Quảng Nam.

Năm 1820 (Canh Thìn) Vua Gia Long băng hà và Minh Mạng nối ngôi. Lúc này Nguyễn Du được cử đi làm Chánh Sứ sang nhà Thanh báo tang và cầu phong, nhưng ông cũng đã bị bệnh dịch tả chết ngày mồng 10 tháng 8 âm lịch (Canh Thìn), nhằm ngày 16 tháng 9 năm 1820, lúc vừa đúng 54 tuổi, kết thúc một đời người tài hoa nhưng bạc mệnh. Từ xưa đến nay ai sống được 60 tuổi mới gọi là hưởng thọ, dưới tuổi này gọi là hưởng dương. Từ 70, 80, 90 đến 100 tuổi trở lên thì có những cách gọi khác đối với những người lớn tuổi mới qua đời. Thật sự ai sinh ra trong cuộc đời này sớm muộn gì rồi cũng phải ra đi. Do vậy trong chùa mỗi khi cúng vong thường có mấy câu thán rất hay và ý nghĩa như:

"Hữu sanh hữu tử hữu luân hồi,
Vô sanh vô tử vô khứ lai.
Sanh tử khứ lai đô thị mộng,
Bất lao đờn chỉ, đáo Tây phương."

Nghĩa:

"Có sanh có chết có luân hồi,
Không sanh không chết không đến đi.
Chết sống đến đi đều là mộng,
Chẳng nhọc đờn chỉ,[1] *đến Tây phương."*

Năm nay 2020, kỷ niệm đúng 200 năm Nguyễn Du đã về cõi tịnh và năm nay khắp thế giới cũng bị dịch bệnh, kéo dài hơn 8 tháng rồi mà chưa có dấu hiệu dừng nghỉ. Hy vọng thời nay y khoa tiến bộ hơn thời xưa, sẽ có thuốc trị liệu cho cả bảy tỷ người trên hành tinh này. Nếu không, sẽ bị lây lan khủng khiếp, khiến cho cuộc sống của con người đã khổ sở rồi, lại còn khổ hơn nữa. Vậy tất cả chúng ta hãy cùng dốc tâm cầu nguyện cho đại dịch này sớm trôi qua, để cho nhân loại sinh hoạt lại bình thường như xưa.

Đặc biệt năm nay ở Âu Châu mùa đông hầu như tuyết không rơi, thiếu mưa, nên mùa màng cây cỏ không được phát triển như những năm về trước. Nông dân bị thất thu nông phẩm và tất cả mọi khâu sản xuất đều bị ngưng trệ do đại dịch Corona lần này. Mùa hè đến quá trễ. Cho đến hôm nay gần cuối tháng 8 rồi mà có ngày nhiệt độ lên đến hơn 30°C. Cây lá rụng khắp nơi, không phải vì mùa thu đã đến, mà vì thiếu nước do mùa hè đến muộn. Không biết rồi đây mùa thu

---

[1] Đờn chỉ: khảy móng tay.

Âu Châu có còn đẹp như xưa nữa không? Vì do con người mà thiên nhiên đã bị biến đổi như vậy. Do đó mỗi người trong chúng ta hãy tự thẩm định lại công việc làm của mình, để trả lại cho thiên nhiên những gì đáng phải gìn giữ. Có như vậy chúng ta mới có thể an ổn sống trong một thế giới an bình thật sự được.

Sách viết xong chưa phải đã là xong, phải dò lại và đánh máy. Công việc này lâu nay Cô Nga và Chú Sanh vẫn thường làm. Nay Cô Nga lớn tuổi đã nghỉ việc văn phòng mấy năm nay, còn lại Chú Sanh cán đáng việc này và cũng không biết là còn được bao nhiêu lâu nữa. Vì Chú cũng đã lớn tuổi rồi. Chỉ có một điều là việc in ấn sau khi xem lại lỗi chính tả và layout thì tiện lợi hơn xưa nhiều. Nghĩa là sau khi cô Thanh Phi dò và sửa lại lỗi chính tả sẽ nhờ anh Phù Vân, Chủ bút báo Viên Giác và Nguyên Đạo trong Ban Điều Hành Viên Giác Tùng Thư, chỉnh sửa lại câu văn và những điều cần thêm bớt. Cuối cùng thì anh Nguyễn Minh Tiến edit và hiệu đính để đưa lên Amazon. Từ Amazon chúng ta muốn đặt bao nhiêu quyển thì ghi tên, địa chỉ của người nhận, trả tiền và sách sẽ gởi thẳng đến người nhận. Ví dụ ở Úc thì được in và nhận ở Úc. Ở Âu Châu được gởi từ Anh Quốc. Hoa Kỳ và Canada được gởi tại chỗ. Đây là một công đoạn dài, thời gian tốn cả 5 hay 6 tháng, nhiều lúc tốn cả năm, tùy theo loại sách. Tôi phải cảm ơn tất cả những vị đã được nêu danh tánh bên trên. Nếu không có những sự hỗ trợ trực và gián tiếp đó thì tác phẩm này sẽ không hoàn thành.

Điều quan trọng hơn nữa là độc giả. Đa phần sách của tôi được kêu gọi ấn tống và nhờ việc ấn tống này mà quyển sách "Vua là Phật, Phật là Vua" khá thành công trong việc chuyển giao sách vở cũng như giải quyết việc sách vở vừa đủ, không thừa quá nhiều ở kho như mọi khi. Nghĩa là khi nào có nhu cầu, Ban Điều Hành Viên Giác Tùng Thư sẽ cung ứng ngay.

Quyển sách thứ 68 này cũng như vậy. Chúng tôi sẽ kêu gọi ấn tống và tùy theo khả năng của quý vị đóng góp vào, chúng tôi sẽ phân đều ra để gởi đi theo nhu cầu và trang trải cho những phần khác của một tác phẩm cần phải có, như mọi công đoạn và những chi phí cần thiết như bên trên đã trình bày. Kính mong quý độc giả luôn tiếp tục hỗ trợ cho việc ấn tống này để động viên người viết và nhờ vậy mỗi năm tôi sẽ cố gắng cho ra đời ít nhất là một tác phẩm. Xem đây như là món quà tinh thần mà tôi trân quý gởi đến quý vị.

Tôi cũng chẳng biết là sẽ còn viết được bao nhiêu tác phẩm nữa, nhưng xin nguyện với lòng mình, là khi nào sức khỏe còn cho phép và trí óc còn minh mẫn, thì tôi sẽ tiếp tục công việc cầm bút của mình, nhằm đáp lại tấm thạnh tình của quý vị đã hỗ trợ tôi và chùa Viên Giác như xưa nay vậy. Có thể là có nhiều người không đọc hết được một tác phẩm, vì công ăn việc làm hay bận rộn những công việc khác hằng ngày, nên chưa đọc. Hãy cứ để sách trong phòng hay trên đầu giường, khi nào cần thì với tay lấy đọc vài trang, cũng là một cách để đọc từ từ cho hết một tác phẩm. Vì sách là một người bạn tâm giao không đòi hỏi ta bất cứ một việc gì cả. Không buồn, không giận, không hờn, không lo. Bất cứ khi nào chúng ta muốn đọc sách, sách cũng chưa bao giờ hẹn với chúng ta là hãy để lúc khác hãy đọc v.v... Do vậy sách vở là bạn tâm giao của mọi người. Tôi vẫn thường hay nói rằng: Tôi không có bạn tâm giao nhiều, nhưng kinh sách là những người bạn gần gũi nhất đối với tôi trong đời này, nên lúc nào tôi cũng cần phải đọc kinh sách.

Kính chúc quý vị có một niềm vui khi đọc xong và gấp sách này lại. Nếu chẳng may có những gì sai quấy ngoài ý muốn, thì mong quý vị chỉ bảo giùm. Nếu có được một vài điều gì bổ ích, thì xin quý vị ghi nhận và giữ lấy làm hành trang khi nghiên cứu về Nguyễn Du và mong rằng tất cả luôn được an vui khi đối diện với chính mình và sách vở, để suy tư tìm hiểu về một đề tài gì mà mình mong đợi.

Viết xong vào lúc 11 giờ trưa ngày 21 tháng 8 năm 2020 nhằm ngày mùng 3 tháng 7 âm lịch năm Canh Tý tại thư phòng Tổ Đình Viên Giác Hannover - Đức Quốc, kỷ niệm đúng 7 năm ngày Viên tịch của Hòa Thượng Thích Minh Tâm tại Turku - Phần Lan.

Thích Như Điển

Tài liệu tham khảo

1. Nguyễn Du: Nhà Sư Chí Hiên "Giang Bắc Giang Nam cái túi không" (1788-1790) của Tiến Sĩ Phạm Trọng Chánh – Chim Việt cành Nam.

2. Wikipedia tiếng Việt - Nguyễn Du

3. Wikipedia tiếng Việt – Kim Vân Kiều

4. Wikipedia Truyện Kiều

5. Wikipedia Vua Việt Nam

6. Wikipedia Danh sách Thiên Hoàng Nhật Bản

7. Wikipedia Danh sách Vua Trung Quốc

8. Từ nhà Sư Chí Hiên tới nhà thơ Nguyễn Du
Nguyên Giác - Nguyễn Du và Phật Giáo

9. Tiểu sử Nguyễn Du qua những phát hiện mới. TS Phạm Trọng Chánh.

10. Các bản dịch truyện Kiều ở Nhật Bản: Đa dạng người dịch, Đa dạng phong cách – PGS - TS Đoàn Lê Giang

11. Bước đầu so sánh Kim Ngư truyện của K. Bakin và truyện Kiều của Nguyễn Du – PGS - TS Đoàn Lê Giang

12. Mông Sơn thí thực khoa nghi (Hán văn - Diễn Nôm – Phiên âm - Chú giải). Biên soạn: Nguyễn Văn Thoa Giảng viên Hán Nôm. Hiệu đính: Nguyễn Minh Tiến

13. Truyện Kiều chữ Nôm và Khảo Dị. Nguyễn Bá Triệu biên soạn. Tác giả tự xuất bản năm 1999 tại Canada

14. Văn Tế Thập Loại Chúng Sanh của Nguyễn Du – Hoàng Xuân Hãn chú thích. Hiệu đính – Nhà xuất bản An Tiêm Paris 1995

15. Báo Khánh Anh số 125 tháng 7 năm 2020 – Pháp Quốc

16. Sám Văn Chiêu Hồn Ca của Nguyễn Du – Văn Tế Cô Hồn – Trà Am Viên Thành. Văn thỉnh Thập Loại Cô Hồn của Bích Liên Pháp Sư do Đại Đức Thích Như Tịnh cung cấp.

17. Quán Hoa đường bình luận Kim Vân Kiều truyện (9.01) chữ Hán và bản hiệu chỉnh của PGS – TS Nguyễn Đảng Na.

18. Những kiến văn của Tác giả học và thu thập tài liệu về truyện Kiều cũng như Văn Tế Thập Loại Chúng Sanh lâu nay.

* Thế danh: Lê Cường. Pháp tự: Giải Minh. Pháp hiệu: Trí Tâm
* Sanh: 28.06.1949 tại Xuyên Mỹ, Duy Xuyên, Quảng Nam.
* Học lực: Cử nhân giáo dục và Cao học Phật giáo tại Nhật Bản.
* Xuất gia năm 1964 tại Tổ Đình Phước Lâm, Hội An.
* Năm 1971: Thọ Tỳ Kheo giới tại giới đàn Tu Viện Quảng Đức, Thủ Đức.
* Năm 1972: Du học Nhật Bản.
* Năm 1977: Đến Đức vào với Visa du lịch; nhưng sau đó xin tỵ nạn tại Đức và ở Đức từ đó cho đến nay.
* Tháng 4 năm 1978 thành lập Niệm Phật Đường Viên Giác và sau đó trở thành Chùa Viên Giác tại Hannover.
* Từ năm 1978, 1979: Sáng lập Chi Bộ Giáo Hội Phật Giáo Việt Nam Thống Nhất Đức Quốc, thành lập Hội Sinh Viên và Kiều Bào Phật Tử Việt Nam tại Đức.
* Năm 1988 được tấn phong lên hàng Giáo phẩm Thượng Tọa tại giới đàn Đại Nguyện chùa Pháp Hoa Marseille, Pháp quốc.
* Ngày 28.6.2008 được tấn phong lên hàng Giáo phẩm Hòa Thượng tại Đại Giới Đàn Pháp Chuyên tại chùa Viên Giác Hannover, Đức Quốc.
* Ngày 8 tháng 7 năm 2011 tại Colombo thủ đô nước Tích Lan, Hội Đồng Tăng Già Tích Lan đã trao giải thưởng cao quý cho HT Thích Như Điển và HT Thích Minh Tâm.
* Đệ Nhị Chủ Tịch Hội Đồng Điều Hành GHPGVNTN Âu Châu nhiệm kỳ 2015-2019 và tiếp tục nhiệm kỳ 2019-2023.
* Phó Chủ Tịch Hội Đồng Tăng Già Thế Giới (World Buddhist Sangha Council - WBSC).
* Sáng tác gần 70 tác phẩm và dịch phẩm từ các tiếng Việt, Anh, Hán, Nhật và Đức ngữ.

TÁC PHẨM ĐÃ XUẤT BẢN

1. *Truyện cổ Việt Nam (Tập 1 & Tập 2)* - Nhật ngữ- 1974, 1975

2. *Giọt mưa đầu hạ* - Việt ngữ - 1979

3. *Ngỡ ngàng* - Việt ngữ - 1980

4. *Lịch sử Phật Giáo Việt Nam Hải Ngoại trước và sau năm 1975* - Việt & Đức ngữ - 1982

5. *Cuộc đời người Tăng sĩ* - Việt & Đức ngữ - 1983

6. *Lễ nhạc Phật Giáo* - Việt & Đức ngữ - 1984

7. *Tình đời nghĩa đạo* - Việt ngữ - 1985

8. *Tìm hiểu giáo lý Phật Giáo* - Việt & Đức ngữ - 1985

9. *Đời sống tinh thần của Phật Tử Việt Nam tại ngoại quốc* - Việt & Đức ngữ - 1986

10. *Đường không biên giới* - Việt & Đức ngữ - 1987

11. *Hình ảnh 10 năm sinh hoạt Phật Giáo Việt Nam tại Tây Đức* - Việt & Đức ngữ - 1988

12. *Lòng từ Đức Phật* - Việt ngữ - 1989

13. *Nghiên cứu Giáo Đoàn Phật Giáo thời nguyên thủy I, II , III* - dịch từ Nhật ngữ ra Việt & Đức ngữ - 1990, 1991, 1992

14. *Tường thuật về Đại hội Tăng già Phật Giáo thế giới kỳ 5 khóa I tại Hannover, Đức Quốc* - Việt, Anh, Đức ngữ - 1993

15. *Giữa chốn cung vàng* - Việt ngữ - 1994

16. *Chùa Viên Giác* - Việt ngữ - 1994

17. *Chùa Viên Giác* - Đức ngữ - 1995

18. *Vụ án một người tu* - Việt ngữ - 1995

19. *Chùa Quan Âm (Canada)* - Việt ngữ - 1996

20. *Phật Giáo và con người* - Việt & Đức ngữ - 1996

21. *Khóa giáo lý Âu Châu kỳ 9* - Việt & Đức ngữ - 1997

22. *Theo dấu chân xưa (Hành hương Trung quốc I)* - Việt ngữ - 1998

23. *Sống và chết theo quan niệm của Phật Giáo* - Việt & Đức ngữ - 1998

24. *Tiếp kiến Đức Đạt Lai Lạt Ma* - Việt & Đức ngữ - 1999

25. *Vọng cố nhân lầu (Hành hương Trung Quốc II)* - Việt ngữ - 1999

26. *Có và Không* - Việt & Đức ngữ - 2000

27. *Kinh Đại Bi (dịch từ Hán văn ra Việt văn)* - Việt & Đức ngữ - 2001

28. *Phật thuyết Bồ Tát Hành Phương Tiện Cảnh Giới Thần Thông Biến Hóa Kinh* - dịch từ Hán văn ra Việt ngữ - 2001

29. *Bhutan có gì lạ?* - Việt ngữ - 2001

30. *Kinh Đại Phương Quảng Tổng Trì* - dịch từ Hán văn ra Việt ngữ - 2002

31. *Cảm tạ xứ Đức* - Việt & Đức ngữ - 2002

32. *Thư tòa soạn báo Viên Giác trong 25 năm (1979 - 2003, 2004)* - Việt ngữ - 2003

33. *Bổn Sự kinh* - Dịch từ Hán văn sang Việt ngữ - 2003

34. *Những đoản văn viết trong 25 năm qua* - Việt & Đức ngữ - 2003

35. *Phát Bồ Đề Tâm kinh luận* - Dịch từ Hán văn sang Việt ngữ - 2004

36. *Đại Đường Tây Vức Ký* - Dịch từ Hán văn sang Việt ngữ - 2004

37. *Làm thế nào để trở thành một người tốt* - Việt ngữ - 2004

38. *Dưới cội bồ đề* - Việt ngữ - 2005

CÁC TÁC PHẨM TÁI BẢN GẦN ĐÂY

(Các sách này có thể mua qua trang Amazon)

1. *Tư tưởng Tịnh Độ Tông* - Việt ngữ - 2019

2. *Dưới bóng đa chùa Viên Giác* - Việt ngữ, viết chung với Trần Trung Đạo - 2019

3. *Hương Lúa Chùa Quê (Hoài Niệm Tuổi Thơ)* - Việt ngữ viết chung với H.T. Thích Bảo Lạc - 2019

4. *Mối tơ vương của Huyền Trân Công Chúa* - Việt ngữ - 2019

5. *Chùa Viên Giác* - Đức ngữ - 2019

6. *Cảm tạ xứ Đức* - Việt & Đức ngữ - 2019

8. *Tiếp kiến Đức Đạt Lai Lạt Ma* - Việt & Đức ngữ - 2019

7. *Đường không biên giới* - Việt & Đức ngữ - 2020

9. *Phật Giáo và con người* - Việt & Đức ngữ - 2020

10. *Sống và chết theo quan niệm của Phật Giáo* - Việt & Đức ngữ - 2020

11. *Có và Không* - Việt & Đức ngữ - 2000

12. *Mây oan cửa thiền (Vụ án một người tu)* - Việt ngữ - 2020

13. *Bhutan có gì lạ?* - Việt ngữ - 2020

14. *Tích Lan - Đạo Tình Muôn Thuở* - Việt ngữ - 2020

15. *Dưới Cội Bồ-đề* - Việt ngữ - 2020

16. *Giai nhân và Hòa thượng* - Việt ngữ - 2020